‘मद्य नव्हे हे मंतरलेले पाणी’ हे थोडेसे गोंधळात टाकणारे शीर्षक लाभलेले हे पुस्तक अरुण शेवते यांनी तर्कतीर्थ लक्ष्मणराव जोशी यांचा आदिम काळातील मद्यपानाच्या सवयींची सुरुवात, सोमरसाविषयीची माहिती, तसेच मे. पु. रेगे, द्वा. भा. कर्णिक, माधव कोंडविलकर, बाळ सामंत अशांसारख्या ख्यातनाम लेखकांचे आपले मद्यपानाचे अनुभव या संकल्पनेवरील लेख समाविष्ट करून संपादित केले आहे.

**दैनिक पुढारी, २८-०५-२०००**

१९९७ साली शेवते यांनी त्यांच्या ‘ऋतुरंग’ या कल्पक दिवाळी अंकात ‘मी आणि माझे मद्यपान’ या विषयावर नामवंतांचे अनुभवी लेख छापले होते. ते लेख संकलित करून आणि त्यात तर्कतीर्थ लक्ष्मणशास्त्री जोशी यांच्या व अन्य काही लेखांची भर घालून हे पुस्तक काढण्यात आले आहे.

**महाराष्ट्र टाइम्स, ०६-०२-२०००**

आपल्या स्नेहीजनांना पुस्तके भेट द्या

मद्याच्या दुनियेतील विलक्षण सफर

# मद्य नव्हे, हे मंतरलेले पाणी!

संपादन
**अरुण शेवते**

**मेहता पब्लिशिंग हाऊस**

© +91 020-24476924 / 24460313 / Mob. No. 9545000513

Email : production@mehtapublishinghouse.com

Website : www.mehtapublishinghouse.com

- *या पुस्तकातील लेखकाची मते, घटना, वर्णने ही त्या लेखकाची असून त्याच्याशी प्रकाशक सहमत असतीलच असे नाही.*

**MADYA NAVHE, HE MANTARLELE PANI!** Edited by ARUN SHEVATE

**मद्य नव्हे, हे मंतरलेले पाणी! : संपादन - अरुण शेवते** / अनुभवकथन



Email : author@mehtapublishinghouse.com

प्रकाशक : सुनील अनिल मेहता, मेहता पब्लिशिंग हाऊस,
१९४१, सदाशिव पेठ, माडीवाले कॉलनी, पुणे - ४११०३०.

मुद्रक : ट्रिनिटी ॲकॅडमी फॉर कॉर्पोरेट ट्रेनिंग लिमिटेड

मुखपृष्ठ : राजू पवार

आतील चित्रे,
मांडणी : धनंजय सस्तकर

प्रकाशनकाल: ऑगस्ट, १९९९ / पुनर्मुद्रण : फेब्रुवारी, २०१९

किंमत : ₹ २५०

P Book ISBN 9788171619405
E Book ISBN 9789353171858
E Books available on : amazonkindle Apple Books Google Play Books

---

* पायरेटेड पुस्तकांची खरेदी-विक्री हा कायद्याने गुन्हा आहे आणि अशा गुन्ह्याविरोधात कायदेशीर कारवाई होऊ शकते.

तुमच्याबरोबर अनेक वर्षं
चांगल्या मैफली जमून गेल्या.
त्या बैठकींतील
सुंदर क्षणांना
सप्रेम

१२ मे, १९९९

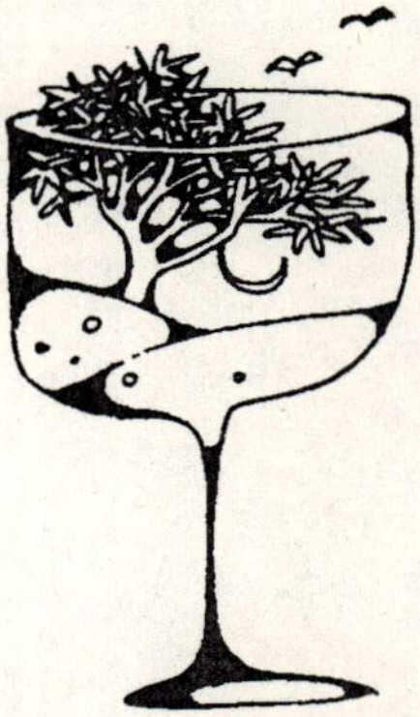

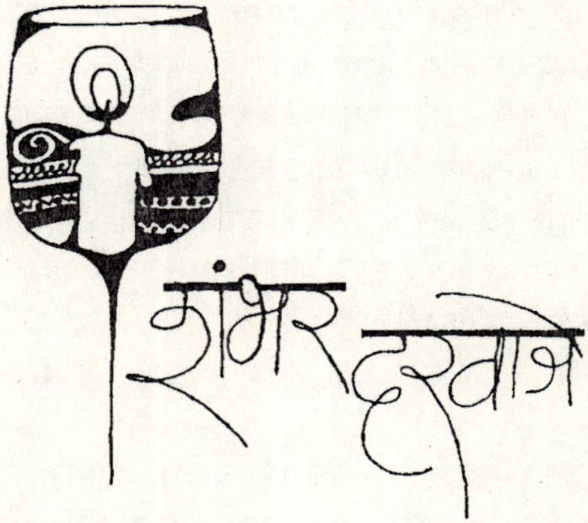

॥१॥

**१**९९३ सालापासून मी दर वर्षी 'ऋतुरंग' नावाचा दिवाळी अंक प्रकाशित करत असतो. एकच विषय घेऊन त्याचा वेगवेगळ्या अंगांनी वेध घेण्याचा प्रयत्न करत असतो.

१९९७च्या दिवाळी अंकाची तयारी करत असताना 'अनुभव' या विषयावर अंक काढावा, असं मला वाटलं. त्या पद्धतीनं अंकाची रूपरेषा स्पष्ट होऊ लागली. अंकात एका स्वतंत्र विभागाचं नियोजन केलं : 'मी आणि माझे मद्यपान'. हा विषय सुचल्यानंतर वर्षानुवर्षं मद्याचा अनुभव घेणाऱ्या अनेक ज्येष्ठ आणि दर्दी माणसांची नावं माझ्यासमोर आली. त्या सर्व लेखकांनी आपल्या मद्यपानाविषयी लिहिलं. मं. वि. राजाध्यक्षांनी आपलं मद्यपानाविषयी चिंतन लिहिलं. बाळ सामंत, दिनकर रायकर, द्वा. भ. कर्णिक, सतीश काळसेकर, टी. एन. परदेशी, रेखा सबनीस, माधव कोंडविलकर, के. ज. पुरोहित, फिरोझ रानडे, रंगनाथ कुलकर्णी, सुभाष अवचट या सर्व नामवंतांनी मद्यपानाची बैठक रंगवली.

अंक प्रसिद्ध झाल्यावर पिणाऱ्यांनी आणि न पिणाऱ्यांनीही मनमोकळी दाद दिली.

॥२॥

मद्य घेणाऱ्या प्रत्येकाचा अनुभव हा वेगळा. प्रत्येकाचे आपल्या स्वभावानुसार बैठकीतले मित्र असतात. एकटेपणानं मद्य पिणारी माणसं क्वचित असतात. एक-दुसऱ्याची संगत असल्याशिवाय मद्यपानाची बैठक रंगत नाही. काही जणांचं तेवढ्यापुरतं जमतं; दीर्घ काळ संबंध राहतीलच, असं नाही. पिणाऱ्यांच्याही वेगवेगळ्या

पद्धती आणि प्रकार असतात. काही सुख आणि दुःख- दोन्हीही साजरं करण्यासाठी पितात. काही माणसं मद्याच्या बैठकीत मिळणाऱ्या आनंदासाठी पितात.

माणसाचं जीवन मुळातच अस्थिर आणि क्षणभंगुर आहे. जन्माला आल्यानंतर आपल्या जाणिवा विकसित होत जातात. त्या समजून घेण्यासाठी माणूस जन्मभर प्रयत्नशील असतो. अनेक प्रश्नांची उत्तरं सापडतातच, असं नाही.

प्रश्न गुंतागुंतीचे होत जातात. बैठक जमवण्याची माणसाची मूलभूत प्रवृत्ती आहे. बैठक नुसती दारू पिण्यापुरती मर्यादित असते, असं नाही. अनेक छंदांची जो तो आपापल्या स्वभावधर्माप्रमाणे बैठक जमवण्याचा प्रयत्न करत असतो. माणसं भेटतात, मित्र होतात, बैठक रंगत जाते. दुर्दैवानं विसंगतीचा सूर लागला, तर बैठक बिघडतेही.

मद्याच्या बैठकीत माणसं तास न् तास बोलत असतात. अनेकांना कुतूहल असतं. नेहमीच्या बैठकीत दररोज यांचं काय बोलणं होत असेल? बैठक सुरू झाली, की विषयाला आणि गप्पांना अंत राहत नाही. मद्यात बैठक रंगवण्याची विलक्षण ताकद आहे.

रॉय किणीकरांनी या संदर्भात फार सुंदर लिहिलं आहे, ते म्हणतात-

*पण मद्य नव्हे हे, मंतरलेले पाणी*
*अश्रूंत तुझ्या विस्मृतिंची लपली लेणी*
*ये मिटून जाऊ दंश जोवरी ओला*
*मृद्‌गंध पांघरुन घेऊ चंद्र उशाला*

मद्यात असे वेगळे विलक्षण सामर्थ्य आहे. मद्य पहिल्यांदा कुणी, कशासाठी तयार केले असेल, कुणास ठाऊक! कदाचित पेय म्हणून एखादं मिश्रण एकत्रित तयार केलं असेल. हे काहीतरी वेगळं आहे, असं त्याला वाटलं असेल. 'मद्य' हे नाव त्यानं दिलं असेल. एकदा मद्य तयार केल्यानंतर त्याला दुसऱ्यांदा मद्य तयार करावंसं वाटलं असेल; आणि तेव्हापासून, त्या क्षणापासून मद्यपानाच्या बैठकीला प्रारंभ झाला असेल. आजतागायत बैठक सुरूच आहे; आणि जगाच्या अंतापर्यंत मद्यपानाची ही बैठक सुरूच राहणार आहे. ज्याला झेपेल, त्यानं बैठकीत बसावं; ज्याला झेपणार नाही, त्यानं बैठकीच्या दरवाजाकडं पाठ फिरवावी. प्रख्यात चित्रकार सुभाष अवचट यांनी 'ग्लास' नावाची फार चांगली कविता लिहिली आहे. (ती मलपृष्ठावर दिलेली आहे.)

प्रत्येक बैठकीत 'ग्लास'नं रंगत जाणारी संध्याकाळ त्याचा चेहरा त्याला

विसरायला लावते. कधी चेहऱ्याची नव्यानं बैठकीत ओळख होते. कधी ओळखीचे चेहरे अनोळखी होतात; कधी अनोळखी चेहरे ओळखीचे होतात.

॥ ३ ॥

गालिबपासून आजच्या अनेक कवींच्या कवितेत मद्याचे संदर्भ आहेत. अनेकांच्या दारूवर स्वतंत्र कविता आहेत. ज्ञानपीठ पारितोषिकविजेत्या अमृता प्रीतम यांनी आपल्या वाढदिवशी ३१ ऑगस्ट, १९७२ रोजी लिहिलं आहे :

'फार सिगारेट पिते मी. कधीकधी व्हिस्कीही मला बरी वाटते. सवय म्हणून रोज पीत नाही; पण एखाद्या वेळी अचानक तलफ येते. या दोन्ही वस्तूंचा संबंध जेव्हा कुठल्याही स्त्रीशी येतो, तेव्हा त्याची चर्चा त्या स्त्रीच्या व्यक्तिमत्त्वाला कुठल्याही गांभीर्याशी जोडत नाही, हे मी जाणते.

यासंबंधी एक अजब तुलना मला आठवते. मी शीख घराण्यात जन्मले आहे. त्यामुळं तुलनेकरता त्याच धर्मातलं एखादं चिन्ह डोळ्यांसमोर येणं स्वाभाविकच... गुरू ग्रंथसाहेबांसमोर शिरा बनवून ठेवल्यानंतर त्या परातीतून तलवार फिरवतात. त्या क्षणी तो साधा शिरा 'कडाह प्रसाद' बनून जातो. त्याप्रमाणे माझ्या हातात असलेली सिगारेट किंवा व्हिस्कीचा ग्लास जेव्हा माझ्या मस्तकातील 'चिंतनाला' स्पर्श करतो, तेव्हा ते काही वेगळंच होऊन जातं. एक प्रकारची पावनता, अनुभूतीची तीव्रता व विशालता तलवारीसारखी त्यांच्यांतून आरपार निघून जाते आणि साधारण शिऱ्याच्या जागी त्या क्षणी एक 'प्रसाद' निर्माण होतो.'

अमृता प्रीतम यांना मद्याच्या आनंदातून चिंतनशीलतेला एक वेगळंच परिमाण लाभतं.

अमृताजींना मी एकदा त्यांच्या मद्यपानाच्या संदर्भात विचारलं असता त्या म्हणाल्या,

''मी नेहमीच मद्यपान करत नाही. अधूनमधून मद्याचा आनंद घेत असते. त्यात मला काही वावगं वाटत नाही. मद्यातून मिळणारा आनंद घेण्यात मला काही विचित्र वाटत नाही. आयुष्यात एखादी चांगली घटना घडली, माझं पुस्तक प्रसिद्ध झालं, त्या क्षणी मला मद्य घ्यावंसं वाटतं. प्रत्येक वेळी काही कारण असतंच, असं नाही. ज्या क्षणी मद्य घ्यायची इच्छा होईल, त्या क्षणी मी मद्य घेते. माझ्या आयुष्यात मद्याचा अर्थ एवढाच आहे.''

अमृताजींना कधी कधी स्वप्नं हीच मद्यासारखी वाटतात.

## टोस्ट

*कल शीशे की सुराही में*
*मैने खयालों की शराब भरी थी*
*खयाल बडे सुर्ख थे*
*दोस्तों ने जाम पिये थे*
*और उन लफ्जों के टोस्ट दिये थे*
*जो छाती में नहीं उगते।*
*वे कौन से पेडों पें उगते है*
*और होंटों के गमलों में*
*किस तरह आते हैं,*
*यह सोचने का वक्त न था*
*या इस तरह कहूँ*
*कि सोचने में खौफ लगता था*
*यह लफ्जों का जश्न था*
*भुलावों की वर्षगाँठ*
*में थी, रात थी, खयालों की शराब थी,*
*और बहुत दोस्त*
*दोस्त जो कुछ बुलाने पर आये थे,*
*कुछ बिन बुलाये।*
*सिर्फ एक कोई 'वह' था*
*जो बहुत बार बुलाने पर भी*
*नहीं आया थाष्ठ*

*अभी सुबह हुई है-*
*छाती को चीरकर*
*छाती में सूरज की किरण पडी है*
*अभी मैंने एक सघन वन देखा है*
*खुदगर्जियों के पेड देखे है*
*और पेडों पर आया*
*अजीब पतझड भी देखा है*
*पतझड- जो लफ्जों पर नहीं आता,*
*सिर्फ अर्थों पर आता है*

*दोस्तो के लफ्ज अभी भी गुलाबी है*

*बहार के फूलों की तरह*
*सिर्फ अर्थ झरते देख रही हूँ*
*और भरे जंगल में*
*मै बिल्कुल अकेली हूँ*
*मै हूँ, चुप है, एक किरण है*
*और शीशे की खाली सुराही है*

*यह कैसी चुप है*
*कि जिसमें पैरों की आहट शामिल है*
*कोई चुपके से आया है-*
*चुप से टूटा हुआ-*
*चुक का टुकडा*
*किरण से टूटा हुआ*
*किरण का टुकडा*
*यह कोई 'वह' है*
*जो बहुत बार बुलाने पर भी*
*नहीं आया था।*

*और अब मैं अकेली नहीं*
*मैं आप अपने संग खडी हूँ*
*शीशे की सुराही में*
*नजरों की शराब भरी है-*
*और हम दोनों जाम पी रहे है*
*वह टोस्ट दे राहा है उन लफ्जों के*
*जो सिर्फ छाती में उगते है।*
*यह अर्थों का जश्न है-*
*मै हूँ, वह है*
*और शीशे की सुराही में नजरों की शराब है।*

॥४॥

काही माणसं पिण्याच्या आहारी जातात, त्या वेळी त्यांना समजून घेणं सर्वांनाच

जमतं, असं नाही. 'मनोहर ओक' या प्रतिभावंत कवीनं दारूच्या संदर्भात काही चांगल्या कविता लिहिल्या आहेत. मनोहर ओक आयुष्याच्या अखेरपर्यंत दारू पीत होते. त्यांच्या कवितेला आणि मद्यपानाला समजून घेणारे अनेक मित्र त्यांना लाभले, हे त्यांचं मोठं भाग्य. प्रसिद्ध कवी चंद्रकांत पाटील यांनी मनोहर ओकच्या कवितांचं संपादन केलं. 'मनोहर ओकच्या ऐंशी कविता' या पुस्तकात त्यांनी मनोहर ओकवर एक लेख लिहिला. त्या लेखात त्यांनी म्हटलं आहे,

'मनोहरचं दारू, चरस, भांग, गांजा, चंडोल वगैरे सगळं अनुभवून झालं होतं; पण शेवटपर्यंत त्याच्या सोबत राहिली, ती दारूच. (मनोहरच्या आख्यायिकांमधली एक महत्त्व पावलेली आख्यायिका म्हणजे बीट जनरेशनचा आचार्य 'आल्हण' ऊर्फ ॲलन गिन्सबर्ग हा जेव्हा कलकत्त्याहून वाराणसीमार्गे मुंबईत आला, तेव्हा त्याला चरस कसं घ्यायचं, हे मनोहरनंच शिकवलं होतं.) एकदा दारूची नशा चढली, की मनोहर वेगळ्याच जगात जायचा.

दोन-अडीच वर्षांपूर्वी मनोहर माझ्याकडं मुक्कामाला होता. मी त्याला एक मोठी रमची बाटली, थंड पाण्याचं भांडं, मोठा काचेचा ग्लास. पापड, वगैरे व चारमिनार सिगारेटची डबी देऊन घरातल्या एका कोपऱ्यात बसवलं आणि सांगितलं,

''मन्या, इथं शांतपणे दारू पीत बसायचं, आवाज करायचा नाही. मुलं अभ्यास करतायत. त्यांना डिस्टर्ब करायचं नाही. दारू पिऊन झाल्यावर जेवायचं आणि शांतपणे इथंच या कोपऱ्यात झोपायचं.''

रात्री ९ वाजता मनोहरचं उदराग्निहोत्र सुरू झालं. एक-दीडपर्यंत तो अक्षरशः अक्षरही बोलला नाही. मग त्यानं थोडासा भात खाल्ला आणि अंथरुणावर पडला. मुलांचा अभ्यास चाललेलाच. मग मनोहर बोलू लागला,

'सेमल, हा पंखा बंद केलास, तरी चालेल. हा तीन पात्यांचा पंखाय. चार पात्यांचा पण पंखा असतो. मी पाहिलाय. कुठं बरं?... हां हां माझ्या डोक्यात, आता सुरू झालाय... दिसत नाही, पण मला कळलंय की... अंऽऽ किती पात्यांचा बरं?...'

नंतर बराच वेळ तो अस्फुट असं काहीतरी स्वतःशीच बोलत होता. कदाचित अशा क्षणांमधूनच मनोहरचं सर्जन झेप घेत असावं.

॥५॥

पिणाऱ्यांविषयी अनेक सत्य आणि असत्य दंतकथा नेहमीच पसरत असतात. त्यांत कधी कधी पिणाऱ्यांचाही हातभार लागत असतो. पिणारे पीत असतात. बैठक रंगवीत असतात; पण बैठकीच्या बाहेर असणारे चेहरे यांची एक वेगळीच नजर पिणाऱ्यांच्या बैठकीवर असते. या नजरेत परस्परविरोधी नजरांची सरमिसळ झालेली

असते. माणसं पितातच का, असंही अनेकांना वाटतं.

काही माणसं पिण्याच्या बैठकीत सैल होतात. व्यवहारातला त्यांचा चेहरा, बैठक सुरू झाली, की हळू हळू लोप पावू लागतो.

माझा एक जवळचा आतून आणि बाहेरून व्यवहारानं पिंजून गेलेला मित्र दोन-तीन पेग झाले, की म्हणतो, "अरुण आता गाणं म्हणायचं आहे." प्रत्येक वेळी तो माझा मित्र

*हमें तुम से प्यार कितना*
*वो हम नहीं जानते*
*मगर जी नहीं सकते*
*तुम्हारे बिना...*

हे गाणं म्हणत असतो. एरवी मितभाषी असणारा हा मित्र अशा काही मस्तीत गाणं म्हणतो, की आजूबाजूची मंडळी त्याचं अभिनंदन करायला येतात. हॉटेलचा मालकसुद्धा त्याला दाद देतो. इतका त्याचा आवाज चांगला लागतो. दुसरं कुठलंही गाणं तो म्हणत नाही.

आम्हां मित्रांच्या बैठकीत तीन पेग झाले, की त्याच्या ओठांवर एकच गाणं येतं :

*हमें तुम से प्यार कितना...*

॥६॥

मद्य घ्यायला सुरुवात केली, की मद्याची स्तुती करायची लहरही अनेकांना येते. मद्य ही आयुष्यात किती महत्त्वाची गोष्ट आहे, याचं गमतीशीर भान त्यांना वेळी-अवेळी येत असतं. राम गणेश गडकऱ्यांनी आपल्या नाटकात दारूविषयी तत्त्वज्ञान सांगितलं आहे. पिणाऱ्यांना आणि न पिणाऱ्यांनाही गडकऱ्यांचा सुधाकर नेहमी आठवत राहतो. 'एकच प्याला'मुळं सुधाकरचा नाश होतो, हे त्यांनी नाटकात दाखवलं आहे. तर गो. पु. देशपांड्यांच्या एका नाटकात दारू पीत पीत सामाजिक, राजकीय चर्चा करणारी 'माणसं' आपल्याला आढळतात. गडकऱ्यांनी नाटकात दारूचे वाईट परिणाम दाखवले आहेत, त्याचबरोबर दारूचं मोठेपण सांगणारे काही संवादही आहेत.

॥७॥

मद्यपानामुळं अनेक कलावंतांच्या आयुष्याचं नुकसान झालेलं आहे. स्वतःविषयी आणि मद्यपानाविषयी काही समज-गैरसमज निर्माण होत असतात. ते तसेच

आयुष्यात रूढ होत जातात. त्यांना कधी छेद मिळतो; कधी मिळत नाही. या संदर्भात एक गोष्ट मला आठवते.

ख्यातनाम गायक कुंदनलाल सैगल यांच्या आयुष्यात अखेरच्या काळात संगीतकार नौशाद यांची भेट झाली.

सैगल दारू घेत-घेतच गाणी म्हणत होते. नौशाद त्यांना म्हणाले,

"तुम्ही दारू न घेता गाणं म्हणा; आपण रेकॉर्डिंग करू."

सुरुवातीला सैगल तयार नव्हते.

पण नंतर सैगलांनी दारू न घेता गाणं म्हटलं. दारू न पिता जे गाणं म्हटलं, तेच सैगल यांना आवडलं; ते गाणं होतं :

*जब दिलही टूट गया,*
*हम जी के क्या करेंगे?*

दारूच्या बैठकीत अनेकदा भांडणं होतात. शब्दावरून शब्द वाढत जातात. भांडणारे दोघंही ऐकण्याच्या मनःस्थितीत असतातच, असं नाही. कधी क्षणार्धात भांडण संपून जातं, तर कधी भांडणामुळं मैत्री तुटते. संबंधामध्ये अंतर निर्माण होतं. समंजसपणा नसला, तर भांडणाचे ओरखडे तसेच राहतात. समंजसपणा ठेवला, तर भांडण तिथल्या तिथं मिटून जातं.

आचार्य अत्रे यांच्या कन्या प्रसिद्ध लेखिका शिरीष पै यांनी पपांवर सुंदर लेख लिहिला आहे. शिरीष पै पपांबरोबर त्यांच्या मित्राकडे जेवायला गेल्या होत्या. जेवण सुरू असतानाच अत्र्यांची आणि त्यांच्या मित्रांची वादावादी झाली. 'मला एक क्षणभरही या घरात थांबायचं नाही,' म्हणून अत्रे न जेवता शिरीष पैसह तसेच मुंबईला निघाले. वाटेत अपघात झाला. सकाळी मुंबईला पोहोचल्यावर मित्रांचे एकमेकांना फोन झाले. रात्रीचं भांडण रात्रीच संपलं. सकाळी नेहमीप्रमाणे मैत्रीचा संवाद सुरू.

पिण्यातले वादविवाद पिण्यातच संपवले पाहिजेत. दुसऱ्या दिवशी त्याचा लवलेशही उरता कामा नाही. बैठकीत जे घडून जातं, ते चांगलं स्मरणात ठेवायचं. जे विसंगत घडतं, ते विसरून जाणं चांगलं. नाहीतर बैठकीतील भांडणं जन्मभर राहतात. तसं पाहिलं, तर भांडण जन्मभर लांबवण्यात काहीच अर्थ नसतो. बैठकीची इज्जत ठेवणं हे आपल्या हाती असतं. याचं भान ठेवणं हे आपल्या हाती असतं. याचं भान ठेवलं, तर बैठकीतला मद्याचा आनंद कायम टिकून ठेवता येतो. हे बैठकीत जमणाऱ्या सगळ्यांच्या हाती असतं. निरोगी आणि निखळ मद्यपानाची बैठकच स्मरणात राहते. ती कायम स्मरणात राहावी यासाठी आपले रागलोभ

बैठकीच्या बाहेर ठेवले पाहिजेत; मग कुठला प्रश्न येत नाही.

माझ्या मद्यपानाच्या बैठकीतल्या नेहमीच्या मित्राला, 'मी व शंभर दरवाजे' हा माझा लेख मी वाचून दाखवायला सुरुवात करण्यापूर्वीच त्या माझ्या मित्रानं मला थांबवलं व मोठ्या रसिकतेनं सांगितलं की, हा तुझा मद्यपानावरचा लेख वाचून दाखवण्यापूर्वी या अक्षरांनाही मद्याचा स्पर्श होऊ दे. असं म्हणून त्यानं ब्लॅक लेबलमधली दारू अक्षरांवर शिंपडली आणि मगच मला लेख वाचायला सांगितलं. अशी रसिकता आणि अशी रसिक मैत्रीच मद्यपानाचा आनंद वाढवत असते. अक्षरांना झालेला मद्याचा स्पर्श निघून जाईल. अक्षराअक्षरांवर उमटलेली रसिकताच येणारी प्रत्येक मद्यपानाची बैठक रंगवत असते.

'ॠतुरंग' दिवाळी अंकाच्या लेखांबरोबरच तर्कतीर्थ लक्ष्मणशास्त्री जोशी, मे. पुं. रेगे, मिलिंद आमडेकर, पाब्लो नेरुदा यांच्या लेखांचा समावेश पुस्तकात केला आहे. त्यामुळं मद्यपानाची मैफल सर्वांगानं समृद्ध होत गेली.

॥८॥

प्रत्येकाच्या पिण्याचा आनंद वेगवेगळा असतो. मद्यपानाची प्रत्येक बैठक लक्षात राहतेच, असं नाही. अनेक बैठका या बाटलीबरोबरच संपून जात असतात. काही पिण्याच्या बैठका सतत स्मरणात राहतात. पिताना मिळणारा वेगळा आनंद कायम लक्षात राहतो. प्रसिद्ध लेखक वसंत पोतदार यांचं 'नाळ' नावाचं एक सुंदर पुस्तक आहे. आपल्याला आवडणाऱ्या अनेक माणसांविषयी त्यांनी समरसून लिहिलं आहे. त्यात रेखा सबनीस यांच्यावर 'निर्भया' नावाचा एक चांगला लेख आहे. मद्याच्या संदर्भात पोतदारांना सबनीस यांनी, एक आठवण सांगितला ती अशी :

'एक घटना घडली होती न्यू ऑर्लिन्स शहरात! रात्री तीन वाजता ती त्या खूबसुरत शहरात पोहोचली होती आणि सकाळी सात वाजता साईटसीइंग बसनं तिला शहर पाहायला निघायचं होतं. झोप उघडली नाही तिची. पकडीतून निसटलेल्या क्षणांबद्दल 'हाय तोबा' करणाऱ्यांपैकी रेखा नाही. स्नान वगैरे करून ती फराळ करण्यासाठी हॉटेलच्या भोजनालयात आली. पश्चिमी संस्कृतीतले पुरुष एकट्या स्त्रीला पाहून तिला कंपनी देण्यास लगेच पुढं येतात. साडी नेसलेल्या रेखाजवळ एक मध्यम वयाचा माणूस आला. सुदैवानं तो भारतीय संगीत आणि तत्त्वज्ञानाचा अभ्यासक होता. त्यामुळं लगेच गप्पांचा फड जमला. तो मत्स्यव्यवसाय करीत होता. रेखाला त्यानं सुचवलं, की दुपारचं जेवण आपण त्याचा व्यवसाय असलेल्या बंदरावर घेऊ या. ते बंदर सत्तर-ऐंशी मैलांवर आहे; आणि त्याचं स्वतःचं विमान आहे. जेवण करून दोन-तीन तासांत परत येऊ शकतो. रेखा लगेच राजी झाली.

तो किस्सा ऐकून तिच्या तथाकथित परदेशस्थ हितचिंतकांनी तिला शिव्याशाप दिले. 'अगदी अनोळखी परदेशी पुरुष एका अज्ञात जागी घेऊन जातो आणि तू जातेस?' हा त्यांचा तर्क. रेखा त्यांना म्हणाली की, 'खासगी विमानात पायलटशी गप्पा मारत स्कॉच पीत उडणं, असा अनुभव माझ्या वाट्याला आला नसता आणि शेकडो पुरुषांमध्ये मिसळते मी, चांगल्या-वाइटाचा पोच नाही का मला?'

रेखा सबनीसांनी घेतलेला हा एक दुर्मिळ अनुभव आहे. असे अनुभव सर्वांच्याच वाट्याला येतात, असं नाही. अनुभवाचा 'क्षण' पकडता आला पाहिजे; मग तो स्मरणात राहतो.

॥९॥

अहमदनगरला 'माळीवाडा' या भागात मी माझ्या आजोळी राहत होतो. आमचं घर रस्त्यावरच होतं. सकाळ, दुपार, संध्याकाळ- कधीही सायकलवरून दारूचे फुगे घेऊन जाणारी पोरं दिसायची. त्या क्षणी दारूची पहिल्यांदा ओळख झाली. शनिमंदिराच्या शेजारीच दारूचा गुत्ता होता. तिथं हे दारूचे फुगे जायचे, हे नंतर कळलं. तिसरी-चौथीत असताना माझ्या गंगाधरमामासाठी मी पहिल्यांदा दारूच्या गुत्त्यावरून दारू घेऊन आलो. माझे मामा सतत आजारी असायचे. गमतीनं ते म्हणाले,

"दारू घेतोस का?"

आणि एक औषधाचा चमचाभर दारू त्यांनी मला दिली. ती चव कशी होती, हे कळण्याचं वय नव्हतं.

नंतरच्या आयुष्यात दारू पिणारी अनेक माणसं भेटली. त्यांच्या सहवासात पहाटेपर्यंत राहूनही दारूला कधी स्पर्श करावा, असं वाटलं नाही. दारूविषयी प्रेमही वाटलं नाही, भयही वाटलं नाही. तिरस्कारही जाणवला नाही. दारू ही दारू आहे, एवढंच वाटलं.

एकदा अंगात ताप असताना माझा मित्र म्हणाला,

"तू बिअर घे. तुला बरं वाटेल."

त्याच्याबरोबर बिअर घेतली.

आता हा मूर्खपणा वाटतो.

ताप असताना आपण प्रथम बिअर कशी घेतली?

तेव्हापासून मद्यपानाच्या बैठकीला माझ्या आयुष्यात प्रारंभ झाला. १९८३ पासून खऱ्या अर्थानं मद्य घ्यायला सुरुवात केली. १९८४-८५ पासून माझ्या एका जवळच्या मित्राबरोबर रंगत जाणाऱ्या मद्यपानाच्या बैठकीला सुरुवात झाली. चौदा-पंधरा वर्षांच्या काळात या माझ्या मित्राबरोबर मद्यपानाच्या अनेक बैठका सातत्यानं रंगत गेल्या. त्याच्या सहवासातली एकही बैठक कधी बिघडली नाही. कॉर्बेट

पार्कच्या जंगलात रेस्ट हाऊसच्या अंगणात चांदण्यात मध्यरात्रीपर्यंत रंगत गेलेली बैठक,

*ते गाणे नव्हते*
*होता नाडीचा ठोका*
*नदीच्या काठावरती*
*स्वप्नांचा किनारा होता.*

अशा गाणं आणि मद्य यांत गुंतून गेलेल्या बैठका कधी संध्याकाळी सहाला सुरू झालेली बैठक पहाटे चारला संपलेली. दहा-अकरा तास खुर्चीवर बसलेला मित्र, समोर मद्याचा ग्लास, जवळचा मित्र, सुंदर पहाट अशा मद्यपानाच्या अनेक आठवणी आयुष्याशी निगडित झालेल्या. माझं आतापर्यंतचं आयुष्य दिशाहीन अवस्थेत गेलेलं. आयुष्याला कुठली दिशाच लाभली नाही. कधी कधी काळाच्या गमतीशीर खेळात माणूस मशगूल असतो. काळाचं भान राहत नाही. माझा आतापर्यंतचा प्रवास अनेक अर्थांनी चुकीच्या दिशेनं झाला. पुढच्या काळात फार बदल होईल, असं वाटत नाही. वीस ते चाळीस या वर्षांच्या कालखंडातच आयुष्याची घडी बसत असते. अनेक गोष्टींना आकार येतो. माझ्या बाबतीत तसं काही घडलं नाही. अपघातानं काही चांगलं घडून गेलं, एवढंच. आयुष्याची बैठक या कालखंडात जी जमवायला पाहिजे होती, ती जमवता आली नाही. निघून गेलेलं आयुष्य परत येत नाही. पण निघून गेलेल्या आयुष्यातच जुन्या काळाची बीजं पेरली गेलेली असतात. प्रारंभापासूनच अनेक पातळ्यांवर विसंगत आयुष्य वाट्याला आलं, की फार अडचणीत राहावं लागतं. हे सगळं प्रकर्षानं जाणवायला लागतं. बुद्धिबळाचा पट समोर आहे. सोंगट्या जवळ आहेत; पण खेळायचं कसं? खेळायला कुठून तरी सुरुवात झाली पाहिजे. 'खेळायचं; बघू या.' एवढंच म्हणता येतं. पुन्हा पुन्हा डाव मांडता येतो, तो खेळण्यात; प्रत्यक्ष आयुष्यात नाही. आयुष्यात मांडलेला डाव आजूबाजूच्या सोंगट्या आणि त्यात संबंधित असलेले आपण यांवर अवलंबून असतो. आयुष्याचा जमाखर्च मांडताना जो हिशेब होईल, तो होईल; हाती काय लागेल, कसं सांगावं? काळ अजून निघून जायचा आहे.

मला मधुमेह असल्यामुळं आमचे डॉक्टर अशोक वैद्य म्हणाले,

"आता मद्यपान बंद करायला हवं..."

आणि मला तर मद्यपानाच्या बैठका सतत आठवतात.

माझ्या जवळच्या मित्रांबरोबर नेहमी बैठकीला बसलो, की म्हणत असतो, आज कशासाठी चिअर्स करायचं? तो माझा मित्र ओठातल्या ओठांत काही तरी कुजबुजत

असतो. शेवटी मीच काही मराठी शब्दांचे उलटेपालटे झक्कम अर्थ काढून चिअर्स म्हणत असतो. बैठकांमधून संपणाऱ्या रिकाम्या बाटल्या हे जणू काही मद्यपानाच्या बैठकीचं आत्मचरित्रच असतं. प्रत्येक बैठकीत किती वेगवेगळी स्वगत आपण एकमेकांना ऐकवत असतो. कधी कधी रिकाम्या बाटल्या बुद्धासारख्या करुणेनं आपल्याकडं पाहत असल्याचा भास होतो. प्रत्येक बैठक मस्तीत रंगतेच, असं नाही. डोळ्यांत आसवं दिसत नसली, तरी मद्याच्या थेंबाबरोबर आपण अश्रूही पीत असतो. अशा वेळी आपलीच आपल्याला करुणा वाटत असते. बैठक मस्तीत रंगत गेली, की आसवांची आठवण राहत नाही. अशा वेळेस समोरची मद्याची बाटली म्हणजे एखादा सेनापती आपल्यासमोर उभा आहे, आपल्याला लढण्यासाठी धीर देत आहे, असा भास होतो. मद्यपानाच्या बैठकीत ज्ञान, चर्चा, भूतकाळ, भविष्यकाळाची रोजनिशी यांच्याबरोबरच भास-आभासाचा खेळ चांगलाच रंगत असतो. बुद्धिबळाचा पट समोर नसला, तरी नुसत्या नजरेनं सोंगट्या आपला डाव खेळत असतात.

मद्यपानाकडं केवळ अनुभव म्हणून तटस्थपणे, पारदर्शीपणे पाहिलं, तर लिहिण्यासारखं खूप काही आहे. प्रत्येक गुत्त्यावरची संध्याकाळ हेच एक मोठं महाकाय पुस्तक होऊ शकेल. एकच राग भीमसेन, लता, गीता दत्त, मन्ना डे, रफी, आशा यांच्या सुरांत एकाच वेळेस ऐकायला मिळेल. बैठकीतला माणूस रात्र संपली, की बेगम अख्तरच्या सुरात रात्रीची आठवण काढून म्हणेल :

*ऐ मोहब्बत, तेरे अंजाम पें रोना आया*
*जाने क्यों आज तेरे नाम पें रोना आया*

मद्याचा आणि रात्रीचा संध्याकाळपासून सुरू होणारा दोस्ताना काही वेगळाच असतो. मुळात हा दोस्तानाच एक अजब रसायन आहे. बैठक संपता संपता समोर पराभव दिसू लागला, तर जिगर मुरादाबादीच्या या ओळी ओठांवर येतील...

*हमको मिटा सके ये जमाने में दम नहीं*
*हमसे जमाना खुद है जमाने से हम नहीं*

संध्याकाळी सुरू होणारी बैठक कधी कधी विस्कळीत व्हायला लागली, की पुनः मद्यालयातून शकील बदायुनीच्या ओळी ओठांवर येतील.

*वो मिल गए, तो अपना ही धोका हुआ हमें*
*आइना आज देख के निकले थे घर से हम.*

संध्याकाळ, रात्र आणि मद्य यांचे एकमेकांत मिसळणारे रंग अनोखे असतात. एकमेकांत मिसळून जाणारे रंगच एका नव्या रंगाला जन्म देत असतात. फरक इथं एवढाच आहे, हिशेबानं इथं एकमेकांत रंग मिसळत नाहीत.

बेहिशेबी स्वभाव असेल, तर रंग मिसळायला इथं वेळ लागत नाही.

॥१०॥

कुसुमाग्रजांची 'उगवतीचं ऊन' नावाची फार सुंदर कविता आहे. या कवितेत त्यांनी म्हटलं आहे :

*तक्रार नाही, खंत नाही*
*पूर्तीसाठी प्रवास असतो*
*केव्हातरी मिटण्यासाठीच*
*काळजामधला श्वास असतो.*

कवितेच्या शेवटी त्यांनी लिहिलं आहे :

*माथ्यावरचा आभाळबाबा*
*सवाल आता पुसत नाही*
*पृथ्वी झाली पावलापुरती*
*अल्याडपल्याड दिसत नाही.*

काळजामधला श्वास हा जर पिण्याशी नातं जोडणारा असेल, तर तो नातेसंबंध शेवटपर्यंत टिकून राहतो. तो नातेसंबंध टिकून राहण्यासाठी नियतीचं बळ लागतंच. नाही तर माणूस व्याधींनी जर्जर होऊन दारूपासून लांब जाऊ शकतो. तसं घडतंच, असंही नाही. किंवा तसं घडूनही जातं.

माझे एक जवळचे स्नेही आयुष्याच्या अखेरच्या घटका मोजत असताना जवळच्या माणसाला म्हणाले,

'तेवढं सलाईन काढून टाका... आणि मला एक दारूचा पेग द्या. शांतपणे पडून राहतो. आणि तुम्हाला वाटलं, तर पुन्हा सलाईन लावा.'

त्याप्रमाणे सारं व्हायचं. एक पेग घेऊन ते पुन्हा सलाईन लावून शांतपणे पडून राहायचे. कुसुमाग्रजांनी कवितेत म्हटल्याप्रमाणे,

*केव्हातरी मिटण्यासाठीच*
*काळजामधला श्वास असतो.*

या काळजामधल्या श्वासाशी अखेरपर्यंत मद्याशी नातं टिकवून ठेवणारी माणसं असतात. मात्र अशी दुर्मिळ माणसं जागोजाग दिसत नाहीत. आपल्या स्वतःच्याच राजस महालात केव्हातरी मिटण्यासाठी, काळजामधल्या असलेल्या श्वासासाठी त्यांच्या हातात मद्याचाही प्याला असतो.

॥११॥

*पिणाराला मद्यालयाचे*
*शंभर दरवाजे*
*सतत उघडे असतात.*
*आपण दरवाजापर्यंत*
*जायचे, की नाही,*
*हे ज्याचे त्याने*
*ठरवायचे असते.*

*पिणारा म्हटला, की*
*पिणारेही भेटतात*
*नव्व्याण्णव दरवाजांकडे*
*पाठ फिरवून*
*एकच बैठकीचा दरवाजा*
*आपला म्हणून ठेवायचा, की*
*सगळीकडे संचार करत*
*भटकत राहायचे,*
*हे ज्याचे त्याने ठरवायचे.*

*दारू प्यावी का?*
*की पिऊ नये*
*ती वाईट,*
*का चांगली,*
*हे ज्याचे त्याने*
*ठरवायचे असते.*

अनेक रस्त्यांशी, वाटांशी, वळणांशी
आपण संबंधित असतो
जगण्यासाठी अनेक मार्ग
आपण आखून घेत असतो.

दारू प्यायला सुरुवात केली, की
मद्यपानाच्या बैठकीच्या दरवाजाशी
आपण येऊन थांबतो.

दरवाजा हळूच नजाकतीने उघडून
आत प्रवेश करायचा,
की दरवाजाच्या कडी-कुलुपांचा
आवाज करीत
आपण आत प्रवेश करायचा,
हे ज्याचे त्याने ठरवायचे असते.

मयखान्याचे शंभर दरवाजे
सतत आमंत्रण देत असतात.
आपण ठरवायचे
पाऊस पडत असताना
बैठक जमवायची का?
की बाहेर उन्हाळा असताना
आतल्या आत भिजण्यासाठी
मयखान्याचा दरवाजा उघडायचा.

विसावे शतक
संपून जाईल.
एकविसाव्या शतकात
आपण प्रवेश करताना
ज्ञानाचे अनेक दरवाजे उघडतील
घड्याळाच्या काट्यावर
जगण्याचे स्पर्श उमटत जातील

*माणूस ज्ञानी होईल*
*माणूस प्रज्ञावंत होईल*
*तसा आत्मकेंद्रितही होईल*
*स्वतःच्या पावलापुरती जमीन*
*जगण्यासाठी स्वतःचाच श्वास*
*करोडो रुपयांच्या उलाढाली*
*एका बोटभर कागदात सामावून जातील*

*पृथ्वी, समुद्र माणसाने*
*व्यापून टाकला आहे.*
*मंगळावर जगण्याचे वेध*
*त्याला लागले आहेत.*
*पृथ्वीवरची मद्यपानाची बैठक*
*एकविसाव्या शतकात*
*मंगळावरही सुरू होईल.*

*दारू ही गोष्टच अशी आहे*
*मयखान्याचे शंभर दरवाजे*
*सतत आमंत्रण देत असतात*
*आपण ठरवायचे*

**—अरुण शेवते**

## अनुक्रमणिका

# प्राचीन भारतीय संस्कृतीतील मद्यविषयक आचारसंहिता

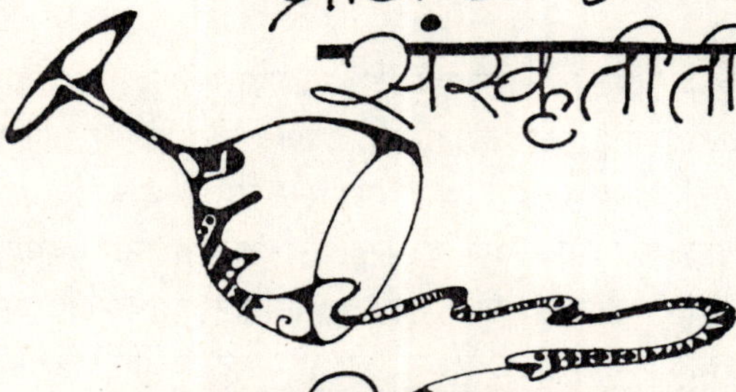

**तर्कतीर्थ लक्ष्मणशास्त्री जोशी**

**म**द्य हे आदिम मानव संस्कृतीमध्येही एक पेय म्हणून मान्य झालेले दिसते. आजपर्यंत माहीत असलेल्या प्राथमिक समाजांपासून सुसंस्कृत समाजांपर्यंतच्या समाजांनी मद्य हे पेय मान्य वा अमान्य स्वरूपात त्यांच्या आचारसंहितेत परिगणित केलेले दिसते. काही थोडी मुस्लिम राष्ट्रे सोडल्यास, आज विद्यमान असलेल्या समाजांमध्ये आणि राष्ट्रांमध्ये कायद्याने संपूर्ण मद्यपानबंदी केलेली दिसत नाही. रशियन राज्यक्रांतीनंतर लेनिनच्या वेळी कायद्याने संपूर्ण मद्यपानबंदीचा प्रयत्न झाला; परंतु तो अपयशी ठरल्यामुळे तत्संबंधी कायदा रद्द करण्यात आला. अमेरिकेच्या संयुक्त संस्थानांतही चाळीस वर्षांपूर्वी कायद्याने संपूर्ण मद्यपानबंदी केली; परंतु प्रत्यक्ष अनुभवाने ही बंदी अमलात येणे अशक्य दिसले. गुप्त चोरट्या मार्गांनी अमेरिकन नागरिक मद्यपान करीत राहिले; चोरट्या मार्गांनी मद्यविक्रीचे व्यवहार फार वाढून निरनिराळ्या शहरांमध्ये गुन्हेगार टोळ्या निर्माण झाल्या; म्हणून अमेरिकेतही मद्यपानबंदीचा कायदा रद्द करण्यात आला. त्या टोळ्या त्यानंतर व मद्यनिर्मितीचा व्यवहार-व्यापार जमेनासा झाल्यावर इतर गुन्हे करू लागले आहेत. परंतु मद्यपानबंदी उठल्यावर रशियात, अमेरिकेत व आधुनिक पश्चिमी राष्ट्रांमध्ये मद्यपानामुळे उत्पन्न होणारा मद्यासक्तिजन्य रोग फैलावू लागल्यामुळे त्याबद्दल तेथील काही समाजचिंतक चिंताग्रस्त झालेले दिसतात. भारताच्याही राष्ट्रीय संविधानात संपूर्ण मद्यपानबंदी करणे हे मार्गदर्शक तत्त्व नमूद केलेले आहे. म्हणून परंपरागत भारतीय संस्कृतीच्या संदर्भात

प्राचीन भारतीयांची मद्यविषयक विचारपद्धती आणि आचारसंहिता यांचा थोडक्यात परामर्श घेणे, या संदर्भात इष्ट ठरते.

अतिप्राचीन काळापासून धर्मशास्त्र व नीतिशास्त्र इतर खाद्यपेयभक्ष्यांपेक्षा मद्य या पेयाच्या बाबतीत अत्यंत चिंताग्रस्त दिसते. मद्यपानास संपूर्ण संमती देणारे आणि मद्यपान अत्यंत निषिद्ध व गर्ह्य मानणारे असे दोन्ही प्रकारचे धर्मशास्त्रज्ञ, विधिज्ञ किंवा कायदेपंडित या संबंधांत फार सावधपणे व काही तर अत्यंत निश्चितपणे मद्यपानविषयक विचार व आचार सांगतात; परंतु त्यांच्या मनातले मद्यपानविषयक साधकबाधक विचारांचे द्वंद्व त्यांच्या मनास अस्वस्थ करते, ही गोष्ट प्राचीन भारतीय संस्कृतीतील वेदादी धर्मशास्त्रे, अर्थशास्त्रे म्हणजे राज्यशास्त्रे आणि आयुर्वेद यांच्यामध्ये स्पष्टपणे प्रतिबिंबित झाले दिसते. त्यासंबंधाचे समालोचन असे :

वेदांचा- विशेषतः ऋग्वेदाचा अभ्यास करणारे पश्चिमी व आधुनिक भारतीय पंडित यांच्यामध्ये सोमयागातील सोमरसाबद्दल म्हणजे सोमरस हा मद्य आहे, की नाही, याबद्दल चर्चा चालते. सोमरस हा सोम नामक वनस्पतीपासून काढलेला रस सोमयागामध्ये इंद्रादी देवांना अर्पण करण्याचा विधी वेदांमध्ये सांगितला आहे. हा रस सोमनामक वल्ली कुटून त्यातून काढलेला व गाळलेला रस होय, ही गोष्ट तत्संबंधी केलेल्या विधानांवरून व वर्णनांवरून दिसते. हा सोमरस इंद्रादी देवांच्या ठिकाणी मद म्हणजे कैफ वा उत्कट आनंद उत्पन्न करतो, असे तेथेही वर्णन आहे. या सोमरसाच्या पानाने इंद्र उत्साहित होतो. एवढेच नव्हे, तर तो उत्साह सुरापानाने उत्पन्न होणाऱ्या उत्साहासारखा उत्कट असतो, असेही वर्णन आढळते. मद हा शब्दच सोमरसपानाचा मानसिक परिणाम म्हणून सर्वत्र वापरलेला दिसतो. काही ठिकाणी सोमरसाला 'सोम्य मधू' म्हणजे सोमाचे मद्य असेही म्हटले आहे. म्हणून सोमरस हा मद्यासारखा परिणाम करणारा होता, असे बहुतेक पंडितांचे मत आहे; परंतु ऋग्वेदामध्ये सोम आणि सुरा (धान्याचे पीठ आंबवून गाळलेली दारू) असा भेद केलेला आढळतो. वरुणदेवाची प्रार्थना करताना सूक्तद्रष्टे ऋषी वसिष्ठ म्हणतात, की मनुष्य सावध बुद्धीने पाप करीत नाही; पाप होते, ते दैव, सुरा, क्रोध, सूत किंवा अविवेक यांच्यामुळे होते (ऋग्वेद ७.८६.६). एका ठिकाणी वसिष्ठ ऋषी म्हणतात, की इंद्राने सोम खूप घ्यायल्यावर त्याच्या हृदयामध्ये सुरेने झिंगलेल्या लोकांप्रमाणे गडबड उडते (ऋग्वेद ८.२.१२) अश्वीदेवांची स्तुती करीत असताना 'ऋग्वेदात' (१.११६.७) म्हटले आहे, की त्यांची जी महान कृत्ये आहेत, त्यांपैकी एक कृत्य असे, की दारूच्या पखालीतून दारू वाहते, त्याप्रमाणे अश्वीदेवांच्या अश्वाच्या खुरांतून वाहणाऱ्या दारूचे शंभर घडे भरतात. उदार यजमानांची प्रशंसा करताना (ऋग्वेद १०.१०७.९)

सांगितले आहे, की त्या उदार माणसांनी सुरेचे सार जिंकले आहे. या अश्वीदेवांची एका ठिकाणी (१०.१३१.४-५) प्रशंसा केली आहे, की सोम मिसळलेली सुरा प्यायलेल्या अश्वीदेवांनी इंद्राला नमुची असुराशी युद्ध करताना चांगली मदत केली. अथर्ववेदात (४.३४) अनेक ठिकाणी सुरेबद्दल प्रशंसात्मक उद्गार आले आहेत. (१४.१; १५.९). तेथे एका ठिकाणी (४.३४.६) असे म्हटले आहे, की ज्या स्वर्गात तूप, मध, दही, दूध आणि सुरा यांचे डोह आहेत, अशा स्वर्गात यज्ञकर्ता म्हणजे यजमान राहत असतो. तैत्तिरीय संहिता (२.प्र.१) आणि शतपथ ब्राह्मण (१.६३) या यजुर्वेदाच्या ग्रंथांमध्ये देवांचा पुरोहित आणि असुरांचा भाचा असलेल्या विश्वरूप त्वष्ट्राला एक सोमपान करणारे, दुसरे सुरापान करणारे आणि तिसरे अन्न खाणारे अशी तीन शिरे होती. तेथे पुढे असेही म्हटले आहे, की इंद्राने खूप सोमपान केल्यामुळे तो रोगी झाला, तेव्हा देवांनी सौत्रामणी यज्ञ करून इंद्राला रोगमुक्त केले. या सौत्रामणी यज्ञात सोमाच्या व सुरेच्या आहुती द्यावयाच्या असतात. शिल्लक राहिलेली सुरा सुरापान करणारा ब्राह्मण मिळाल्यास त्याला घ्यायला द्यावी; तसा ब्राह्मण न मिळाल्यास वारुळाच्या मातीवर ती अवशिष्ट सुरा ओतून टाकावी. (तैत्तिरीय ब्राह्मण १.८.६; शतपथ ब्राह्मण ५.५.४). शतपथ ब्राह्मणामध्ये (५.१.५.२८) सोम व सुरा यांची तुलना केली आहे : सोम हा सत्य, समृद्धी आणि ज्योती होय आणि सुरा ही अमृत, दारिद्र्य आणि अंधकार होय. काठक संहितेमध्ये (१२.१२) सुरेबद्दल असे म्हटले आहे, की दारू प्यायल्यावर सून व सासरा, लहान-मोठे, एकत्र बसून बडबडत राहतात; म्हणून पाप लागू नये, म्हणून ब्राह्मण सुरा पीत नसतो. सुरा हे पाप व मळ आहे; परंतु क्षत्रियाला ब्राह्मणाने सांगावे, की त्याला सुरा प्यायल्याने बाधा होत नाही. कुमारिल भट्टांच्या तंत्रवार्तिकात (१.३.७) सुरा शब्दाचे दोन अर्थ सांगितले आहेत. सीधू वा शीधू (रम) आणि मधापासून तयार केलेली दारू. ऐतरेय ब्राह्मणात (३७.४) राजाभिषेक सांगितला आहे. या अभिषेकात पुरोहिताने राजाच्या हातात सुरापात्र द्यावयाचे असते. याच्या उलट छांदोग्य उपनिषदात (५.११.५) केकय देशाचा राजा अश्वपती म्हणतो, की माझ्या देशात चोर, कृपण, मद्यपी, अग्निहोत्र न करणारा, अशिक्षित, स्त्रियांच्या बाबतीत स्वैर वर्तन करणारा असे लोक नाहीत; मग स्वैर वर्तन करणारी स्त्री कशी असेल? त्याच उपनिषदात (५.१०.९) पाच पातकांमध्ये सुरापानाची गणना केली आहे.

गृह्यसूत्रांमध्ये गृहस्थाने करावयाचे संस्कारविधी आणि विविध अन्य विधी सांगितले आहेत. त्यांमध्ये वर्षाकाठी अन्वष्टकानामक श्राद्धविधी सांगितला आहे. या श्राद्धविधीत मृत स्त्रिया उदा., माता, पितामही (आजी) आणि प्रपितामही (पणजी) यांना पिंडांबरोबर माळा, काजळ आणि सुरा द्यावयाची असते, (आश्वलायन गृह्यसूत्र

२.५.५; पारस्कर गृह्यसूत्र ३.३; काठक गृह्यसूत्र ६५.७.८). पुरुष पितरांना मात्र सुरा अर्पण करण्याचा विधी नाही. यासंबंधी कै. डॉ. पां. वा. काणे यांचे असे अनुमान आहे, की ब्राह्मणांना क्षत्रिय व वैश्य वर्णांच्या स्त्रिया करण्याचा अधिकार असल्यामुळे, क्षत्रिय, वैश्य, शूद्रांना मद्यपानाची धर्मशास्त्राप्रमाणे परवानगी असल्यामुळे हा सुरार्पण विधी सांगितला असावा; परंतु या अनुमानासंबंधी एक अडचण अशी येते, की क्षत्रिय व वैश्य यांना सुरापानाचा निषेध आहे. इतर मद्येच घेण्याची परवानगी आहे; मग येथे सुरार्पण कसे सांगितले? अर्थात काणे यांच्या बाजूने यावर असेही म्हणता येईल, की, अन्वष्टका श्राद्धांमध्ये पैष्टिक सुरा वगळून इतर प्रकारच्या गृहीत सुरा धरलेल्या असाव्यात; कारण क्षत्रिय-वैश्यांना पैष्टिक सुरा म्हणजे धान्याच्या पिठापासून केलेली सुराच केवळ वर्ज्य आहे, इतर सुरा वर्ज्य नाहीत.

गौतम धर्मसूत्र (२.२५), आपस्तंब धर्मसूत्र (१.५.१७.२१), मनुस्मृती (११.९४) या धर्मशास्त्रग्रंथांत ब्राह्मणाला केव्हाही सर्व प्रकारची मद्ये वर्ज्य केली आहेत. त्यांच्या मते सुरा किंवा अन्य मद्य घेणे ब्राह्मणाला महापाप होय. इतके असूनही बौधायन धर्मसूत्रात (१.२.४) असे नमूद केले आहे, की उत्तरेकडील ब्राह्मण पाच प्रकारचे निषेध पाळीत नाहीत; त्यांपैकी सुरापानाचाही निषेध पाळीत नाहीत. मनुस्मृतीमध्ये (११.९३-९४) म्हटले आहे- 'सुरा हा अन्नांचा मळ आहे आणि हा मळ म्हणजे पाप होय. म्हणून ब्राह्मण, क्षत्रिय आणि वैश्य यांनी सुरापान करू नये. गौडी (मळीपासून तयार केलेली), पैष्टी (पिठापासून तयार केलेली), आणि माध्वी (मोहाच्या फुलांपासून झालेली) ही तीन प्रकारची सुरा होय; ती द्विजोत्तमाने म्हणजे ब्राह्मणाने पिऊ नये; कारण तिन्हीही सारख्याच होत.' तात्पर्य, पैष्टीशिवाय इतर सुरा क्षत्रिय-वैश्यांना वर्ज्य नाहीत. महाभारतात (उद्योग ५९) श्रीकृष्ण व अर्जुन यांनी एकत्र बसून सुरापान केले, ते झिंगले, असे जे वर्णन आले आहे, त्याचे समर्थन वरील स्मृतिग्रंथांच्या आधारे कुमारिल भट्टांनी तंत्रवार्तिक या पूर्वमीमांसेच्या ग्रंथात केले आहे. ते म्हणतात, की माध्वी (मोहाची) व सीधू (गौडी) या सुरांचा निषेध क्षत्रिय-वैश्यांना नाही. म्हणून श्रीकृष्ण व अर्जुन दोषी नाहीत. शूद्रांना मात्र धर्मशास्त्राप्रमाणे कोणतेच मद्य वर्ज्य नाही.

ब्रह्मचर्याश्रमातल्या सर्व वर्णांच्या व्यक्तींना सर्व प्रकारचे मद्य निषिद्ध सांगितले आहे. (आपस्तंब धर्मसूत्र १.१.२.२३; मनुस्मृती २.१७७; याज्ञवल्क्य स्मृती १.३३) याज्ञवल्क्य स्मृतीचे (१.३३) या श्लोकावरील टीकाकार विश्वरूप यांनी कृष्णयजुर्वेदाच्या चरकशाखेतील एक उतारा दिला आहे; त्यात म्हटले आहे, की उद्दालक ऋषीचा पुत्र श्वेतकेतू याला त्वचारोग झाला होता; तेव्हा अश्वीदेवांनी मद्य व

मांस यांचे सेवन, हा रोग बरा करण्याकरिता उपचार म्हणून सांगितले. अश्वीदेवांना तो म्हणाला," मी ब्रह्मचारी असल्यामुळे हे निषिद्ध पदार्थांचे सेवन मी कसे करू शकतो?" त्यावर अश्वीदेव उत्तरले, की पहिल्यांदा आपला जीव नेहमी वाचवावा; जीव वाचला, म्हणजे सगळे काही चांगले करता येते. अपरार्क या याज्ञवल्क्य स्मृतीच्या टीकेत ब्रह्मपुराणाचा आधार देऊन असे सांगितले आहे, की कलियुगात क्षत्रियवैश्यांनाही मद्य निषिद्ध आहे.

विष्णुधर्मसूत्रामध्ये दहा प्रकारची मद्ये सांगितली आहेत. ती म्हणजे माधूक (मोहाच्या फुलांचे), ऐक्षव (उसाच्या रसाचे), टांक (कवठाचे), कौल (बोर किंवा बोरासारख्या फळाचे), खार्जुर (खजुराचे), पानस (फणसाचे), मृद्वीक (द्राक्षाचे), माध्विक (मधाचे), मैरेय (एका विशिष्ट वृक्षाच्या फुलांचे किंवा मीरा नदीकाठच्या प्रदेशातले) आणि ताल (ताडी) अशी ही दहा मद्ये होत. ब्राह्मणांना ही दहाही निषिद्ध होत; क्षत्रिय-वैश्यांना नव्हेत. ताल (ताडी) वा सैर इत्यादी नावांचीही मद्ये इतर स्मृतींत ब्राह्मणास वर्ज्य सांगितली आहेत. ब्राह्मणाला मनु-गौतमादी स्मृतींमध्ये सुरापानाबद्दल देहान्त प्रायश्चित्तापर्यंतची प्रायश्चित्ते सांगितली आहेत. मनू आणि कौटिल्य यांनी मद्यपान हे राजाच्या अनेक व्यसनांपैकी अत्यंत दुष्ट व्यसन म्हणून वर्णिले आहे.

मेगॅस्थिनीझ आणि स्ट्रॅबो या प्राचीन (इ.स.पू. चौथे शतक) परदेशी प्रवाशांनी म्हटले आहे, की यज्ञयागादी समारंभाशिवाय भारतीय लोक मद्यपान करीत नाहीत.

मेगॅस्थिनीझ व स्ट्रॅबो यांच्या वरील यज्ञासंबंधी विधानाला महाभारताची पुष्टी मिळते. नाभाग अंबरीष या राजर्षींनी अनेक यज्ञ केले. त्यांमध्ये विद्वान श्रेष्ठ ब्राह्मणांची विविध प्रकारे पूजा केली. मैरेयक मद्य, अनेक प्रकारची पक्वान्ने, मिष्टान्ने, स्वादिष्ट फळे व मुळे, दही, तूप, मध यथेच्छ दिली. या विप्रश्रेष्ठांनी आत्मसुखार्थ मद उत्पन्न करणारी पापे केली, यथेष्ट मद्यपान केले, झिंगून गायले, नाचले, त्यात नाभाग राजाची मनमुराद स्तुती केली (द्रोणपर्व, अध्याय ६४)

आश्वमेधिक पर्वात (अध्याय ८९) धर्मराजाच्या अश्वमेध समारंभाचे मजेदार वर्णन केले आहे. अश्वमेध यज्ञ हा सर्व पापांच्या क्षयार्थ करावयास वेदांनी सांगितला आहे. या यज्ञाचा आरंभ झाल्यावर राजाने दिग्विजयार्थ यज्ञीय अश्व सैन्यासह स्वतःच्या देशाबाहेरील अनेक देशांमध्ये फिरवायचा असतो. हा यज्ञ अनेक विदेश जिंकून अश्व परत येईपर्यंत म्हणजे वर्षभर चालवायचा असतो. अनेक विद्या आणि कलांमध्ये पारंगत असे नागरिक, गायक, कवी, कथाकार, नर्तक आपापले नैपुण्य प्रतिदिवशी या समारंभात दाखवितात. त्यांना सुग्रास भोजन, विविध प्रकारचे धन, रत्न म्हणजे रमणीय वस्तू, दक्षिणा किंवा पारितोषिक देतात. युवतिजनांची नृत्ये

होतात. या प्रसंगी विविध प्रकारच्या सुरा आणि मद्ये यांच्या पानांचे समारंभ वा पानगोष्टी चालतात. या ८९व्या अध्यायात या संदर्भात असे म्हटले आहे : 'त्या बुद्धिमान धर्मराजाचा यज्ञ असा साजरा झाला. अन्न, धन आणि रत्न यांचे ढीग पडलेला आणि सुरा व मैरेय मद्य यांचा सागर म्हणजे हा यज्ञ होता. मृदंग, शंख इत्यादिकांच्या नादांनी यज्ञमंडप गाजत होता. मत्त, प्रमत्त, मुदित आणि सुमीत असा युवतिजन त्यामध्ये होता. त्यामुळे भरतकुलातील श्रेष्ठ धर्मराजा निष्पाप आणि कृतार्थ होऊन पुन्हा आपल्या नगरीत प्रवेश करता झाला.' भारतीय युद्धातील सेनापतीही मद्यपान यथेच्छ करून हल्ले करत असत. द्रोणपर्वात (११२.६२ ते ६६) सात्यकी या सेनापतीचे वर्णन आले आहे. धर्मराजाने त्याला सेनापतिपद देऊन मधुपर्क म्हणजे त्याची अतिथिपूजा केली. किरात देशातून आणलेले (कैलातक) मद्य तो भरपूर घ्यायला. त्याचे डोळे लाल झाले; डोळ्यांत कैफ चढला आणि रणांगणात द्रोणसेनापतींच्या सैन्याशी सामना करू लागला. कर्णपर्वात कर्ण-शल्य संवाद आहे. शल्य हा पंजाबी, पांडव-सेनापती; त्याला कर्ण म्हणतो "अरे, तुझ्या पंजाबात, तुझ्या राज्यात, गावांच्या आणि शहरांच्या चव्हाट्यांवर आणि विशेषतः राजद्वारी सुरेची दुकाने म्हणजे दारूचे गुत्ते आहेत. यांना नाव तरी काय तुम्ही दिले आहे- 'सुभद्र!' म्हणजे जे अभद्र आहे, त्यालाच तुम्ही सुभद्र म्हणता. चातुर्वर्ण्य व्यवस्था तर तुमच्या देशात नाहीच. ब्राह्मण हे क्षत्रिय किंवा वैश्य केव्हा बनतात आणि केव्हा क्षत्रिय वा वैश्य हे ब्राह्मण बनतात, याचा नेम नाही." शांतिपर्वातील मोक्षधर्म या उपपर्वात (अध्याय १८०) इंद्र-ब्राह्मण संवाद आला आहे. एका श्रीमंत वैश्याच्या रथाचा धक्का लागून एक गरीब ब्राह्मण कोलमडला. तो विव्हळत होता. इंद्र कोल्ह्याचे रूप घेऊन त्याच्यापुढे प्रकट झाला. इंद्र म्हणतो, "तू गरीब असलास तरी ब्राह्मण आहेस; मोठा नशिबी आहेस. वारुणी म्हणजे दारू आणि लट्वाका नामक पक्ष्याचे मांस यांचा स्वाद तुला कसा माहीत असणार? या दोन वस्तूंच्या पेक्षा अधिक चांगले भक्ष्य कोणतेही, कोठेही नाही."

या संबंधातले रामायणातील वर्णन महाभारतापेक्षा यत्किंचितही वेगळे नाही (बालकांड, सर्ग ५३ -) वसिष्ठ मुनीच्या आश्रमात विश्वामित्र आले असताना त्यांचा भव्य सत्कार वसिष्ठ मुनींनी केला. वसिष्ठ मुनींची शबला नावाची कामधेनू होती. विश्वामित्रांच्या सत्काराकरता तिने जे जे लागते, ते ते उत्कृष्ट पदार्थ दिले. उसाचा रस, मध, लाह्या, उंची मद्ये, मोठ्या मोलाची पेये आणि विविध प्रकारची भक्ष्ये त्या पदार्थांमध्ये होती. (अयोध्याकांड, सर्ग ५२ -) सीता व लक्ष्मणासह राम वनवासाला निघाले, तेव्हा प्रथम दुथडी भरलेली गंगा वाटेत लागली. गंगापार होताना तिघेही नौकेत बसले. पात्राच्या मध्ये नौका आली, तेव्हा सीतेने गंगेला नवस केला. ती

म्हणते, "हा माझा नरव्याघ्र नवरा पुनः राज्यावर सुखरूप परत आला, म्हणजे मी सहस्र सुराघटांनी आणि मांसमिश्रित भाताच्या पक्वान्नाने तुझी पूजा करीन.' पुढे (सर्ग ५६) वाटेत यमुना नदी लागली. नौका प्रवाहाच्या मध्ये आली, तेव्हा यमुनेला वंदन करून सीता म्हणते, की 'हे देवी, आम्हाला संकटातून पार पाड. सहस्र गोधनाने आणि सुरेच्या शंभर घटांनी तुझी मी पूजा करीन.' (अयोध्याकांड, अध्याय ९१) राम वनवासाला निघून गेल्यावर भरताला अतिशय दुःख झाले. भरत रामाच्या भेटीकरता निघाल. वाटेतील भारद्वाज मुनींच्या आश्रमात आला. या राजपुत्राचे भारद्वाज मुनींनी आतिथ्य केले. भारद्वाज मुनींनी नद्यांची प्रार्थना करून मैरेय मद्य आणि उंची सुरा मिळवली. भगवान सोमाची प्रार्थना केली; भगवान सोमाने शोभिवंत पुष्पमाला, सुरा, इत्यादी पेये आणि विविध प्रकारचे मांस दिले. भारद्वाज मुनींनी भरत आणि त्याचे सहचारी यांची प्रार्थना केली, की 'ज्यांना सुरापानाची आवड असेल, त्याने तेथील विविध प्रकारच्या सुरा; आणि भूक असेल, त्यांनी दुधाच्या खिरी यांचे सेवन करावे. पवित्र असे मांसाचे पदार्थही भक्षण करावे. ज्याची जी इच्छा असेल, ते त्याने घ्यावे.' सीता वनवासात असताना रावण प्रलोभने दाखवून तिला आळवावयास लागला; तेव्हा त्याला झिडकारून टाकताना सीता राम-रावणांची अनेक उपमा देऊन तुलना करते; ती म्हणते 'सुराग्र्य (श्रेष्ठ मद्य) म्हणजे राम होय; व तू, रावणा, आंबवलेली ताडी आहेस.' राम लंकेवर विजय मिळवून अयोध्येत परतले. सीतेचे मन प्रसन्न करण्याकरता अयोध्येच्या अशोकवनिकेत सीता आणि अन्य सेविकांचा परिवार घेऊन राम विहारार्थ गेले. सीतेला स्वतःच्या हातातील पवित्र मद्य (मधुमैरेयक), शचीदेवीला इंद्राने पाजावे, तसे पाजले. त्या वेळी सुरेख मसालेदार मांसाची पक्क्वाने, विविध प्रकारची फळे, रामाच्या आहाराकरता सेवकांनी त्वरित आणून ठेवली. दाक्षिण्यशाली, सुंदर, मद्याने बेहोश झालेल्या, नृत्य व गायन या कलांमध्ये निपुण असलेल्या महिला या प्रसंगी सीता व राम यांना आनंदित करण्याकरता त्यांच्यासमोर नाचत होत्या. (उत्तरकांड, सर्ग ४२).

रामायणकालीन मद्यविषयक आचारसंहिता जशी होती, तशीच कालिदासकालीही, डॉ. वा. वि. मिराशी यांच्या मते गुप्त साम्राज्यातही, होती; असे रघुवंशातील वर्णनांवरून लक्षात येते. रघुराजाचे सैन्य कलिंग देशावर आक्रमण करून गेले असताना, तेथील रघुराजाच्या शिबिरात योद्ध्यांनी तांबूलवल्लीच्या पानांनी बैठकी सजविल्या. त्या बैठकींवर बसून नारळाची दारू आणि शत्रूचे यश पिऊन आराम केला (४.४२). पारसिक देशावर विजय मिळविण्याकरता हे रघुराजाचे सैन्य चाल करून गेले. विजय मिळाला. विजयाच्या श्रमांचा परिहार करण्याकरता द्राक्षालतांच्या उद्यानांत सुरेख मृदू कातडी अंथरून, त्यांवर बसून मद्यपान केले (सर्ग ४.६५).

रघुराजपुत्र अज यांचा विवाहसमारंभ विदर्भ राजाच्या नगरीत झाला. अजाची मिरवणूक त्या नगरीतून निघाली. त्याचे वर्णन कालिदासाने असे केले आहे. अज राजे रथातून चालले असताना आपापल्या महालांच्या गवाक्षांतून त्या नगरीतील सुंदरी त्यांना निरखून पाहू लागल्या. त्यांच्या मुखांमध्ये मद्यगंध भरलेला होता; व त्यांचे अंतरंगही मद्यानंदाने भरलेले होते; त्या महालांचे गवाक्ष त्यांच्या मुखकमलांनीच अज राजांच्या स्वागतार्थ सजविले वाटले. त्या कमळांवर त्यांचे नेत्रभ्रमर नाचत होते. (सर्ग ७.११). इंदुमतीवर स्वर्गातून पुष्पमाला पडली व त्यात ती दगावली. त्यामुळे हृदय विदीर्ण झालेल्या अजराजांनी केलेल्या विलापाचे वर्णन करणारे हे शोककाव्य अलौकिक करुणरसाने भरलेले आहे. विलापकाली अजराजे ज्या अनेक आठवणी सांगतात, त्यांतील एक आठवण सांगून ते म्हणतात : 'हे मदिराक्षी, मी माझ्या मुखाने तुला मदिरापान करविले आणि ते तू मोठ्या सुखाने आस्वादिले. आणि आता माझ्या अश्रूंनी दूषित झालेली, परलोकाकडे वळलेली जलांजली तू कशी स्वीकारशील?' (सर्ग ८.६८ ).

वेद, स्मृतिपुराणादी धर्मशास्त्रे, महाभारत व रामायण यांच्या परिशीलनावरून असा निष्कर्ष निघतो, की चातुर्वर्ण्य व्यवस्था गृहीत धरून सर्व प्रकारचे मद्य ब्राह्मणाला पातित्यकारक मानले आहे. ज्या प्रदेशात ब्राह्मण आणि त्यांच्या स्त्रिया यांनी मद्यपान करण्याची चाल किंवा रूढी होती, ती रूढी काही धर्मशास्त्रकारांनी तेवढ्या प्रदेशापुरती विशिष्ट देशरूढी घेऊन मान्य केली आहे; तर काहींनी अमान्य केली आहे. शाक्त शैव आगम सोडल्यास सर्व धर्मशास्त्रांनी ब्राह्मण वर्णाला मद्यपान निषिद्ध मानले आहे. शाक्त व शैव आगमांत देवताध्यानाला बळकटी आणण्याचे मद्यपान साधन मानले आहे. मद्य हा देवताप्रसाद असून, त्याचा मनमुराद आस्वाद घेणे हे पवित्र कर्म मानले आहे. क्षत्रिय-वैश्यांनी पैष्टिसुरा वगळून बाकीचे सुरेचे व मद्याचे सर्व प्रकार याचे पान धर्मशास्त्रांनी निषिद्ध मानले नाही. शूद्रांना कोणत्याही प्रकारच्या मद्याचे पान करण्यास धर्मशास्त्रांचा विरोध नाही; परंतु धर्मशास्त्रदृष्ट्या ज्यांना मद्यपानाचा निषेध नाही, त्यांनी मद्य वर्ज्य करण्याने ते सद्वर्तनी ठरतात. मद्यमांसनिवृत्त शूद्राला वृद्धहारीत - स्मृतीमध्ये (९.२७७ ते २७८) सच्छूद्र अशी पदवी दिली आहे. ऋग्वेदामध्ये अश्वीदेव मद्यपान करणारे आणि मद्य उत्पन्न करणारे देव म्हणून ऋषींनी स्तविले आहेत. यावरून असे अनुमान निघते, की ऋग्वेदकाली ब्राह्मणांना मद्यपानाचा निषेध नसावा. ही गोष्ट महाभारताच्या आदिपर्वातील (७६ ते ७७) शुक्राचार्यांच्या कथेवरून सूचित होते. शुक्राचार्यांचा मद्यपानामुळे अधःपात झाला, त्यामुळे त्यांना पश्चात्ताप उत्पन्न झाला; म्हणून त्यांनी असे जाहीर केले, की आजपासून जो ब्राह्मण मोहवश होऊन पूर्णपणाने सुरापान करील, त्याचा धर्म नष्ट होऊन इहलोकी आणि परलोकी निंद्य ठरेल, त्यामुळे त्याला ब्रह्महत्येचे पातक

लागेल. बलराम, कृष्ण, इत्यादी महाभारतकालीन यादव मद्यपी होते. त्यांतल्या त्यांत बलराम हा तर दारूडा होता. मद्यपान करून झिंगलेले व बेहोश झालेले यादव मुसलांनी आपसांत मारामाऱ्या करून एकमेकांची डोकी फोडून मेले. ही कथा सविस्तर रीतीने महाभारताच्या मौसल पर्वात वर्णिली आहे. हा स्वकुलनाश पाहून बलराम पश्चात्तप्त झाला व त्याने मद्यपानबंदी जाहीर केली व त्याकरता दंडाची शिक्षा सांगितली. शांतिपर्वात (११०.२२) म्हटले आहे, की जी माणसे जन्मापासून मद्यमांसापासून निवृत्त असतात, ती सर्व संकटांतून उत्तीर्ण होतात.'

कौटिलीय अर्थशास्त्रात राज्याच्या निरनिराळ्या खात्यांचे निरनिराळे अध्यक्ष व त्यांची कर्तव्ये सांगितली आहेत. त्यांत सुराध्यक्ष म्हणून एक प्रकरण (२.२५) आहे. त्यात राज्यातील मद्यव्यवसाय चालविणाऱ्या सुराध्यक्षाची कर्तव्ये सांगितली आहेत ती अशी : किल्ले, जनपद (जनवस्ती), सैन्य- शिबिरे यांमध्ये मद्याच्या निर्मितीचा आणि क्रयविक्रयाचा व्यापार चालवावा; तो परंपरेने मद्याचे उत्पादन आणि त्याचा क्रयविक्रय करणाऱ्यांकडून चालावा. परवानगीवाचून अन्य स्थळी जे मद्यव्यापार करतात, त्यांना ६०० रु. (पण) दंड करावा. एका गावातून दुसऱ्या गावात संमतीवाचून मद्य नेणे गुन्हा आहे. कारण, अधिकारी, आर्य व गुंड यांच्याकडून अतिक्रम होण्याचे भय असते. पानागार म्हणजे मद्यपानगृह निर्माण करावे; त्याला अनेक दालने असावीत, झोपण्याची शय्यादी साधने असावीत; पात्रे, फुले आणि पाणी ठेवावे. तेथे येऊन कोणकोण राहतात, त्यांच्यावर देखरेख ठेवावी; त्यांच्या मोलाच्या वस्तू चोरीला जाणार नाहीत, अशी काळजी घ्यावी; व्यक्तींना काही नियमित प्रमाणात मद्ये घरी नेण्याची परवानगी द्यावी. इत्यादी नियम सांगितल्यावर मेदक, प्रसन्न, आसव, अरिष्ट, मैरेय, मधू, श्वेतसुरा, सहकारसुरा (आंब्याच्या रसाची), महासुरा राजपेया, इ. मद्यांचे आणि मद्यद्रव्यांचे व त्यांच्यामध्ये करावयाच्या विविध मिश्रणांचे वर्णन केले. पुढे म्हटले आहे, की कुटुंबामध्ये काही धर्मकार्य असल्यास श्वेतसुरा किंवा अन्य प्रकारची सुरा तयार करण्याची परवानगी द्यावी. उत्सव, यात्रा किंवा अन्य सामाजिक समारंभ यांच्यामध्ये सुरापानाची चार दिवसपर्यंत तरतूद असावी; परंतु हे सगळे सुराध्यक्षाच्या संमतीने व्हावे. सुरापानादी महापापे करणाऱ्या ब्राह्मणाला मात्र देशातून हद्दपारीची शिक्षा कौटिलीय अर्थशास्त्रात सांगितली आहे.

चरक संहितेत म्हटले आहे-

*किंतु मद्यं स्वभावेन यथैवान्नं तथा स्मृतम्!*
*अयुक्तियुक्तं रोगाय युक्तियक्तं यथाऽमृतम् !!*
- (चरक, चिकित्सा, अ. २४)

अर्थ : 'परंतु स्वभावतः जसे अन्न, तसे मद्य होय; असे सांगितले आहे. ते अयोग्य रीतीने घेतल्यास रोगकारक व योग्य रीतीने घेतल्यास ते अमृत होते.'

आयुर्वेदाच्या चरक, सुश्रुत, अष्टांगहृक्कय, अष्टांगसंग्रह, इत्यादी प्रमाणभूत ग्रंथांमध्ये धर्मशास्त्राचे मद्यविषयक विधिनिषेध लक्षात न घेता, मद्यपानाचे आणि विविध मद्यप्रकारांचे गुणदोष वर्णिले आहेत. त्याचप्रमाणे मद्याचे ५० पेक्षा अधिक प्रकार, त्यांच्या निर्मितीची पद्धती आणि घटकद्रव्ये यांचीही संक्षेपाने व विस्ताराने माहिती दिली आहे. (चरकसंहिता, सूत्रस्थान अध्याय २७ मद्यवर्ग; सुश्रुतसंहिता, सूत्रस्थान अध्याय ४५ मद्यवर्ग; चरकसंहिता, चिकित्सास्थान अध्याय २४, मदात्ययचिकित्सत; सुश्रुतसंहिता, उत्तरतंत्र, अध्याय ४७ पानात्ययप्रतिषेध). चरकसंहितेत आरोग्यपूर्ण दीर्घ जीवित कसे लाभते आणि कशा प्रकारचा जीवितक्रम स्वीकारल्याने ते प्राप्त होते, यासंबंधी प्रथम विचार केला आहे. येथे आरोग्य म्हणजे मनाचे व शरीराचे आरोग्य होय. हा विचार करीत असताना निरोगी माणसाची ऋतुचर्या कशी असावी, यासंबंधी आहार-विहारादिकांचे नियम सांगितले आहेत (सूत्रस्थान, अशितीय अध्याय ६). शीत ऋतूंमध्ये कोणत्या प्रकारचा आहार असावा, हे सांगताना म्हटले, की विविध प्रकारच्या मांसांचे पदार्थ खाल्ल्यावर सीधू नामक मदिरा प्यावी. वसंत ऋतूत सीधू आणि माध्विक (मोहाची फुलाची) मदिरा प्यावी; ग्रीष्म ऋतूत म्हणजे उन्हाळ्यात मद्य न प्यालेले बरे; प्यायचे, तर भरपूर पाणी घालून घ्यावे. वर्षा ऋतूत म्हणजे पावसाळ्यात मध घालून मोहाच्या फुलाचे मद्य कमी प्रमाणात घ्यावे. चरकाच्या चिकित्सास्थानातील 'मदात्ययचिकित्सित' या अध्यायात आणि सुश्रुताच्या उत्तरतंत्रातील 'पानात्ययप्रतिषेध' या अध्यायात चांगले मद्य किंवा चांगली सुरा यांचे पान करणे प्रशस्त व शरीर आणि मन यांच्या आरोग्यास व बलास अत्यंत हितावह म्हणून म्हटले आहे. शोक, अस्वस्थता, भय, उद्रेक यांचा नाश करून शरीराचे सामर्थ्य मद्यपान वाढविते; योग्य प्रकारे, योग्य काली, स्थली हितकारक अन्नाबरोबर योग्य प्रमाणात मद्य घेतल्याने त्याचे अमृत होते. योग्य प्रमाण म्हणजे- शरीराचा व मनाचा समतोल राहील, अशी मर्यादा. रुक्ष अन्न, अतिश्रम, विशिष्ट प्रकारच्या व्याधी असताना मद्यपान अहितकारक आहे. सात्त्विक प्रकृतीच्या, योग्य पोषक आहारविहार करणाऱ्या स्त्री-पुरुषांना मद्यपान हितावह होते. अन्न, तसेच, मद्य! अति आणि सदोष अन्नाने रोग उत्पन्न होतात, त्याप्रमाणे अयोग्य वेळी, अयोग्य प्रसंगी सदोष मद्य घेण्याने माणसे रोगी किंवा अतिमद्यपानाने अविवेकी व बेभान होतात,

निषिद्ध कर्मांचे आचरण करतात. म्हणून मद्यपान करू इच्छिणाऱ्यांनी योग्य काळजी घेऊनच मद्यपान करणे हितावह ठरते. चरक आणि सुश्रुतामध्ये सदोष मद्यपानाचे आणि मद्यासक्तीचे सविस्तरपणे दोष दाखविले आहेत. मदात्यय नावाचा एक रोगही (अल्कोहोलिझम) त्यांनी वर्णिला असून, त्या रोगाच्या परिहाराचे थोडे थोडे मद्य व काही अन्य औषधे यांसारखे विविध उपाय सांगितले आहेत. या दोन्ही ग्रंथांमध्ये उत्तमोत्तम गोष्टी कोणत्या, यांचे शंभर प्रकार म्हणजे अग्र्यशतक सांगितले आहे. त्यांत सौमनस्य म्हणजे प्रसन्न सात्त्विक मनःस्थिती उत्पन्न करणाऱ्या गोष्टींमध्ये मद्य हे अगऱ्य म्हणजे श्रेष्ठ म्हणून वर्णिले आहे.

तात्पर्य असे, की चरक-सुश्रुतादी आयुर्वेदाचे ग्रंथ हे रोग आणि स्वास्थ्य यांचा विचार करीत असताना धर्मशास्त्रातील विधिनिषेधांचा संदर्भ ध्यानात घेऊन विचार सांगत नाहीत. आयुष्यशास्त्राची मांडणी करताना त्यांनी धर्मशास्त्राच्या मर्यादेचे बंधन मानले असते, तर त्या शास्त्राचा इतका उत्कृष्ट विकासच झाला नसता. ते केवळ मानवी शरीर आणि मानवी मन यांचे स्वास्थ, बल, तेज आणि तसेच कर्मसामर्थ्य, बुद्धिसामर्थ्य, इत्यादी उद्देश अंतिम मानूनच आपले विचार सांगतात. त्यामुळे धर्मशास्त्रातील मद्यपाननिषेधाकडे ते दुर्लक्ष करतात; एवढेच नव्हे, तर धर्मशास्त्रातील मद्यनिषेध ते अमान्यही करतात (चरकसंहिता, चिकित्सास्थान अध्याय २४). भारतीय प्राचीन संस्कृतीची आयुर्वेदात धर्मशास्त्रापेक्षा वेगळीच मांडणी केली आहे, ही गोष्ट त्यातील 'स्वस्थवृत्त' प्रकरणावरून निश्चित होते. उदा. गोमूत्र सोडून, मनुष्यादी प्राण्यांचे मूत्र हे धर्मशास्त्राने अपवित्र व निषिद्ध मानले आहे; परंतु आयुर्वेदात मनुष्यासह गो, अश्व, महिष, गर्दभ, हस्ती, उष्ट्र, इ. प्राण्यांच्या मूत्रांचेही औषधी गुणधर्म वर्णिले आणि प्रशंसिले आहेत. धर्मशास्त्राने ब्राह्मण, क्षत्रिय व वैश्य यांस लसूण व कांदा निषिद्ध मानला आहे. कांदा व लसूण खाणारे ब्राह्मण, क्षत्रिय व वैश्य हे द्विजत्व गमावतात, शूद्र होतात; परंतु तिकडे दुर्लक्ष करून, लसूण हे एक बलकारक व रोगनिवारक श्रेष्ठ औषध म्हणून आयुर्वेदाने वर्णिले आहे. काही कमी प्रमाणात कांदाही लसणासारखाच सांगितला आहे; अशी शेकडो उदाहरणे आहेत.

यहुदी व ख्रिश्चन धर्म सोडल्यास हिंदू, इस्लाम, बौद्ध, जैन, इत्यादी धर्मांमध्ये मद्यपान अत्यंत निषिद्ध मानले आहे. हिंदू धर्मात ब्राह्मणाव्यतिरिक्त इतर वर्णांना मद्यनिवृत्तीची सक्ती नाही; परंतु मद्यनिवृत्ती सर्वांनाच इष्ट होय, असे मानले आहे. जैन, बौद्ध व इस्लाम हे धर्म संपूर्ण मद्यबंदीच्या बाजूचे आहेत. या बौद्ध धर्मातील वज्रयान संप्रदाय, त्याचप्रमाणे हिंदू धर्मातील देवीपूजक, शिवपूजक आणि गणेशपूजक काही पंथ, मद्य हे पूजेतील एक प्रकारचा देवतेला द्यावयाचा नैवेद्य म्हणून पवित्र पेय मानतात आणि पूजेतील प्रसाद म्हणून मद्यपान करतात. गेली हजारो वर्षे आतापर्यंत

भारतात व महाराष्ट्रात हे पंथ जिवंत आहेत. त्यांचा ब्राह्मण पंडितांनीच खूप पुरस्कार केला; आणि पांडित्यपूर्ण आगमशास्त्रे त्या पंथांच्या पुरस्कारार्थ लिहिली.

मद्यपानाबद्दल अत्यंत आग्रही विरोधी दृष्टिकोन बाळगणारे धर्मशास्त्रज्ञ आणि विचारवंत किंवा संत का निघाले आणि आजही सार्वत्रिक कायदेशीर मद्यपानबंदीचा आग्रह महात्मा गांधींसारखे थोर पुरुष का धरतात, याचे पहिले महत्त्वाचे कारण म्हणजे, अति मद्यपानामुळे मनुष्य अविवेकी व बेभान बनतो, हे होय. परंतु या संदर्भात हेही लक्षात घेतले पाहिजे की, मनुष्याला मोहग्रस्त व तितकेच अविवेकी बनविणारे युवती-युवकांचे सौन्दर्य, धन, मान, सत्ता, इत्यादी विषय आहेतच. अति मद्यपान केल्याबरोबरच काही माणसे विवेकभ्रष्ट होतात; तसेच, अन्य इंद्रियांच्या विषयांनी होतात. अर्थात सगळे होत नाहीत. वर सांगितलेले युवती-युवक, धन-मान-सत्ता, इ. विषयही मनाची पकड घेतल्यावर अति मद्यपानाइतकाच मतिभ्रंश काही माणसांचा करतात; आणि त्यामुळे खून, हल्ले, दरवडे, पळवापळवी, फसवाफसवी, अफरातफरी, इ. भ्रष्टाचार घडतात. म्हणून या संबंधात ज्या तऱ्हेचे कायदे आणि निर्बंध राज्यशासन निर्माण करते, तसेच, मद्यपानासंबंधी धोरण का असू नये, याचा विचार केला पाहिजे.

■

*(पाश्चात्त्य समाजात मद्यपान निषिद्ध मानण्यात आलेले नाही. आयुर्वेदात ज्याला 'स्वस्थवृत्त' म्हटले आहे- धि गुड लाइफ- त्याच्यात पाश्चात्त्य परंपरेप्रमाणे मद्याला निश्चित स्थान होते. युरोप-अमेरिकेत कित्येक विशिष्ट स्थळी आणि काळी बहरलेल्या अशा जीवनसरणीचे काही नमुने पुढे दिले आहेत.)*

**अथेन्स (ख्रि. पू ४ थे शतक) :**

('सिंपोसियम' म्हणजे सहपान आणि सहपानामुळे रंगात आलेल्या सोबत्यांत झालेली दिलखुलास चर्चा. प्लेटोने लिहिलेला 'सिंपोसियम' हा संवाद प्रसिद्ध आहे. त्याच्यात प्लेटोचे प्रेमविषयक तत्त्वज्ञान विशद करण्यात आले आहे. सुंदर गोचर वस्तू आणि व्यक्ती यांनी आवाहन केल्याने माणसाच्या मनात जागृत होणारी प्रेमभावना- ज्याच्यात केवल सौंदर्य आणि केवल सत् एकरूप झालेले असते, अशा अतींद्रिय सत् तत्त्वाच्या (आयडिया ऑफ धि गुड) प्रेमात अखेरीस परिणत होते, असा प्लेटोच्या शिकवणीचा आशय आहे. सॉक्रेटिस या संवादाचा नायक आहे; पण झेनोफन या सॉक्रेटिसच्या दुसऱ्या एका मित्राने आणि अनुयायाने सॉक्रेटिस सहभागी असलेल्या दुसऱ्या एका सहपानाच्या प्रसंगाचे वर्णन केले आहे. सुसंस्कृत, बौद्धिक विषयांत रस असलेले अथीनियन सद्गृहस्थ मनोविनोदन कशा प्रकारे करीत, याचा नमुना झेनोफनच्या या 'सिंपोसियम'मध्ये सापडतो. त्याचा सारांश पुढे दिला आहे.)

**मे. पुं. रेगे**

**का**लियसच्या घरी मेजवानी होती. नुकत्याच होऊन गेलेल्या क्रीडा महोत्सवात ऑटॉलिकसने मिळविलेल्या विजयाबद्दल त्याचे अभिनंदन करणे हे मेजवानीचे निमित्त होते. ऑटोलिकसने ज्या स्पर्धेत भाग घेतला होता, तिच्यात मुष्टियुद्ध आणि मल्लयुद्ध या दोहोंचा अंतर्भाव असे आणि या दोन्ही कलांत अतिशय तरबेज असल्याशिवाय आणि नेमाने मेहनत करून चांगला दम कमावलेला असल्याशिवाय स्पर्धकाचा तिच्यात निभाव लागणे कठीण होते. म्हणून पिळदार शरीराच्या देखण्या ऑटॉलिकसचे सर्वत्र कौतुक होत होते.

कालियस आणि त्याचे मित्र स्टेडियमवरून घरी परतत असतात. त्यांची वाटेत सॉक्रेटिस आणि त्याचे काही मित्र आणि अनुयायी यांच्याशी गाठ पडली.

''हा फार चांगला शकुन आहे,'' कालियस म्हणाला. ''मी ऑटॉलिकस आणि त्याचे वडील यांच्या सन्मानार्थ मेजवानी देतो आहे आणि तुमच्यासारखे, तत्त्वज्ञानाच्या अभ्यासाने ज्यांची चित्तशुद्धी झाली आहे, असे पाहुणे तिला उपस्थित राहिले, तर प्रसंगाला विशेष शोभा येणार आहे. राजकारणी नेते किंवा सेनापती यांच्यापेक्षा तुमच्यासारख्या प्रगल्भ मनांच्या व्यक्तींची संगत आम्हाला अधिक रुचते आणि हितकर वाटते.''

सॉक्रेटिसने सुरुवातीला आढेवेढे घेतले; पण कालियसचा फारच आग्रह पडल्यामुळे त्याने आपल्या गटाच्या वतीने निमंत्रण स्वीकारले. मेजवानीचा बेत पक्का झाला. नेहमीच्या पद्धतीप्रमाणे सायंकाळचा व्यायाम, मर्दन आणि स्नान करायला मंडळी विखुरली आणि काही वेळाने कालियसच्या घरी परत जमली.

मेजवानीची तयारी एका प्रशस्त दालनात केली होती. प्रत्येक पाहुण्यासाठी बिछायत आणि तक्क्यांनी सजविलेला मंचक होता आणि त्यांच्यावर मंडळी रेलून बसली. मंचकांची अर्धवर्तुळाकार मांडणी केली होती. प्रत्येक मंचकावर एक सुबक, छोटे मेज होते आणि त्याच्यावर वेगवेगळ्या पात्रांत खाद्य पदार्थ वाढून ठेवले होते. प्रत्येक पदार्थासाठी वेगळे पात्र होते. शिवाय मेजावर मद्यासाठी एक चषक आणि फळांनी भरलेले एक पात्रही होते. ग्रीष्म ऋतूतील दिवस असल्यामुळे, भूक काहीशी मंदावली होती. अपूप, थोडे मांस, मासे, ताज्या भाज्या आणि फळे एवढाच मेजवानीचा बेत होता. भोजनाबरोबर मद्यात पाणी मिसळून त्याचेही सेवन मधून मधून करण्यात येत होते.

मंडळींचे भोजन आटोपल्यानंतर सहपानाच्या समारंभाला सुरुवात झाली.

यजमान हा सहपानाचा अध्यक्ष असे आणि मद्यात पाणी किती प्रमाणात मिसळायचे, हा त्याचा निर्णय असे. साधारणपणे मद्य आणि पाणी समप्रमाणात किवा दोन भाग मद्य आणि एक भाग पाणी या प्रमाणात मिसळण्यात येत असे. मग

गप्पागोष्टी, थट्टामस्करी, करमणूक आणि उल्हास याला प्रारंभ व्हायचा. सहपान रंगले, तर रात्र ओसरून पहाट होईपर्यंत ते चालू राहायचे.

आज मेजवानीच्या सुरुवातीला तरी रंग भरला नाही. मंडळी मुकाट्याने जेवत होती.

इतक्यात कुणीतरी दरवाजा ठोठावला. दरवानाने फिलिप आला आहे आणि मेजवानीचे आमंत्रण मागतो आहे, असे येऊन सांगितले.

फिलिप व्यवसायाने विदूषक होता. त्याचे म्हणणे असे पडले, की आयत्या वेळी आल्यामुळे त्याच्यासाठी काही अन्न तयार नसेल, तर तो इतरांच्या वाट्याचे अन्न खायला तयार होता आणि त्याचा नोकर सामानाचा भार वाहून अतिशय श्रमला होता.

हे सामान काय होते, म्हणून विचाराल, ते एक प्रचंड शून्य होते आणि ते जितके रिकामे होते, तितकेच त्याच्या नोकराचे पोटही रिकामे होते.

हे सारे ऐकून कालियसने त्याला आत बोलवायचे ठरविले.

फिलिप आत आला आणि दालनाच्या दरवाजात उभा राहून म्हणाला,

''मित्र हो! मी व्यवसायाने विदूषक आहे, हे तुम्हाला माहितीच आहे; आणि आणि निमंत्रण असल्याने जेवायला येण्यापेक्षा निमंत्रण नसताना जेवायला येणे अधिक विनोदी आहे, असे मला वाटते.''

''ठीक आहे!'' कालियस म्हणाला, ''या मंचकावर बैस. पाहुणेमंडळी अतिशय गंभीरपणे जेवत आहेत. इथं हास्यविनोदाला थारा नाही, हे तुझ्या ध्यानात येईल.''

फिलिपने जेवायला सुरुवात केली आणि थोड्या वेळाने एक विनोदी कोटी केली. ती पूर्णपणे उताणी पडली. यामुळे काहीसे चिडून त्याने दुसरी एक कोटी केली; पण तरीही कोणी हसले नाही. मग फिलिप आपल्या मंचकावर निजला आणि अंगरख्याने आपले तोंड त्याने झाकून घेतले.

''तुम्हाला काही वेदना होते आहे का?'' कालियसने त्याला विचारले.

''झ्यूसशपथ सांगतो,'' फिलिप म्हणाला, ''मला अतिशय वेदना होते आहे. जगातून हसणेच नष्ट झाल्यासारखे दिसते आहे. म्हणजे माझा कामधंदा ठार बुडाला. आतापर्यंत भोजनप्रसंगी लोकांना हसवायला मला आमंत्रणे मिळत; आता मला कशासाठी आमंत्रणं मिळू शकतील? गंभीरपणे चर्चा करायला? ते मला अशक्य आहे.'' आणि मग हुंदके देऊन रडण्याचा आविर्भाव त्याने केला.

त्याचे हुंदके ऐकून एकाला विलक्षण हसू लोटले.

त्याबरोबर फिलिप ताडकन उठून बसला. तोंडावरून अंगरखा त्याने दूर केला आणि समोरच्या पदार्थांवर ताव मारायला सुरुवात केली.

भोजन संपले.

नोकरांनी मंचकांसमोरील मेजे दूर केली.

योग्य त्या देवतांना उद्देशून मद्याचे तर्पण करण्यात आले आणि सर्वांनी एक स्तोत्र गायिले.

करमणुकीसाठी बोलविण्यात आलेले वादक-नर्तक तयार आहेत, असे कालियसच्या सेवकाने येऊन सांगितले आणि थोड्याच वेळात उत्कृष्ट वेणू वाजविणारी एक मुलगी, एक नर्तकी आणि वीणा वाजविण्यात आणि नृत्य करण्यात अतिशय निष्णात असलेला एक देखणा तरुण यांना सोबत घेऊन तो आला. ही सायरेक्यूजहून आलेली मंडळी होती. मेजवानीच्या प्रसंगी आपल्या कलेचे प्रयोग करून ते चांगले उत्पन्न कमवीत.

सुरुवातीला वेणू वाजविणाऱ्या मुलीने आपली दुहेरी बासरी वाजवून दाखविली आणि त्या तरुणाने वीणावादन केले.

हे संगीत मंडळींच्या अतिशय पसंतीस आले.

सॉक्रेटिस म्हणाला

''झ्यूसशपथ, कालियस, तुम्ही आम्हाला अतिशय रुचकर आणि पथ्यकर भोजन दिले आणि नंतर आमच्यापुढे रम्य दृश्ये आणि ध्वनी मांडले.''

कालियस संतुष्ट होऊन म्हणाला,

''आपण काहीसे याच्याही पुढे जाऊ या का? आपण मनोहर सुगंधांचा आस्वाद घेऊ या. मी तशी तजवीज करतो.''

''छे? छे!'' सॉक्रेटिस म्हणाला, ''जे पोशाखाच्या बाबतीत खरे असते, ते सुगंधांच्या बाबतीतही खरे असते. पुरुषांना एक प्रकारचा पोशाख खुलून दिसतो; बायकांना वेगळ्या प्रकारचा पोशाख खुलून दिसतो. तसे स्त्रियांना आकृष्ट करणारे सुगंध पुरुषांना आकृष्ट करणाऱ्या सुगंधांहून वेगळे असतात. आपण तर येथे जमलेले सर्व पुरुष आहोत. तेव्हा एकमेकांना आकृष्ट करण्यासाठी आपण सुगंधी द्रव्ये वापरण्यात अर्थ नाही. फार तर निकेरोटॉस आणि क्रिटोबुलस या आपल्या तरुण मित्रांनी सुगंधी द्रव्ये वापरावीत. कारण त्यांचा नुकताच विवाह झाला आहे आणि त्यांच्या तरुण पत्नींसाठी म्हणून योग्य त्या द्रव्यांचा वापर करावा. पण त्याच्यातही फारसा अर्थ नाही. कारण ह्या तरुण स्त्रिया आपल्या अंगाला इतकी द्रव्ये माखतात, की त्यांचा सुगंध दरवळत राहतो आणि दुसऱ्या कोणत्याही सुगंधाला वाव उरत नाही.''

आता सुगंधी द्रव्यांवर तात्त्विक चर्चा सुरू होणार, असा रंग दिसू लागला; पण सॉक्रेटिसचे डोळे दरवाजाकडे लागले होते आणि तोच म्हणाला,

''पण ही चर्चा आपण काही काळ स्थगित करू या. कारण ही नर्तकी अगदी तयार होऊन दरवाजात उभी आहे आणि तिच्यासाठी वर फेकून झेलायची लहान चक्रे

घेऊन कुणीतरी येत आहे.''

आता नर्तकीने दृश्यक्रीडेला (floor-show) सुरुवात केली. त्या दुसऱ्या मुलीने बासरीवर मधुर सूर काढले. नर्तकी नाचू लागली आणि ती नाचत असतानाच त्या तरुणाने तिच्या हातात एकामागून एक अशी बारा चक्रे दिली. आपल्या सोबत्यांप्रमाणेच तीही पूर्णपणे नग्न होती. मृत्य करीत असतानाच ती हातांतील चक्रे भिरभिरवीत वर फेकीत होती आणि अतिशय तालबद्ध रीतीने झेलीत होती.

हे पाहत असतानाच सॉक्रेटिसने त्याच्यावर अर्थात भाष्य केले,

''मित्रांनो, ही मुलगी जे करीत आहे, त्यामुळे एक महत्त्वाची गोष्ट फिरून सिद्ध होते. स्त्रियांच्या मानसिक आणि शारीरिक शक्ती पुरुषांच्या शक्तींपेक्षा यत्किंचितही कमी नसतात. तेव्हा तुम्हाला आपल्या बायकोला जे काही शिकवावेसे वाटते, ते तुम्ही तिला अवश्य शिकवा. कुणाही पुरुषाइतक्या सहजतेने ती ते शिकेल.''

यावर कुणीतरी विचारले

''सॉक्रेटिस, तुम्ही आम्हाला जो उपदेश करता, त्याप्रमाणे तुम्ही स्वतः का आचरण करीत नाही? तुम्ही तुमच्या पत्नीला- झांटिपीला, काही शिकवून सरळ का करीत नाही? संसार करायला तिच्याइतकी कठीण बाई जगात नसेल.''

सॉक्रेटिस म्हणाला,

''त्याचे असे आहे, की ज्यांना पटाईत घोडेस्वार व्हायचे असते, ते सौम्य घोड्यांवर स्वार होत नाहीत, ते जातिवंत घोड्यावर मांड ठोकतात. मग आपण कोणत्याही घोड्याला वठणीवर आणू शकू, असा त्यांना विश्वास वाटतो. माझाही उद्देश असाच होता. मला कुणाही माणसाबरोबर सुरळीतपणे व्यवहार कसा करावा, हे शिकायचे होते. म्हणून मी झांटिपीशी लग्न केले. तिच्याबरोबर जर सुखाने नांदू शकलो, तर इतर व्यक्तींच्या बाबतीत मला काही अडचण भासणार नाही, अशी माझी खात्री होती.''

पण इतक्यात सर्वांचे लक्ष परत समोरच्या दृश्यक्रीडेकडे गेले. कारण सेवकांनी जमिनीवर एक मोठे लोखंडी वर्तुळ आणून ठेवले.

या वर्तुळात धारदार, नंग्या तलवारी उभ्या अडकविल्या होत्या. ती नग्न नर्तकी कोलांट्या मारून वर्तुळात प्रवेश करीत होती आणि परत तशीच बाहेर जात होती. प्रेक्षकांनी श्वास रोखून धरले होते. नर्तकीची उडी भलत्या ठिकाणी पडेल आणि तिला जखम होईल, अशी धाकधूक त्यांना वाटत होता; पण ती स्वतः अगदी सहजपणे मजेत आणि सुरक्षितपणे कोलांट्या मारीत होती.

या दृश्यावर सॉक्रेटिसने भाष्य न करणे अशक्य होते.

''हे दृश्य ज्याने पाहिले आहे,'' तो म्हणाला,''या नाजूक मुलीला इतक्या धैर्याने या तलवारींमधून आरपार उड्या मारताना ज्याने पाहिले आहे त्याची, धैर्य हा

गुण माणसांना शिकविता येतो, अशी खात्री पटल्यावाचून राहणार नाही.''

एक उपस्थित म्हणाला,

''मग मी अशी सूचना करतो, की या सायरेक्यूजच्या पाहुण्याने या मुलीचा नाच सबंध अथेन्स नगराला दाखवावा आणि आपण त्याला चांगला मोबदला दिला, तर तलवारीच्या पात्याला न बिचकता सामोरे कसे जावे, हे आपण सर्व अथीनियन नागरिकांना शिकवू, असे त्याने जाहीर करावे.''

''फारच छान!'' फिलिप म्हणाला, ''पायसांडर हे आपले प्रसिद्ध राजकीय पुढारी घ्या. साध्या भाल्याचे टोक पाहून त्यांचा इतका थरकाप होतो, की सैन्यात भरती व्हायचे ते टाळतात. कुणीतरी नंग्या तलवारींमधून कोलांट्या घ्यायला त्यांना शिकविले, तर किती बहार होईल!''

मग त्या तरुणाने नृत्याला सुरुवात केली.

सॉक्रेटिसने काही काळ नृत्य एकाग्रतेने पाहिले आणि म्हटले,

''हा तरुण देखणा आहे; पण नृत्यात सुबक, तालबद्ध हालचाली करताना तो अधिकच देखणा दिसतो.''

यावर एक आरोग्यदायक व्यायाम म्हणून नृत्याचे महत्त्व किती आहे, या विषयावर चर्चा सुरू झाली.

एक जण म्हणाला,

''सॉक्रेटिस, आता तुमचे पोट काहीसे सुटू लागले आहे. तेव्हा तुमची एकंदर शरीरयष्टी ध्यानी घेता, तुम्ही केलेले नृत्य आणि वेड्यावाकड्या उड्या यांत फार फरक असणार नाही. तुम्हाला त्यामुळे काय व्यायाम व्हायचा असेल तो होवो; पण लोकांची खूप करमणूक तुमच्यामुळे होईल, यात शंका नाही.''

फिलिपने तर स्वतःच नृत्य करायला सुरुवात केली आणि त्या बासरी वाजविणाऱ्या मुलीला सूर धरायला सांगून त्याच्या साथीवर अगोदरच्या नर्तकांचे विडंबन करणारे इतके चित्रविचित्र अंगविक्षेप केले, की सगळ्यांची हसून पुरेवाट झाली. अखेरीस तो थकून आपल्या मंचकावर येऊन कोसळला.

''हा फार चांगला व्यायाम आहे,'' तो म्हणाला. ''आणि त्याने तहान फार लागते! माझा चषक पुरता भरून टाक,'' त्याने सेवकाला सांगितले.

''आम्हा सगळ्यांचेच चषक भरून टाक'' कालियस म्हणाला,''आम्हालासुद्धा हसून हसून तहान लागली आहे.''

आता यावर सॉक्रेटिस काहीतरी भाष्य करणार, अशी सर्व मंडळींची अपेक्षा होती आणि त्याने तसे केलेही.

तो म्हणाला,

''मित्रांनो, मद्यप्राशन जर केले, तर ते मला सामान्यपणे पसंत आहे. मद्याने

माणसाचा आत्मा आर्द्र होतो, आपल्या दुःखांना आंजारून गोंजारून ते निजविते आणि मैत्रीच्या, प्रेमाच्या भावना जागृत करते. पण वाढणाऱ्या वनस्पतींची जी गोष्ट असते, तीच माणसाचीही असते, असे मला वाटते. देवाने जर अति पाऊस पाडला आणि झाडांना चिकार पाणी मिळाले, तर ती सरळ उभी राहू शकत नाहीत आणि वारा त्यांना आडवी पाडतो. पण त्यांना जरुरी असते, तेवढेच पाणी जर त्यांना मिळाले, तर ती ताठ, उंच वाढतात आणि मुबलक फळे धारण करतात. आपलेही तसेच असते. आपल्या चषकात आपण खूप मद्य ओतून घेतो, ते घटघटा पिऊन टाकतो आणि थोड्याच वेळात आपले शरीर आणि मन गरगरायला लागते आणि आपण असंबद्ध बडबडू लागतो. पण आपण लहान चषकांतून सावकाश मद्य पीत गेलो आणि सेवक आपले रिकामे होणारे चषक परतपरत भरत राहिले, तर मद्य आपल्या वृत्ती हळूहळू खुलवत जाते आणि आपल्याला प्रसन्न वाटते.''

या प्रवचनाचे सर्वांनी टाळ्या पिटून स्वागत केले.

मग तो तरुण पुढे आला. आपल्या वीणेच्या तारा त्याने त्या दुहेरी बासरीच्या सुराशी जुळविल्या आणि वीणा वाजवीत तिच्या साथीवर त्याने काही मधुर गीते म्हटली.

एक जण म्हणाला की,

''सॉक्रेटिसने मद्याविषयी जे म्हटले होते, ते संगीताविषयीसुद्धा सत्य आहे. या तरुणांचे सुरेख रूप आणि संगीताचे सुस्वर यांचा इतका सुंदर मिलाफ झाला आहे, की आमच्या साऱ्या व्यथांना कुणीतरी हलक्या हाताने थोपटून निजविले आहे आणि कामदेवाच्या आराधनेचे विचार मनात संचार करू लागले आहेत.''

मग गायक-नर्तक काही काळ विश्रांतीसाठी परतले. गप्पा सुरू झाल्या, तेव्हा कुणीतरी अशी सूचना केली, की प्रत्येकाने त्याला स्वतःचा जो सर्वश्रेष्ठ गुण वाटतो आणि स्वतःजवळची जी सर्वांत मूल्यवान चीज वाटते, ती मंडळींना सांगावी.

हे संभाषण खूप वेळ रंगले.

अनेकांनी अनेक मनोरंजक कल्पना व उपपत्ती पुढे मांडल्या, आणि त्या ओघात बरीच कुतूहलजनक माहितीही लोकांना झाली.

उदा. एकाने असे सांगितले, की होमरच्या म्हणण्याप्रमाणे मद्य पिताना त्याची चव वाढवायला ते पिण्यापूर्वी कांदा खावा.

यावर कुणीतरी म्हणाले, की

निकोरोटॉसचे नुकतेच लग्न झाले आहे. तो आता नक्की कांदे खाईल; कारण त्यामुळे मद्याची चव वाढली नाही, तरी त्याचे चुंबन कुणी घेत नव्हते, अशी त्याच्या बायकोची खात्री पटेल.

तासाभरात तो तरुण आणि त्याच्याबरोबरच्या दोन्ही मुली परतल्या. कुंभाराचे

एक चाक आणण्यात आले आणि ते गरगर फिरत असताना ती नर्तकी त्याच्यावर कसरत करून दाखविणार होती. पण या वेळी सॉक्रेटिसने एक सूचना केली. सायरेक्यूजहून आलेल्या त्या गृहस्थाला तो म्हणाला,

''मघाशी आमची चर्चा चालू असताना 'मी बुद्धिमान आहे' असे तुम्ही म्हणाला होता. ते कसेही असो, मला एक सूचना करावीशी वाटते. म्हणजे हा तुम्ही बरोबर आणलेला तरुण आणि ही मुलगी यांना कष्टही कमी पडतील आणि ते जे करीत असतील, ते पाहून आम्हाला आनंदही अधिक होईल. धारदार तलवारीमधून कोलांट्या घेण्यात फार धोका असतो आणि म्हणून मेजवानीच्या प्रसंगी असे प्रयोग करण्यात औचित्य नसते, असे मला वाटते. किंवा या तरुण, देखण्या मुलांना आपल्या शरीरांना वेडेवाकडेपणे वाकविताना पाहण्यात मौज नसते. स्थिर, विश्रांत अवस्थेत त्यांचे दर्शन घेणेच अधिक सुखावह असते.''

''सॉक्रेटिस, तुमचे म्हणणे अगदी बरोबर आहे,'' तो म्हणाला. ''मी आता असे एक दृश्य निर्माण करतो, की ते पाहून तुम्हाला मनापासून आनंद होईल.''

तो तयारी करण्यासाठी आपल्या मंडळींना घेऊन आत गेला आणि मंडळींत एका विषयावर चर्चा सुरू झाली :

शारीरिक प्रेम आणि आध्यात्मिक प्रेम यांच्यात नेमका भेद काय आणि त्यांच्यात अधिक श्रेष्ठ कोणते?

सॉक्रेटिसला परत एकदा दीर्घ प्रवचन करण्याची संधी मिळाली.

चर्चा संपत आली, तेव्हा पहाट फुटू लागली होती.

ऑटोलिकस रोजच्या मेहनतीचा भाग म्हणून पहाटे दूरवर चालायला जाई. तेव्हा तो आणि त्याचे वडील निघाले. पण जाण्यापूर्वी वडिलांनी सॉक्रेटिसकडे वळून त्याने मांडलेल्या अनेक उत्कृष्ट विचारांबद्दल त्याचे आभार मानले.

इतक्यात दालनात एक सुशोभित आसन मांडण्यात आले. मग त्या नटमंळींचा प्रमुख पुढे आला आणि म्हणाला,

'सद्गृहस्थ हो! हे ॲरिएड्नी आणि डायोनिसस यांच्यासाठी खास राखून ठेवलेले मंदिर आहे. प्रथम ॲरिएड्नी प्रवेश करील आणि नंतर देवसभेत मद्यप्राशन केल्याने आरक्त झालेल्या नेत्रांचा डायोनिसस तिला येऊन भेटेल आणि मग ती दोघे एकत्र क्रीडा करतील.''

ॲरिएड्नीने प्रवेश केला आणि ती आसनावर स्थानापन्न झाली. डायोनिसस कुठे दिसत नव्हता, पण त्याच्या सान्निध्याची सूचना देणारे बासरीवरील बॅकिक संगीत ऐकू येऊ लागले. मग नटांनी जो अभिनय केला, त्याचे प्रेक्षकांना अतिशय कौतुक वाटले. कारण ॲरिएड्नीने ते सूर ऐकल्याबरोबर तिला झालेला आनंद तिच्या मुद्रेवर पसरला. ती डायोनिससला भेटायला गेली नाही. आसनावरून उठलीही नाही; पण

आपल्या स्थानावर बसून राहणे तिला अवघड जात होते, अशीच तिची चर्या दिसत होती. डायोनिससला तिचे दर्शन झाले, तेव्हा तो नृत्य करीत तिच्या जवळ गेला आणि अतिशय प्रेमाने तिला आपल्या मांडीवर बसवून आपल्या बाहूंनी त्याने तिला कवटाळले आणि तिचे चुंबन घेतले. तिची मुद्रा सलज्ज, विनीत दिसत होती; पण तिनेही त्याला प्रत्यालिंगन देऊन त्याचे चुंबन घेतले.

प्रेक्षकांनी टाळ्यांचा कडकडाट केला.

मग डायोनिसस उठला, त्याने हात देऊन ॲरिएड्नीला उठविले आणि एकमेकांचे चुंबन घेण्यात आणि एकमेकांना कवटाळण्यात दंग असलेल्या प्रेमिक जोडप्याचे चित्र प्रेक्षकांना दिसले. डायोनिससचे पुरुषी देखणेपण आणि ॲरिएड्नीचे कोमल सौंदर्य खुलून दिसत होते. आता त्यांच्या कृतीत अभिनयामुळे निर्माण होणारे विडंबन दिसून येत नव्हते; ती दोघे खरोखरच एकमेकांची चुंबने घेत होती.

प्रेक्षकांना उत्साहाचे भरते येऊ लागले.

डायोनिससने ॲरिएड्नीला 'तुझे माझ्यावर खरोखरच प्रेम आहे का,' असे विचारलेले त्यांनी ऐकले आणि ॲरिएड्नीने हळूच 'हो' म्हणून शपथेवर जे सांगितले, तेही त्यांच्या कानी आले; आणि ते तिने इतके मनःपूर्वक सांगितले होते, की केवळ डायोनिससलाच नव्हे, तर सर्व प्रेक्षकांनाही त्या दोघांचे खरोखरच एकमेकांवर उत्कट प्रेम आहे, अशी खात्री पटली.

आता ती दोघे कोणत्या भूमिका वठवत नव्हती, त्यांच्या आयुष्याचा एक भाग प्रेक्षकांपुढे घडत होता

एकमेकांना दृढ आलिंगन दिलेल्या अवस्थेत त्यांना सोडून पाहुणे आता घरी परतायला निघाले. जे अविवाहित होते, त्यांनी विवाह करण्याची शपथ घेतली आणि जे विवाहित होते, त्यांच्या मनात आपल्या पत्नीविषयीचे प्रेम स्फुरण पावू लागले. पण सॉक्रेटिस आणि कालियस लायकून, तसेच, त्याचा मुलगा ऑटोलिकस यांना गाठून त्यांच्याबरोबर फिरायला निघाले.

मेजवानी संपली.

**व्हर्जिनिया ( १८ वे शतक) :**

व्हर्जिनिया संस्थानाचा टाइडवॉटर हा भाग म्हणजे जमीन आणि जलप्रवाह यांचे मिळून बनलेले एक गुंतागुंतीचे जाळे आहे. चार प्रचंड नद्या- जेम्स, यॉर्क, रापाहॅनॉक आणि पोटोमॅक त्याच्यातून वाहतात. भरतीबरोबर फोफावणाऱ्या, ओहोटीबरोबर काहीशा कृश दिसणाऱ्या या नद्यांना आडवेतिडवे अनेक फाटे फुटतात. टेम्सएवढ्या मोठाल्या उपनद्या त्यांना येऊन मिळतात. त्या काळी नांगराचा स्पर्श न झालेल्या भूमीवर औषधाला दगड, खडक आढळत नव्हता; जमीन कसदार होती, हवामान

सौम्य होते आणि पाऊस नियमित आणि भरपूर होता. काहीही पेरलेले उगवत असे, आणि काहीही उगवलेले तरारून वाढत असे. जमीन इतकी विपुल होती आणि झरे इतके मुबलक होते की, कुरणात घोडे, डुक्कर आणि गाई-बैल चरायला मोकळे सोडून देण्यात येत असत. त्यांची संख्या वाटेल तितकी फोफावे. अरण्यात आणि नदीकाठच्या जाळीतून वन्य पशूंचा आणि रानपक्ष्यांचा गजबजाट होता. रानटी बेरी, द्राक्षे, नट्स सगळीकडे आढळत. रेडइंडियन जमातींनी मका, बीन्स, वाटाणे आणि युरोपला अपरिचित असलेल्या भाज्या यांची लागवड करून या समृद्धीत भर घातली होती.

वसंत ऋतूत नद्यानाल्यांतून शाड आणि स्टर्जन माशांची एवढी दाटी असे, की कल्पना करवणार नाही. अक्षरशः लाखो माशांच्या थव्यांनी प्रवाह भरलेला असे. इतर प्रकारचे मासे आणि कालवे खुबेही असेच मुबलक असत. युरोपमधल्या मोठ्यांत मोठ्या कालवापेक्षाही मोठाली कालवं मिळत. कित्येक ठिकाणी ओहोटीच्या वेळी बादल्या भरभरून कालवं खरवडून काढता येत.

रेशमी, भरजरी असा हा समाज होता. तलवारींना सोन्याच्या मुठी असत, जोड्यांना चांदीची बकल्स लावीत. बाया फार्दिंगेल्स आणि पुरुष वर पावडर मारलेली विग वापरीत. कोच असत, निग्रो गुलाम असत आणि घरगुती नोकर लिव्हरी परिधान करीत. पाच हजार ते एक लाख एकरांच्या बागा (प्लँटेशन्स) मोठी गणली जात. रस्ते फारसे नव्हते आणि वाहतूक नद्यांतून होत असे. मोठ्या बागांतून मळेवाल्यांनी बांधलेले मांगर नदीच्या काठाशीच असत आणि परदेशांतून आलेली जहाजे आपला माल सरळ त्यांच्या वखारीत उतरवत आणि तंबाखूने भरलेली पिंपे जहाजावर चढवीत. याने उतरविलेल्या मालाची किंमत तर भरून निघेच; पण वर फायदा उरे. श्रीमंत मळेवाले आणि त्यांच्या बायका हिवाळ्याला सीझनसाठी लंडनला जात आणि त्यांचे मुलगे अनेकदा इंग्लडमधील शाळांत शिकत.

विल्यमबर्ग ही राजधानी होती; तिसऱ्या विल्यमचे नाव तिला दिले होते. हे टुमदार गाव इंग्लडमधल्या कुठल्याही परगण्यातल्या चांगल्या गावासारखे होते. गावामधून एक मैल लांबीचा 'ड्यूक ऑफ ग्लाउस्टर स्ट्रीट' हा रस्ता जात होता, 'विल्यम आणि मेरी' हे नाव दिलेले कॉलेज गावात होते, आणि अर्थात कॅपिटॉल आणि न्यायालय आणि गव्हर्न्मेंट हाऊस हीही गावात होती. एका बादशाही प्रवृत्तीच्या गव्हर्नरने गव्हर्न्मेंट हाऊस इतक्या डामडौलाने सुशोभित केले होते आणि खर्चासाठी इतके भक्कम कर लोकांवर लादले होते, की रागावलेल्या करदात्यांनी त्याचे नाव 'गव्हर्नरचा राजवाडा' असे ठेवले. या सगळ्या इमारतींवर राणी ॲनच्या राजवटीतील 'ग्रँड युनियन' झेंडा फडफडत असे.

विल्यम्सबर्ग हे सरकारी आतिथ्याचे केंद्र होते. वर्षाचा बहुतेक भाग ते एखाद्या

सुभ्याचे मुख्य ठाणे असलेल्या गावासारखे असे; पण 'सार्वजनिक प्रसंगांच्या' वेळी ते राजधानीचा रुबाब मिरवू लागे. काही खास समारंभ, राजा-राणीचे वाढदिवस आणि विशेषतः वसंत आणि शरद ऋतूंत जेव्हा असेंब्ली आणि दरबार दोनदा भरत, ते प्रसंग म्हणजे सार्वजनिक प्रसंग. अशा वेळी आतिथ्याच्या भाराने प्रत्येक अधिकाऱ्याची पैशांची थैली रिकामी होत असे- विशेषतः गव्हर्नरची. गव्हर्नर गूचने आपल्या भावाला लिहिलेल्या काही पत्रांतून आपली भीती वारंवार व्यक्त केली होती. ज्या इतमामाने आपण जगत आहोत, त्याच्यामुळे म्हातारपणी आपल्याला सुस्थितीत निवृत्त होता येणार नाही आणि सहा घोड्यांच्या कोचमधून आपण जे आता फिरतो, त्याच्या ऐवजी पायी चालावे लागेल, अशी त्याची भीती होती.

कुलॉडोनच्या विजयामुळे असा उत्सव साजरा करण्याचा प्रसंग प्राप्त झाला. १८ जुलै, १७६४ मध्ये व्हर्जिनियात ही बातमी आली :

.....संध्याकाळी खूप गृहस्थ आणि स्त्रिया कॅपिटॉलवर जमल्या; बॉलडान्सला सुरुवात झाली. नाचात काही काळ घालविल्यावर मंडळी रात्रीच्या खान्यासाठी आत गेली. तीन वेगळ्या खोल्यांत, तीन टेबलांवर सुरेख खाद्य पदार्थ रचण्यात आले होते. सुमारे शंभर पक्वान्ने होती आणि कितीही चोखंदळ असलेल्या माणसाच्या पसंतीस ती उतरतील, अशी ती रुचकर होती. अनेक प्रकारची अगदी निवडक आणि उत्कृष्ट मद्ये पुरविण्यात आली होती. 'राजाला आरोग्य- दीर्घायुष्य लाभो', म्हणून मद्य प्राशन करण्यात आले. मग प्रिन्स आणि प्रिन्सेस ऑफ वेल्स, ड्यूक आणि राजघराण्यातील इतर मंडळी, मग गव्हर्नर, मग राजाच्या सैन्याला विजय लाभो म्हणून, मग व्हर्जिनियाची भरभराट होवो, म्हणून आणि मग राजनिष्ठेने प्रेरित झालेल्या अनेक प्रार्थना सफल व्हाव्यात, म्हणून अतिशय आनंदाने मद्य प्राशन करण्यात आले. प्रत्येक प्रार्थनेच्या वेळी तोफांची सलामी देण्यात येत असे. यासाठी कॅपिटॉलला खास तोफा आणण्यात आल्या होत्या आणि प्रत्येक सलामीला अठरा ते वीस गोळे उडविण्यात आले. समारंभ रात्री दोन वाजेपर्यंत चालला आणि अतिशय सभ्यपणे आणि सुव्यवस्थित रीतीने पार पडला. जमलेल्या मंडळींचे चेहरे त्यांना मनापासून झालेल्या आनंदाने झळकत होते. गावातल्या सर्व घरांवर रोषणाई केली होती आणि बाजारच्या चौकात मोठी होळी पेटविण्यात आली होती. लोकांना तीन हॉग्जहेड्स भरून पंच वाटण्यात आला. लोकांचा आनंद आणि निष्ठा ओसंडत असतानाच हा समारंभ संपला.

विल्यम्सबर्गमध्ये जे घडायचे, ते टाइडवॉटरमध्ये इतरत्र सर्वत्र थोड्या अधिक प्रमाणात घडायचे. पाहुणचार, मेजवान्या सतत झडायच्या आणि पिणे फार मोठ्या प्रमाणावर, इंग्लंडपेक्षा कितीतरी जास्त चालायचे; आणि इंग्लडही फार शुष्क नव्हते. याचे एक कारण अर्थात हे होते, की देशात समृद्धी होती. एका इंग्लिश

प्रवाशाने असे लिहिले आहे, की या देशात शेतकरी म्हणून पाचशे पौंडांवर मी कितीतरी अधिक चांगले जीवन कंठू शकलो असतो आणि पैसाही खूप केला असता, अशी माझी खात्री आहे. इंग्लंडमध्ये माझ्या गाठी तीन हजार पौंड असते, तरीही हे जमले नसते. शिवाय टाइडवॉटरच्या सखल भागात तापाने लोक बेजार असत आणि मद्य हा तापावरील परिणामकारक प्रतिबंधक उपाय आहे, असा लोकांचा विश्वास होता. प्लँटरमंडळी भल्या पहाटे उठून सकाळच्या थंड प्रहरी घोड्यावरून सबंध मळ्यातून एक फेरी मारून यायची, तेव्हा निघण्यापूर्वी कित्येक दीर्घ घुटके घेऊन शरीरात जोम आणायची प्रथा होती. उकाड्याने हैराण करणाऱ्या दुपारी संपता संपत नसत आणि जीवघेणी तहान शमविण्यासाठी पेयाचा आश्रय घेण्यावाचून गत्यंतर नसे.

पण व्हर्जिनियाच्या प्लँटरचे वर्तन सर्वसाधारणपणे वर वर्णन केलेल्या समारंभासाठी असलेल्या मंडळींसारखे सभ्य आणि सुव्यवस्थित असे. सद्‌गृहस्थाने मद्य घ्यावे; पण सद्‌गृहस्थाला साजेशा रीतीने ते पचवावे, अशी अपेक्षा होती. झिंगून बेहोश झालेला सद्‌गृहस्थ क्वचितच आढळे. जॉन इव्हलिनने दोन मेजवान्यांचे असे वर्णन केले आहे, की पाहुणे टेबलाखाली घरंगळत जाईपर्यंत त्यांना मद्य पुरवीत जायचे, अशी आज्ञा यजमानाने त्या प्रसंगी केली होती. अशा प्रकारचा प्रसंग व्हर्जिनियाच्या बाबतीत नमूद केलेला आढळत नाही.

टाईडवॉटर व्हर्जिनिया इंग्लडपेक्षा लहान होते आणि लोकसंख्याही कमी होती. त्यामुळे कुणी अनोळखी नसे. विल्यम्सबर्ग लंडनसारखे मोठे शहर नव्हते, ते एक लहान गाव होते. गर्दीत घुसून लपण्याची सोय नव्हती. प्रत्येकाला- गव्हर्नरपासून तो सर्वांत खालच्या नोकरापर्यंत- सर्व जण ओळखीत. शिवाय प्रत्येक सद्‌गृहस्थावर लोकांना उदाहरण घालून द्यायची जबाबदारी असे. तो केवळ एक शेतकरी मळेवाला नसे; तो व्यापारी 'बिझनेसमन'ही असे आणि कुणाही इंग्लिश स्क्वायरसारखा तो एक सार्वजनिक सेवक असे. स्क्वायर ज्याप्रमाणे मॅजिस्ट्रेटच्या बेंचवर किंवा हाऊस ऑफ कॉमन्समध्ये आपले स्वाभाविक स्थान सुशोभित करी, तसा व्हर्जिनियाचा प्लँटर असेंब्लीत किंवा कौन्सिलमध्ये सहभागी होई. तंबाखूच्या शेतीसाठी खूप मजूर लागत असल्यामुळे त्याला मजूर खूप संख्येने बाळगावे लागत आणि ते बहुधा निग्रो असत. १७४० मध्ये व्हर्जिनियात गोऱ्या माणसांपेक्षा निग्रो अधिक होते.

या निग्रो मजुरांना पिण्यापासून दूर कसे ठेवावे, हा मळेवाल्यांपुढील एक मोठा प्रश्न होता. एकदा तर खुद्द राजप्रतिनिधी असलेल्या गव्हर्नरने आपल्या नोकरांशी असा सौदा केला होता, की राणीच्या वाढदिवसासाठी म्हणून तो जी मेजवानी देत होता, त्या वेळी कुणीही नोकराने पिऊन यायचे नाही आणि त्याच्या बदल्यात दुसऱ्या दिवशी त्यांना कितीही प्यायची मोकळीक राहील. विल्यम बिर्ड (दुसरा) हा वेस्टोव्हर

या प्रचंड प्लँटेशनचा मालक होता. त्याच्या घरी काम करणाऱ्या मुली जेव्हा त्याची रम चोरीत आणि बाटलीत पाणी भरून ठेवीत, तेव्हा तो त्यांना चोप देत असे. त्याच्या वडिलांनी वेस्टइंडीजहून अमाप रम आयात करून मिळविलेली संपत्ती वारशाने त्याच्याकडे आली होती. पण स्वस्त रममुळे निग्रो मजुरांवर जे परिणाम होत होत होते, ते त्याला नापसंत होते.

पण विल्यम बिर्ड (दुसरा) हा एक अतिशय सुसंस्कृत आणि त्या वेळचा नामवंत असा सद्‌गृहस्थ होता आणि दारूबंदी करणे त्याला असंस्कृत वाटले असते. त्याचे शिक्षण इंग्लडमध्ये झाले होते. तो मिडल टेंपलचा बॅरिस्टर होता आणि रॉयल सोसायटीचा सदस्यही होता. व्हर्जिनिया कौन्सिलचाही तो सभासद होता आणि अखेरीस त्याचा तो अध्यक्ष बनला. सॅम्युएल पेपिसप्रमाणेच खूप वर्षे त्याने शॉर्टहँडमध्ये एक दैनंदिनी राखली होती.

सपाटून पिण्यात बिर्डचा हात धरू शकतील, असे फारच थोडे होते; पण आपल्या दैनंदिनीत एके दिवशी घडलेले जे प्रसंग त्याने नमूद केले आहेत, त्यांवरून मद्य पिण्याविषयीची त्यांची वृत्ती स्पष्ट होते.

'....पार्सन आणि मी योग्य वेळी आणि व्यवस्थितपणे परतलो; पण माझा नोकर टॉम याने सभ्य गृहस्थाच्या घरी दारू पिऊन बेहोश होऊन पाहुणचाराच्या नियमांचा भंग केलाय. 'जिचे वैवाहिक जीवन दुःखी होते, अशी एक सभ्य स्त्री फार पीत असे, असे जेव्हा त्याला आढळून आले, तेव्हा त्याला नवल वाटले,' असे त्याने नमूद केले आहे. पण तिचे नातलग 'ती स्वतःचे सांत्वन करीत आहे,' या नावाखाली ही गोष्ट दडवितात.'

'टोस्ट' करण्याच्या प्रथेमुळे अनेकदा कसोटी लागायचा प्रसंग येत असे; कारण कुणी ना कुणी कुणासाठी 'टोस्ट' पिण्याचे- ग्लास संपेपर्यंत पिण्याचे आवाहन करीत असे. सोनेरी नालाच्या नाइट्‌सची Kinghts of the Golden Horse Shoe हकिगत वाचली, तर ही प्रथा किती दृढमूल झाली, याचे उदाहरण मिळते. एका गव्हर्नरने व्हर्जिनियाच्या पश्चिमेकडील पर्वतांचा शोध घेण्यासाठी संघटित केलेल्या मोहिमेत रेंजर्सच्या दोन तुकड्या आणि चार इंडियन स्काऊट्‌स यांच्याबरोबर जे दहा सदगृहस्थ सामील झाले होते, त्यांना गव्हर्नरने हा किताब दिला होता. टाइडवॉटरच्या प्रदेशात दगडच सापडत नसल्याने घोड्यांना नाल लावायचे कारण नसे; पण या मोहिमेत खडबडीत प्रदेशातून माग काढीत जाणे आवश्यक असल्यामुळे घोड्यांना खास नाल लावण्यात आले होते. मोहीम संपल्यावर गव्हर्नरने या प्रत्येक सद्‌गृहस्थाला तिच्या स्मरणार्थ एक सोन्याचा नाल दिला.

पश्चिमेच्या दिशेने इंडियन्सच्या टोळ्यांच्या या दुर्गम प्रदेशातून प्रवास करण्यासाठी जी रसद घेतली होती, तिच्यात व्हर्जिनिया वाइन- पांढरी आणि लाल अशा दोन्ही-

आयरिश व्हिस्की, ब्रँडी श्रब, दोन प्रकारची रम, शँपेन, कॅनरी, चेरी पंच आणि सायडर यांची अनेक पिंपे होती.

आपालाशियन्स पर्वताच्या अगदी शिखरावर जेव्हा टोळी पोचली, तेव्हा सर्वांत उंच शिखराला राजाच्या नावावरून 'माऊंट जॉर्ज' असे नाव देण्यात आले. राजाच्या आरोग्याप्रीत्यर्थ आम्ही मद्य प्यालो आणि मग राजकुटुंबाच्या आरोग्याप्रीत्यर्थ प्यालो. दुसऱ्या दिवशी त्यांनी श्नेनाण्डो ही रुंद नदी पार केली. ही अवघड कामगिरी होती. गव्हर्नरने पलीकडची सर्व भूमी राजाच्या नावाने खालसा केली. हा मोहिमेचा परमोच्च बिंदू होता आणि तो समारंभपूर्वक साजरा करण्यात आला.

'आम्ही छानदार जेवण केले,' बखरकार लिहितो 'आणि मग सर्व माणसांना एकत्र केले, त्यांच्या बंदुका भरल्या, राजाच्या आरोग्याप्रीत्यर्थ शांपेन प्यायलो आणि बंदुकीची फैर झाडली; मग राजकन्येच्या आरोग्यप्रीत्यर्थ बर्गंडी प्यायलो आणि फैर झाडली; मग राजकुटुंबातील इतर मंडळीच्या आरोग्याप्रीत्यर्थ क्लॅरेट प्यायलो आणि फैर झाडली; मग आम्ही गव्हर्नरच्या आरोग्याप्रीत्यर्थ प्यालो आणि आणखी एक फैर झाडली.'

टाइडवॉटरमधील प्रासाद आणि मद्याची सुरेख सेलर्स दूर एकाकी अरण्यात असत. त्यांच्याकडे पोचायचे, तर होडीतून किंवा रानावनांतून जाणाऱ्या खडबडीत, धुळीने माखलेल्या रस्त्यांनी प्रवास करावा लागे. लहानपणी ऐकलेल्या परीकथांत राक्षसांचे किंवा पऱ्याचे किल्ले दुर्गम अरण्यात असत, त्यांची आठवण करून देणारे हे प्रासाद होते. इंग्लिश कंट्रीहाऊसेसपेक्षा ते लहान असत, पण वरपासून खालपर्यंतच्या सर्व खोल्यांतून कुटुंबीय आणि त्यांचा परिवार राहत असे. स्वयंपाकघर सोडले, तर प्रत्येक खोलीत एकतरी पलंग आणि बिछायत असे. नोकरमंडळी या मोठ्या घराच्या सभोवती असलेल्या, त्यांच्यासाठी बांधलेल्या खोपटांतून राहत असत.

एकमेकांना भेटी देणे हा आवडता छंद होता. अठराव्या शतकाच्या मध्यापर्यंत टाइडवॉटरमध्ये जवळजवळ तीनशे प्रतिष्ठित कुटुंबे स्थिरावली होती. विवाहसंबंधांनी एकमेकांशी दृढपणे जोडल्या गेलेल्या या कुटुंबांचा मिळून समाजातला उच्च वर्ग बनला होता. ते शासक होते. प्रतिष्ठित व्यक्तीचा कुणाही इतर प्रतिष्ठित व्यक्तीशी जवळचा नात्याचा संबंध असल्यामुळे भेटीगाठी पूर्णपणे अनौपचारिक असत. प्रवासाला प्रारंभ केल्यावर तो कसा व कधी संपेल आणि मुक्कामाला कधी पोहोचता येईल, हे अनिश्चित होते आणि जलदीने निरोप पाचवणे अशक्य होते. यामुळे पाहुण्यांचे अनपेक्षितपणे होणारे आगमन ही नित्याची गोष्ट बनली होती. लोक घोडागाडीतून किंवा घोड्यांवरून येत, घोड्यांना तबेल्यात पाठवून देत आणि सरळ घरात शिरत आणि पाहुणे म्हणून त्यांचे स्वागत होई. ते आठवडाभर राहत, मग दुसऱ्या मळ्याकडे मोर्चा फिरवीत. घरापासून ते असे महिनामहिना दूर असत.

एका प्लँटेशन हाऊसमध्ये ख्रिसमस घालविलेल्या एका फ्रेंच माणसाने आपले अनुभव नमूद करून ठेवले आहेत.

त्याच्या यजमानाने आणि इतर पाहुण्यांनी अचानक असे ठरविले, की आपण मळ्यातील शेते, बागा पाहू आणि शेजारच्या प्लँटरच्या घराला भेट देऊ.

.... तेव्हा कर्नल फिकसच्या घरी घोड्यावरून दौडत आम्ही गेलो. आम्ही वीसएक मंडळी होतो, पण त्याचे कुटुंब आणि नोकरचाकर मिळून एवढा मोठा परिवार होता; की त्याला अडचण अशी काही वाटलीच नाही. आम्हा सर्वांसाठी बिछाने पुरविण्यात आले. एक बिछान्यावर दोघादोघांना निजावे लागले. आमचे आदरातिथ्य त्याने मोठ्या इतमामाने केले. उत्कृष्ट वाइन आणि इतर पेये आमच्या सेवेला हजर होती. अर्थात आम्ही मद्यपानाची मौज चाखीत खूप वेळ काढला. त्याने तीन फिडल वाजविणारे, एक सोंगाड्या, एक दोरीवरून खेळ करणारा डोंबारी, एक जमिनीवर कसरत करणारा डोंबारी यांना बोलावून घेतले. आमची हवी तेवढी करमणूक झाली. थंडी अतिशय होती; पण कुणालाही शेकोटीजवळ जायचे कारण नव्हते. कारण एका वेळेला एक गाडीभर लाकडे शेकोटीत जाळण्यात येत होती आणि सबंध खोली उबदार राहत होती.... दुसऱ्या दिवशी आम्ही दुपारपर्यंत मद्यपान केले आणि नदी ओलांडून पैलथडी जायचे ठरविले. कर्नलने बरेचसे मद्य आणि आपला एक पंचबोल आम्हाला भेट म्हणून दिला आणि आपली होडी आम्हाला वापरायला दिली.

अर्थात याशिवाय नेहमीची कौटुंबिक स्नेहसंमेलने आणि मेळावेही असत आणि ते अनेक दिवस चालत. बॉल, कोंबड्यांच्या झुंजी, घोड्यांच्या शर्यती आणि घराच्या मागील भागातील खोलीत अखंड चाललेला पत्त्यांचा डाव यांनी दिवस गजबजून जात. जेवण साधारणपणे दुपारी चार वाजता असे.

'पिण्यासाठी अनेक प्रकारच्या वाइन्स, लेमन पंच, टॉडी, सायडर, पोर्टर, इ. असत. नाच-गाणी, संगीत याने परिसर निनादत असे. स्त्रिया थाटामाटाचा पोशाख करीत आणि नाचताना मागे जमिनीवर लोळणारे त्यांचे रेशमी गाऊन्स सळसळत.'

विवाहानिमित्त किंवा अंत्ययात्रेनिमित्त दूर अंतरावरून येणाऱ्या पाहुण्यांची उत्तम सरबराई राखण्यात येत असे. १६६७ मधल्या एका अंत्ययात्रेच्या हिशेबात अशी नोंद आढळते :

२५गॅलन बियर, २२ गॅलन सायडर, ब्रँडीचे ५ गॅलन आणि ५ पौंड साखर खर्च झाली.

जेवणाच्या वेळी घेण्यात येणारी हरतऱ्हेची मद्ये पाहिली, तर विशिष्ट प्रकारच्या खाद्य पदार्थांबरोबर विशिष्ट मद्य घेतले पाहिजे, असे काही संकेत नव्हते, असे आढळते. इंग्लडप्रमाणेच व्हर्जिनियामध्ये परदेशी मद्याविषयी अधिक रुची होती

आणि मळेवाल्यांच्या सेलर्सप्रमाणेच रस्त्यावरील टॅव्हर्न्स आणि इन्समध्ये परदेशी मद्यांचा भरपूर साठा असे. याशिवाय व्हर्जिनिया बियरची पिंपे, सायडर आणि पेरी, मीड, पीच ब्रँडी, कार्डियल आणि घरगुती भट्ट्यांवर बनविलेली इतर मद्ये ब्रेडइतक्याच मुबलक प्रमाणावर उपलब्ध असत.

किमतीवरून लोकांच्या अभिरुचीची कल्पना करता येते. इन्स आणि टॅव्हर्न्समध्ये किमती कायद्याने निश्चित केलेल्या असत. व्हर्जिनियाची बियर क्वार्टला दोन पेनी एवढ्या किमतीला मिळे. मडिरा वाईनचा भाव दोन शिलिंगाला एक क्वार्ट असा होता आणि क्लॅरेटची किंमत जवळजवळ याच्या दुप्पट होती.

गहू बॅरल बनविण्यासाठी आवश्यक असलेले लाकूड आणि व्हर्जिनियातील इतर पैदास यांच्या बदल्यात मडिराची आयात होत असे. एखाद्या वेळी प्लँटर्सचा एखादा गट एक जहाज भाड्याने घेइ. त्याच्यात गहू, मका, लाकडाच्या फळ्या भरून ते मडिराला पाठवून देई आणि त्याच्या बदल्यात मद्य घेऊन ते जहाज परत येई.

त्या काळात मडिरा वाइनमध्ये ब्रँडी घालून ती 'भक्कम' करण्यात येत नसे. म्हणजे तिच्यातील मद्यार्काचे प्रमाण १२% ते १५% असे. आज ते १८% असते. थंडीमुळे धूसर बनून जर मडिरा वाइन बिघडली, तर गरम केल्याने ती परत स्वच्छ होत असे, हे अनेकांना, उदा. विल्यम बिर्ड (दुसरा) याला चांगले माहीत होते.

'ही वाइन बिघडते, ती मुख्यतः थंडीने; पण बिघडली, तरी कडकडीत उन्हात थोडे दिवस गरम केल्याने तिचे पहिले रूप तिला पूर्णपणे परत प्राप्त होते. इतर मद्यांचे असे नसते', असे त्याने म्हटले आहे.

निकोप असलेली मडिरा जर उबदार ठिकाणी साठवून ठेवली, तर अतिशय चांगली राहते, असेही त्याने नमूद केले आहे. इतर कोणतीही वाइन मडिराइतकी टिकून राहत नाही, अशी वस्तुस्थिती आहे; पण ही माहिती लाभायचा प्रसंग त्याच्यावर बहुधा आला नसेल.

टॉमस जेफरसन खाद्य पेयांचा चोखंदळ रसिक म्हणून प्रसिद्ध होता. एका राजकीय प्रतिस्पर्ध्याने आपल्या एका भाषणात जेफरसनने 'स्वदेशी अन्नाचा आणि पक्वान्नांचा त्याग' केल्याबद्दल आणि 'साध्यासुध्या, घरगुती 'रोस्ट-बीफ'शी बेइमान झाल्याबद्दल' त्याचा निषेधही केला होता. फ्रान्समध्ये १६व्या लुइच्या दरबारी ॲम्बॅसेडर म्हणून पाच वर्षे घालवून जेफरसन जेव्हा परतला, तेव्हा या प्रसिद्धीला आणि टीकेला सुरुवात झाली.

जेफरसनला चित्रविचित्र, अनवट, सूक्ष्म, तरल रुचीचे पदार्थ आवडायचे. मद्य ही त्याच्या दृष्टीने एक जीवनावश्यक गोष्ट होती. व्हिस्की त्याला अजिबात पसंत नसे. कुणाही फ्रेंच माणसासारखे त्याचेही मत असे होते, की 'ज्या देशात वाइन्स

स्वस्त असतात, तो देश दारूडा बनत नाही.' सायडर आणि चांगली वेस्ट इंडियन रम ही मद्ये त्याच्या अतिशय आवडीची होती. ब्रिटिशांनी जेव्हा रिचमंड गाव जिंकून घेतले, तेव्हा जेफरसनचे सेलर भरगच्च भरलेले होते आणि बारा वर्षे जुनी असलेल्या अँटिग्युआ रमचा मुबलक साठा त्याच्यात होता. ब्रिटिशांनी सर्व सेलर पिऊन फस्त केले. पण जेफरसनचा एक गुलाम आयझॅक याने मागाहून म्हटल्याप्रमाणे 'प्यायल्यामुळे जेफरसनमध्ये कधी काही बदल घडून आला, असे कुणाच्या ऐकिवात नाही.'

जॉर्ज वॉशिंग्टनची पसंती क्लॅरेटकडे झुकत होती, यात काही शंका नाही. मार्क्विस द शातेल्यू याने जेव्हा त्याला एक क्लॅरेटचा संबंध कास्क दिला, तेव्हा तो अतिशय संकोचून गेला.

"यातून माझी सुटका तुम्ही एकाच मार्गाने करू शकाल. चांगल्या क्लॅरेटचा ग्लास प्राशन केल्यामुळे न चुकता जो उल्हास लाभतो, त्याच्यात वारंवार सहभागी होण्याचे वचन तुम्ही दिले पाहिजे."

पण तंबाखूची अतिरेकी लागवड केल्याने टाईडवॉटरच्या जमिनीचा कस कमी होत गेला, आणि हे सुवर्णयुग संपत आले. अनेकांचे डोळे पश्चिमेकडे लागले. मातब्बर प्लँटर्सना जुन्या पद्धतीच्या पाहुणचाराचा भार सहन करणे अधिकाधिक कठीण होऊ लागले. शिवाय आतापावेतो नद्या रहदारीचे प्रमुख मार्ग उरले नव्हते. जमिनीवरून प्रवास करणे आता अधिक सोपे बनले होते. रस्ते अजून कच्चे, धुळीने माखले होते खरे; पण लांब वळणे घेऊन ते घोडागाड्यांना उथळ भागांकडे आणून सोडीत. येथे गाडी पात्रातून जाऊ शकत असे किंवा तराफ्यांवरून त्यांना पैलथडी नेण्यात येत असे. व्हर्जिनियन्स सामान्यपणे सहा घोड्यांच्या गाड्यांतून प्रवास करीत. वेग ताशी आठ-नऊ मैल असे आणि अनेकदा भोजनासाठी म्हणून साठ-साठ मैल अंतरावर ते जात.

जॉर्ज वॉशिंग्टनचे घर माऊंट व्हरनॉनला होते आणि गृहस्थाच्या खासगी, साध्या, घरगुती जीवनाची त्याला आवड होती. राष्ट्राध्यक्ष झाल्यावर आपले माऊंट व्हरनॉनचे घर म्हणजे खूप मंडळी वसतीला येणाऱ्या एखाद्या पथिकाश्रमासारखे बनले आहे, असे त्याने खिन्नपणे म्हटले आहे. जेफरसनची स्थितीसुद्धा अशीच झाली. एका वेळी पन्नास अनपेक्षित पाहुण्यांना जेवणे वाढून-वाढून तो थकला. पाहुण्यांनी त्याच्या घरी जेवून-जेवून त्याला त्याच्या घरातूनच बाहेर घालविले, असे म्हणावे लागते. त्याने मॉंटिसेलो या आपल्या मूळ गावाहून शंभर मैल अंतरावर स्वतःसाठी एक दुसरे घर बांधले. पाहुणचाराच्या भारापासून सुटका करून घेण्यासाठी तो तेथे वर्षातून तीन-चारदा जाऊन राहत असे.

चॅथॅमच्या फिट्झ डू या जमीनदाराचीही गत अशीच झाली. दक्षिणोत्तर जाणाऱ्या, वर्दळीच्या प्रमुख मार्गाजवळ त्याचे घर होते आणि अनेक संपन्न कुटुंबांत त्याची

नातीगोती होती. घोडागाडीतून प्रवास करणारे कुणी ना कुणी त्याला नेहमी भेटायला येत असत. त्याच्या सदैव उघड्या असलेल्या दरवाजातून येणारा जाणारा प्रवाह कधीच थांबत नव्हता. या पाहुणचाराने तिजोरी रिती होईल, हे अखेरीस जेव्हा त्याच्या ध्यानात आले, तेव्हा त्याने दूर रानात एक घर बांधले आणि तेथे तो निवांतपणे आणि नेमस्त खर्चात राहू लागला. जॉर्ज वॉशिंग्टनला त्याच्या पहिल्या घराची जशी आठवण राहिली, तशी अनेकांना राहिली असणार.

'चॅथॅमच्या तुमच्या घरी तुमच्या महॉगनी टेबलाशी पाय ताणून मी जितक्या वेळा बसलो आहे, तितक्यांदा जगात दुसरीकडे कुठेही बसलेलो नाही; आणि तुमच्या सुग्रास जेवणाचा, सुरेख मद्यांचा आणि सोबतीला असलेल्या पाहुण्यांच्या प्रसन्न संगतीचा जितका आस्वाद घेतला आहे, तितका दुसऱ्या कशाचाही घेतलेला नाही.'

जुन्या मित्राकडून ह्यापेक्षा अधिक भावपूर्ण शब्दांची अपेक्षा कुणाला धरता येणार नाही. एका प्रवाशाने अठराव्या शतकातील व्हर्जिनियन्सविषयी म्हटले होते, ते सत्य होते.

'त्यांचे आनंदी सहजीवन त्यांच्याच वसंत ऋतूसारखे होते, जितके उबदार, तितकेच कांतिमान.'

**ऑक्सफर्ड (१९२१-२४) :**

माझ्या लहानपणी आम्हा मुलांना अधूनमधून कधीकाळी जेव्हा मद्य देत, तेव्हा ती मोठी अप्रूपाची गोष्ट असे. मद्य घेणे हा प्रौढांचा अधिकार असे आणि अगदी खास प्रसंगी आम्हाला त्याच्यात सहभागी करीत. शाळेत मद्य पिणे, हे तंबाखू जसे निषिद्ध मानण्यात येत असे, तसे निषिद्ध नव्हते. हाऊसमास्टर्स वरच्या वर्गातील मुलांसाठी मधूनमधून सौम्य 'ग्रॉग' बनवीत. एका सणाच्या दिवशी, सबंध दिवस सुट्टी असताना माझा एक सोबती गावातल्या एका हॉटेलात लिक्युअर्स पिऊन झिंगून आला होता. ते दृश्य पाहून माझी झालेली चमत्कारिक अवस्था मला अजून आठवते. मी विद्यापीठात गेलो, तेव्हा मद्य प्यायला लागलो. दारू पिऊन झिंगून जाण्यासाठी मजा आणि वेगवेगळ्या मद्यांच्या विशिष्ट चवी चाखण्यातील मजा यांमधील भेद मला समजायला लागला. बरीच वर्षे मला पहिल्या प्रकारची मजा अधिक पसंत असे.

ऑक्सफर्डमधील माझी पिढी (१९२१-१९२४) ही एकोणिसाव्या शतकातील सामाजिक प्रथा बऱ्याच प्रमाणात जशाच्या तशा टिकवून धरणारी शेवटची पिढी होती, अशी माझी कल्पना आहे. पहिल्या महायुद्धात सैनिक म्हणून लढलेली आणि युद्ध संपल्यावर ऑक्सफर्डला शिक्षणासाठी आलेली मंडळी शिक्षण आटोपून परतली होती. शेतांनी वेढलेले बाजाराचे गाव हे ऑक्सफर्डचे स्वरूप अजून टिकून होते.

फारच थोड्या विद्यार्थ्यांच्या मोटारी होत्या. गावात मुली फारशा दिसत नसत. टर्म चालू असताना रात्रीकरता परगावी जाण्याची प्रथा नव्हती. आमच्या नंतरच्या पिढीने लंडनशी जवळचे संबंध जडवून धरले होते, मुली मोटारीतून ऑक्सफर्डला वारंवार येऊ लागल्या. विद्यार्थी मोटारीने परगावी जाऊ लागले. कॉक्टेल्स ढवळण्याच्या काचेच्या सळ्या ग्लासांत किणकिणू लागल्या, ग्रामोफोनमधून जाझ संगीत निनादू लागले. कॉली कारखान्याने गावाला वेढून टाकले. पण मी ऑक्सफर्डला होतो, तेव्हा आमचे जीवन विद्यापीठांच्या तटांत बंदिस्त होते. आमच्या वडिलांची पिढी ऑक्सफर्डला जे जीवन जगली, जवळजवळ तसेच जीवन काही काळ आम्हीही जगलो. हा आनंदाचा, उल्हासाचा काळ होता; पण तो टिकून राहणे अशक्य होते. बियर हे आमचे नेहमी घ्यायचे मद्य होते. हे मी साधारण स्थितीतल्या विद्यार्थ्यांविषयी म्हणत आहे. काही थोडे श्रीमंत विद्यार्थी होते आणि ते खूप शॅम्पेन आणि व्हिस्की पीत. काही गरीब विद्यार्थी होते आणि ते कोको पिऊन दिवस काढीत, अशी आख्यायिका होती. माझ्यासारखा साधारण स्थितीतला विद्यार्थी दर टर्मला शंभर पौंड खर्च करी आणि तीन वर्षांच्या अभ्यासक्रमाच्या अखेरीस तीनशे पौंडांचे कर्ज करून ठेवीत असे. दुपारचा लंच विद्यार्थ्यांच्या खोल्यांतून वाढण्यात येत असे. सोबत बियरचे जग्ज असत. संध्याकाळी विद्यार्थी जेथे एकत्र जेवीत, त्या दालनात बियर नेहमी पिण्यात येत असे. माझ्या कॉलेजमध्ये 'स्कान्सिंग'ची प्रथा असे. म्हणजे कोणी शिष्टाचाराचा भंग केला, उदा. एखाद्या स्त्रीचा नामनिर्देश केला किंवा परभाषेतील एखादे वचन उद्‌धृत केले, तर दंड म्हणून त्या टेबलावर जेवणाऱ्या सर्वांना त्याला बिअर द्यावी लागे. काही दिवस सकाळी ब्रेकफास्टबरोबर मी बिअरचा एक टॅकार्ड पीत असे. असे करणारा मी एकटाच. पण ही बिअर मला पुरविताना काही कुरकूर झाली नाही.

माझ्या कॉलेजचे डीन- प्राचार्य सपाटून पीत आणि भिंतींशी चाचपडत कॉमनरूममधून आपल्या खोलीकडे जाताना ते अनेकदा दिसत. 'बंप-सपर्स' आणि 'स्मोकर्स' हे प्रसंग साजरे केले जात, तेव्हा सबंध कॉलेजच्या कॉलेज मद्योत्सवात रंगून जाई. माझ्या कॉलेजच्या पहिल्या वर्षी नवीन मुलांसाठी म्हणून एक पार्टी देण्यात येत असे. तिला 'फ्रेशर्स-ब्लाइंड' म्हणत. पार्टीत विद्यार्थी पिऊन धुंद होत. आणि बहुतेक जणांना दुसऱ्या दिवशी आजारी पडावे लागे. पण कॅनडा, ऑस्ट्रेलियामधून आलेल्या कित्येक विद्यार्थ्यांनी इतका दंगा केला, की ही प्रथा बंद करावी लागली. कॉलेजच्या 'बटरी' मधून सर्व प्रकारचे मद्य विद्यार्थ्यांना मिळू शकत असे; पण आमच्या साप्ताहिक खाद्य-पेयांच्या यादीकडे 'बर्सर'ची नजर असे आणि एखादा अतिरेकाने मद्यसेवन करीत आहे असे त्याला आढळून आले, तर त्या विद्यार्थ्याची कानउघाडणी होत असे. गावाच्या मद्याच्या दुकानात माझे आणि माझ्या दोस्तांचे खाते होते.

कॉलेजच्या बटरीवर आम्ही फक्त बिअर आणि तेथे मिळणारी एक सौम्य क्लॅरेट यांच्यासाठीच अवलंबून असू. आम्हा विद्यार्थ्यांचे अनेक क्लब होते, आणि एखाद्या विद्यार्थ्याच्या खोलीत जेव्हा अशा क्लबची बैठक भरे, तेव्हा सामान्यपणे ही क्लॅरेट पिण्यात येत असे. माझ्या माहितीतील कुणीही विद्यार्थी खोलीत जिनची बाटली ठेवीत नसे. दारूडेपणामुळे एकाच विद्यार्थ्याला ऑक्सफर्डमधून घालवून देण्यात आले होते आणि हा दारूडेपणा त्याचा स्वतःचा नव्हता. त्याची खोली तळमजल्यावर होती आणि तिच्या खिडकीतून गल्लीत उभ्या असलेल्या आपल्या मित्राला आतिथ्यशीलतेने तो व्हिस्कीचे टंबलर्स भरून देत राहिला. वेळ उत्तररात्रीची होती. दुसऱ्या दिवशी हा मित्र पोलिसांना बेशुद्धावस्थेत आढळला. ही फार कठोर शिक्षा झाली, असेच मला नेहमी वाटत आले आहे. बिचारा तीन हजार मैल अंतरावरून अमेरिकेतून युरोपीय संस्कृती स्वतःत रिचवायला आला होता.

ऑक्सफर्डमध्ये तेव्हा स्वतःच्या जागा असलेले सहा-सात क्लब होते. ग्रिडसारखे कित्येक क्लब अतिशय सभ्य आणि प्रतिष्ठित होते; इतर होगार्थने चित्रित केलेल्या गुत्त्यांसारखे होते. गुत्त्यांतील सर्वांत उल्लेखनीय क्लबचे नाव 'धि हिपोक्रिट्स' असे होते. सेंट आल्डेट्स चौकात एका सायकलच्या दुकानावरील टयूडरकालीन खोल्यांत तो भरत असे. ही इमारत आता पाडण्यात आली आहे. येथे सर्वांत लोकप्रिय असलेले मद्य म्हणजे मातीच्या टॅन्काईसमधून पिण्यात येणारी लाल बर्गंडी. या क्लबचा एक कायमचा नियम असा होता, की सभ्य गृहस्थांनी बागडावे, पण नृत्य करू नये 'Gentlemen may prance but not dance' ह्या क्लबातील स्वतःची जागा असलेला सर्वांत जुना क्लब म्हणजे 'धि न्यू रिफॉर्म क्लब.' हा शिप स्ट्रीटवर कॉर्न मार्केटच्या एका टोकाशी होता. त्याला लॉइड जॉर्जकडून देणगी मिळत असे. त्याच्यातून तळमळीचे लिबरल कार्यकर्ते बाहेर पडतील, अशी लॉईड जॉर्जची आशा होती. बेबंदपणे रंगढंग करण्याचे ते एक सुखी स्थळ बनले. आमच्या सवयी अधिक विलासी, उधळया बनल्या. माझ्या शेवटच्या वर्षी 'न्यू रिफॉर्म'मध्ये आम्ही भर सकाळच्या प्रहरी खूप शांपेन पीत असू आणि खिडक्यांत उभे राहून एका लेक्चरपासून दुसऱ्या लेक्चरकडे घाईघाईने जाणाऱ्या, गाऊन्स परिधान केलेल्या विद्यार्थ्यांची टवाळी करीत असू. ऑक्सफर्ड युनियनमध्ये दुपारच्या चहाच्या वेळी क्रॅम्पेट्सबरोबर व्हिस्की घ्यायचीही लाट आली. माझ्या शेवटच्या वर्षी मी आणि माझे बहुतेक मित्र आठवड्यातून तीन-चारदा तरी दारू पिऊन झिंगत असू, असे म्हणणे अतिशयोक्तीचे ठरणार नाही. आम्ही चांगलेच तर्र असू आणि कित्येकदा कुणाला तरी आमचे कपडे उतरवून आम्हाला बिछान्यावर झोपवावे लागत असे. बहुतेकदा आम्ही रंगात आलेले असू. खूप टिंगलटवाळ्या, मर्कटचेष्टा करून आणि कुणालाही त्या पाहून हसू लोटले असते, असे आम्हाला वाटे. आमची वृत्ती मात्र कधी भांडखोर, विनाशक

बनायची नाही. त्या वयात दारू चढण्यासाठी फारसे प्यावे लागत नसे आणि प्रत्यक्षात दारूचा जेवढा अंमल आमच्यावर चढलेला असे, त्यापेक्षा आमच्या 'यौवनमदा'मुळे आमचे वर्तन अधिक ढंगदार होत असे. आमच्यापैकी फारसे कुणी दारूडे बनले नाहीत.

पीत असलेल्या मद्याच्या विशिष्ट रुचीचा आस्वाद घेण्यात आम्ही फारसे पडलो नाही. एका कादंबरीत, दोन विद्यार्थी एका सेलरमधील वेगवेगळ्या बुधल्यांतील क्लॅरेटच्या भिन्न रुचीशी परिचय करून घेतात, या प्रसंगाचे वर्णन मी केले आहे. त्या वयात या प्रकारचा अनुभव मला कधी घेता आला नाही. किंबहुना वीस वर्षांचा असताना क्लॅरेट आणि बर्गंडी यांच्यात मला स्पष्टपणे भेद करता येत असे, असे काही मला वाटत नाही. पोर्टची गोष्ट वेगळी होती. पोर्टचे सेवन करण्याची परंपरा अजून रेंगाळत होती. पुष्कळ कॉलेजाकडे सुरेख व्हिंटाज पोर्टचा खूप साठा होता. आणि त्याच्यातून विद्यार्थ्यांना काही भाग, अगदी मर्यादित असा मिळत असे. पोर्ट आम्ही आदराने पिऊ लागलो आणि त्याचे रसग्रहण करायलाही आम्ही शिकलो. १९०४चे पोर्ट तेव्हा अगदी उमेदीत होते, निदान उत्कृष्ट अवस्थेत होते. गोड मद्य चवीने पिणे ही काहीशी लाजिरवाणी गोष्ट आहे, असे आम्हाला तेव्हा वाटत नसे आणि अजूनही मला तसे वाटत नाही. yquem ची प्रतिष्ठा तेव्हा अर्थात अनन्यसाधारण होती. आपल्या मुरब्बीपणाची लोकांवर छाप पाडायला म्हणून ती प्यायला मी सुरुवात केली, आणि तिच्यामुळे हळूहळू इतर पांढऱ्या बोर्दो मद्यांकडे मी गेलो. 'टोके' हे मद्य तेव्हा मिळू शकत असे आणि ते लोकांच्या अतिशय आवडीचे होते. ब्रिस्टोल मल्क आणि ब्राऊन बँग नावाची गडद तपकिरी शेरीही लोकांच्या पसंतीच्या होत्या. जे जे आम्हाला उपलब्ध होऊ शकले, त्याची चव चाखायचे आम्ही सोडले नाही; पण जेवताना घ्यायच्या मद्यांचे आकर्षण आम्हाला सर्वांत कमी होते. लंच किंवा डिनर घेताना आम्ही ती संकेताप्रमाणे पीत असू; पण जेवणानंतर जी अधिक कडक, धुंदी आणणारी मद्ये मिळत, त्यांची वाट आम्ही पाहत बसू.

मला असे सांगण्यात आले आहे, की हल्ली लोक खासगी रीतीने दूध पितात; आणि जेव्हा ते पार्ट्या देतात, तेव्हा मुलींना भुलवायला म्हणून त्या ते देतात. तुमचे बाप तुमच्यापेक्षा किती छान होते आणि तुमच्यापेक्षा तरुणपणात त्यांनी किती मस्त मजा केली, याची तरुणांना सतत आठवण करून दिली तर ते वैतागतात, हे मला माहीत आहे. पण आम्ही तसे होतो आणि आम्ही तशी मजा केली.

## आयर्लंड २० वे शतक

मी आयर्लंडला गेलो आणि दक्षिण-पश्चिम किनाऱ्यावरील एका लहान गावी मी आलो. आता माझी खूप दिवसांपासूनची एक रोमँटिक कल्पना आहे. डोंगरदऱ्यांतून,

शेतनाल्यांतून प्रवास करीत करीत मी एका खेड्यात येईन आणि त्याचे सर्व रहिवासी नाचत असतील आणि माझे स्वागत करतील, अशी ती कल्पना. या लहान गावात मी दोन दिवस राहिल्यानंतर माझ्या ध्यानात आले, की ही गोष्ट घडून आली आहे.

आता ते नाचतच होते, असं अगदी नाही. पण गावात अठ्ठेचाळीस पब्ज (pubs) होते. तपकिरी डोळ्यांच्या ज्या मध्यमवयीन स्त्रीने मला आपल्या खोलीत बिअर घ्यायला बोलावले- तिची सायकल भिंतीशी उभी होती आणि सुरेख शेकोटी पेटत होती. तिने मला हे सांगितले. 'अठ्ठेचाळीस आणि दोन आंधळी' अठराशे वस्तीच्या गावात अठ्ठेचाळीस! बाहेर ओलाचिंब भन्नाट पाऊस रस्ते झोडपत होता.

''नाहीतर तुम्ही दिवस संपवणार कसा?'' तिने विचारले.

''छे! छे!'' जेम्स नावाचा एक माणूस 'फॉलीज् स्नग' या पबमध्ये मला म्हणाला. ''पंचावन आणि दोन आंधळी.''

गावाच्या कडेला, पुलाशेजारी, रात्री जरा उशिराच एका बाईने दार उघडून मला पबमध्ये घेतले. आणि आपल्या मुलीशेजारी ती परत जाऊन बसली. जपमाळ ओढणे परत सुरू केले. त्यांचे उरकल्यावर मी बिअरची बाटली मागवली. मुलगी म्हणाली,

''बासष्ट आहेत.''

पण मी परतताना कडी काढायला गेलो, तेव्हा तोपर्यंत गप्प असलेली तिची आई कोपऱ्यातून म्हणाली,

''आणखी दोन आंधळी आहेत. नमस्कार. या आता.''

मी ज्या गावांना गेलो आहे, त्यांच्यांतले हे सर्वांत सुंदर गाव आहे, असे मला वाटते; आणि ते नेमके का, ह्याविषयी माझी खात्री नाही. हे 'पब्ज' त्यांच्या सुरेखपणाचा केवळ एक भाग आहेत. सुखी जीवन जगण्यात दंग झालेल्या रहिवाशांनी घडवून आणलेल्या अनेक परिणामांपैकी तो एक परिणाम आहे.

''काय? चव छान आहे ना?'' मर्फच्या पबमध्ये बसलो असताना एका माणसाने विचारले.

तो कोबी विकत घ्यायला आला होता. गेल्या अठरा महिन्यांत त्याच्या घशातून एक थेंब खाली उतरला नव्हता. त्याचा पगडा आपल्यावर बसतो आहे, असे त्याला आढळून आले, तेव्हा त्याने सोडून दिले. पण त्यापूर्वी ''संध्याकाळभरात पंधरा-सोळा पाइंट्स म्हणजे मला काही नव्हते, अगदी काहीच नव्हते...'' बाहेर पडताना तो मर्फला म्हणाला,

''ही खूणगाठ पक्की असू दे हं. मी परत येईन सुद्धा.''

एखाद्या विचाराने माणसाचा चेहरा असा उजळताना मी कधी पाहिला नव्हता. दार बंद करताना सोनेरी पदके आणि आंतराष्ट्रीय बक्षिसे लटकविलेल्या नक्षीदार आरशात त्याच्या चेहऱ्याचे प्रतिबिंब पडले आणि तो मजेने हसला.

शांत जीवन आणि गप्पागोष्टी आणि कुत्र्यांच्या शर्यती आणि अंत्ययात्रा आणि बिलियर्ड- या गावात आणि परिसरात जी जीवनशक्ती आहे, तिचे हे आविष्कार आहेत.

भर दुपारची कडक उन्हाची वेळ. एका पाणंदीतून जाताना मी माझ्या सोबत्यांशी काही बोललो.

"शू! शू! शू! गप्प बसा." एका वईखालून त्रस्त आवाज आला.

वईच्या सावलीत एक म्हातारा लायब्ररीतून आणलेले एक पुस्तक वाचत होता. डोकीवर उंच हॅट होती. समोर खडकांनी बांध घातलेली वेडीवाकडी शेते आणि करडे सुळके, आकाशात प्रखर सूर्य प्रकाशत होता. येथे या वेळी वईच्या सावलीत बसलेल्या म्हाताऱ्याचा स्वास्थ्यभंग करणे म्हणजे काय? पण मी असे करीत होतो, याची कल्पना मला नव्हती.

"देवाची इच्छा!" बोन्टाय लावलेला एक लहानखुरा माणूस म्हणाला. लहान मुलांच्या गोष्टीतल्या नाकाड्या बुटक्यासारखा तो दिसत होता, असे मला एकदा वाटले; पण तो अधिककरून सशासारखाच दिसत होता.

"नशिबाचे दान नीट पडले असते, तर मी आज फॉरिन लिजनमध्ये असतो."

मर्फच्या पबच्या मागल्या खोलीतून बिलियर्ड टेबलावर त्याने एक दणदणीत स्ट्रोक मारला.

मागे जो माणूस उभा होता, तो शांतपणे हॅटस्टँडवर असलेल्या सर्व हॅट्स एकामागून एक डोक्यावर घालून पाहत होता, आणि दर वेळी हॅट कशी काय वाटते, हे कपाळाला आठ्या घालून पारखत होता. त्याने त्या सर्व परत स्टँडवर ठेवल्या आणि आपला शॉट मारला. बाहेरील हिरवळीचा ओलसर वास आणि बिअरचा वास पसरला होता. वेळ पहाटेची तीन वाजताची.

दुसऱ्या दिवशी कुणाची अंत्ययात्रा होती. सबंध गाव मागून गेला.

"कोण वारलं?" एका अतिशय पोक्त दिसणाऱ्या मुलाला मी विचारले.

"माहीत नाही." तो उत्तरला, "वडिलांनी मला जा म्हणून सांगितलं."

त्या दिवशी नंतर ज्याच्याकडे कुत्रा होता, असा प्रत्येक आयर्लंडमधील मनुष्य त्या गावात आला. भोवतालच्या टेकड्यांवरून सात मैलांच्या परिघाचे एक गोल ड्रॅग बनविण्यात आले होते. त्याच्या आत कुत्र्यांना सोडून देण्यात आले आणि माणसे बाहेर राहिली. कोण जिंकतो, त्याची वाट पाहत ती खिंडीत गर्दी करून उभी राहिली. विजयी कुत्रा भुंकत-भुंकत पुढे आला, आणि सर्व माणसे गावाकडे परतली.

तो दिवस रविवार होता. पब्ज सात वाजता बंद व्हायची होती; पण आणखी दोन तास उघडी ठेवण्याची खास परवानगी मिळाली होती. नऊ वाजता आयर्लंडमधील कुत्र्यांच्या शर्यतीत भाग घेणारी ती सर्व माणसे बासष्ट पब्जमधून जमावाने बाहेर पडली आणि रस्त्यांवर येऊन उभी राहिली. त्यांच्या एकमेकांशी चाललेल्या बोलण्याचा

मंद, प्रसन्न मर्मरध्वनी ऐकू येत होता. पोलिसांनी फेरी मारली आणि सर्व पब्ज बंद झाल्याची खात्री करून घेतली. नऊ वाजून दहा मिनिटांनी आयर्लंडमधील कुत्र्यांच्या शर्यतीत भाग घेणारे ते सर्व लोक जमावाने परत आत शिरले. चित्रपटाचा आपण पाहिलेला एखादा भाग परत उलट क्रमाने दाखविण्यात यावा, तसे काहीसे हे होते.

ते अगदी नाचत होते, असे नाही; असं मी म्हटलं का? पण ते नाचतही होते. एका लहान पाणंदीत, सिमेंट कॉंक्रीटच्या एका छोट्या चौकात, हॉथॉर्नखाली ते नाचत होते. चांदणे होते आणि नाचणारे सारे तरुण होते. एका विशेष आतिथ्यशील मुलाने जेव्हा मला नाचात भाग घ्यायला बोलावले, तेव्हा मी खुळ्यासारखे अंधारात माझ्या 'फिशिंग बूट्स'कडे बोट दाखविले. संगीताचे तीक्ष्ण ध्वनी वाऱ्यावर पसरत होते आणि पलीकडील उंच टेकड्या काळोखात हेलकावल्यासारख्या दिसत होत्या.

आम्ही जेव्हा ते गाव सोडले, तेव्हा एका चौररस्त्यावरील पबमध्ये आम्ही थांबलो. एका बाकावर भिंतीशी तीन माणसे बसली होती, आणि मधल्याने आम्हाला नम्रपणे गाणे म्हणण्याचा आग्रह केला.

''आम्हाला गाता आलं असतं तर! आम्हाला गायची सवय असती, तर! आम्हाला गाता येतं, असं एकतरी गाणं असतं, तर! आमचा आवाज तसा असता, तर! आम्हाला एखाद्या गाण्याचे शब्द येत असते, तर!''

पण त्यांचा आग्रहच पडला. आम्हाला गाणे म्हणावेच लागले. मग त्यांच्यातल्या पहिल्याने गाणे म्हटले आणि मग दुसऱ्याने म्हटले आणि मग तिसऱ्याने म्हटले. तिसरा तोतरा होता. पण त्याने गाणे म्हटले.

आम्ही पबमधून बाहेर पडलो, तेव्हा सायकल हातात धरून येणारा एक माणूस आम्हाला म्हणाला,

''छान, मवाळ दिवस आहे, नाही?''

सुरेख, झिंगणारा माणूस चालण्याची लय काळजीपूर्वक सांभाळीत जसा डौलाने, सावकाश चालतो, तसा तो चालला होता, तो त्या बासष्टांकडे परत निघाला होता. आम्ही पुढे निघालो.

सौंदर्य अनेकदा पाहणाऱ्यांच्या दृष्टीत असते, असे म्हणतात. चांगुलपणाच्या बाबतीतही हे खरे असणे शक्य आहे. तेव्हा मी तुम्हाला एवढेच सांगीन, की हे चार अक्षरी नावाचे एक गाव आहे, त्यातली घरे सुरेख, रंगीबेरंगी आहेत आणि त्याच्यात एकच लांब रस्ता आहे. तुम्हाला ते कुठे आढळते का, पाहा. पण कदाचित माझे बरोबर असेल आणि मला दिसलेला भलेपणा त्या गावातच असेल. मग तो तुम्हालाही आढळून येईल. जीवनाच्या शाहिरीचा हा एक प्रकार, हे एक जुने, चालू असलेले गाणे तुम्हाला ऐकू येईल.

■

# पानगोष्ठी

**मंगेश विठ्ठल राजाध्यक्ष**

**चा**ळीस वर्षांपूर्वीची कथा. एका नामांकित दिवाळी वार्षिकाने विविध व्यसनांवरच्या लेखांची मालिका योजली. तिच्यात धूम्रपान, तांबूलपान, इत्यादी तुलनेने गौण व्यसनांबरोबर मद्यपानही आले. हे विषय काही तज्ज्ञ- निदान अनुभवी- साहित्यिकांवर सोपवले गेले. शेवटी योजना कोसळली; कारण मद्यपानावर लिहिण्याचे अंगावर घेतलेल्या साहित्यिकाने हातपाय गाळले. वस्तुतः त्या साहित्यिकाचा मद्यपानाचा व्यासंग दीर्घ व नैष्ठिक म्हणावा, इतका नियमित होता. तेव्हा, खरे तर इथे दारूबंदी होती. ते आव्हान त्याने लीलेने स्वीकारले होते. प्यायला बंदी असली, तरी त्याची उघड तरफदारी न करता, अलिप्त वृत्तीने, इतिहासाच्या दृष्टीने लिहावे, हा युक्तिवाद त्यांना प्रथम पटला; पण नंतर त्यांच्या लेखणीचे अवसान गळले खरे. लेखमालेत जान राहिली नाही; आणि मद्याशिवाय व्यसनावली म्हणजे प्रसिद्ध इंग्रजी वाक्प्रचाराप्रमाणे, 'हॅम्लेट विदाउट द प्रिन्स ऑव्ह डेन्मार्क', असे विपरीत घडले असते. अखेर अंक निघाला, तो त्या लेखमालेविना ओकाबोका दिसला; कारण प्रत्येक अंक एखाद्या लेखमालेने सजविला जाई.

वीस वर्षांपूर्वीची कथा. 'नवभारत' या विद्वत्तापूर्ण लेखनाबद्दल सार्थ प्रतिष्ठा कमावलेल्या मासिकाने 'मद्य, मद्यनिवृत्ती आणि संस्कृती' हे दीर्घ, भारदस्त, तटस्थ व काहीसे सावध शीर्षक देऊन त्या निषिद्ध विषयावर सुमारे शंभर पृष्ठांचा अंक

काढण्याचे धाडस केले. त्या अंकाला आरंभ झाला आहे, तोच तर्कतीर्थ लक्ष्मणशास्त्री जोशी या पट्टीच्या ज्ञानपिपासू पंडिताने लिहिलेल्या 'प्राचीन भारतीय संस्कृतीतील मद्यविषयक आचारसंहिता' या वजनदार नावाच्या लेखाने. नावाला शोभेल असा तो लेख विद्वत्तेने भरलेला आहे. 'प्राचीन भारतीय संस्कृती म्हटल्यावर ती आदर्श कशी होती, हे भरल्या लेखणीने सांगण्याकडेच आपल्या विद्वानांचा कल असतो. नव्हे, त्यांना ते आपले कर्तव्य वाटते; अविद्वानांना त्याहून अधिक; पण लक्ष्मणशास्त्रींच्या विद्वत्तेची जातच निराळी. शास्त्री म्हटल्यानंतर संशय यावा, अशी पूर्वजपूजेची त्यांची वृत्ती नव्हती. त्यांनी निर्भीड, निर्लेप अभ्यासकाच्या भूमिकेतून फार प्राचीन काळापासून या भारतवर्षात मद्यपान प्रतिष्ठितपणे कसे वावरत होते, हे ग्रंथांतरीचे दाखले देऊन सांगितले आहे. फार प्राचीन- म्हणजे किती? ज्या वेदांचा व वैदिक संस्कृतीचा व परंपरेचा आपण वेळीवेळी तारस्वरात घोष करत आलो, त्यांत मद्यपानाचे सन्मानपूर्वक संदर्भ ठायीठायी आढळतात. राजारामशास्त्री भागवतांनी वेदकाळातली मद्ये व त्यांच्या कृती दिल्या आहेत. झिंगलेला इंद्र तिथे आहे. सोम व सुरा या 'चढणाऱ्या' पेयांत उच्च कोणते आणि (तुलनेने) नीच कोणते, याची त्या लेखात चिकित्सा आहे. तसे काही नसल्याचा बहाणा शतकानुशतक शिष्टमान्य होऊन बसला. अर्थात पूजा वेदांची. त्यांत काय आहे, इकडे डोळेझाक सोयीची. काल-परवापर्यंत आपल्याकडे शेकड्यांनी वैदिक पंडित होते, आजही डझनांनी असतील. त्यांना सगळे फाडफाड पाठ. अर्थात त्यांनी वैदिक पाठांतराच्या अधिकाधिक बिकट पद्धतींचा अवलंब करून वेदांची संहिता जिवंत व शुद्ध ठेवली, हे कार्य मोठे खरेच. पण ती स्वच्छ घोकंपट्टी. त्यांतल्या फारच थोड्यांना एखाद्या ऋचेचा अर्थ सांगता येतो, असा महामहोपाध्याय काण्यांनी धर्मशास्त्राच्या आपल्या इतिहासात निर्वाळा देऊन ठेवला आहे; आणि वेदांच्या अर्थाचे संशोधन, विश्लेषण, इत्यादी खटपट प्रामाणिकपणे केली, ती मॅक्स म्यूलरसारख्या पाश्चात्त्य पंडितांनी. कैक शतकांच्या आपल्या अंधळ्या, विकृत परंपरेत वेदाभ्यास ही सर्वोच्च वर्णाची मिरास राहिली. पण तो अर्थशून्य अभ्यास. 'वेदांचा तो अर्थ आम्हांसीच ठावा' हे तुकारामाचे घमेंडखोर वाटणारे वचन शब्दार्थाने न घेता 'परमार्थाने' घ्यायचे, हे सांगणे नकोच; पण त्यात मोठे तथ्य आहे, 'परिहास' नाही!

पण मद्याची प्रतिष्ठा वेदकाळापुरतीच नव्हती. रामायण व महाभारत या महाकाव्यांतील त्याच्या प्रशंसापर उल्लेखांचे तर्कतीर्थांनी संदर्भ दिले आहेत. त्यांपैकी काही असे : रावणाला झिडकारताना सीतेने उपमा दिल्या आहेत, त्या मद्याच्या विषयातल्या. राम म्हणजे श्रेष्ठ जातीचे मद्य, तर रावण म्हणजे आंबलेली ताडी. श्रीकृष्ण, म्हणे मद्यप्रेमी होता, तर बलराम दारूड्या. शेवटी त्यांच्या यादवकुळाचा

संहार झाला, तो मद्याच्या धुंदीत परस्परांशी लढण्यामुळे. (म्हणून 'यादवी'.) मद्यपानासाठी प्रसिद्ध असलेले शुक्राचार्य हे दैत्यांचे गुरू. (या बाबतीत शिष्यच!) आयुर्वेदाच्या आधारभूत ग्रंथांत मद्यप्रशस्ती आहे. धर्माचे संघटन झाल्यावर त्यांत मद्यनिषेध आला, तरी कित्येक पंथांत काही विधींसाठी मद्य आवश्यक होते- नव्हे, ते पवित्र पेय मानले जाई. मग धर्म, पंथ, इत्यादी उच्च जंजाळातून मुक्त असलेल्या आदिवासींचे सोडा!

आपले ऐतिहासिक काळातले समाजजीवन- प्राचीन नव्हे, मध्ययुगीन व त्यानंतरचेही- धूसर आहे. इतिहासकाराच्या पूर्वग्रहांना कल्पनाशक्तीने धार चढवून वाव देणारे आहे. कादंबरीकारासारखे. त्या काळच्या कमीअधिक श्रेष्ठांची चरित्रे धुऊनपुसून मांडली जातात. आता तर ही प्रथा उलट वाढीला लागली असावी, असे दिसते. संभाजी राजे बेहोश असताना मोगलांच्या हाती सापडले, असे मानले जाई. पण एका विदुषीच्या ग्रंथात राजांना मद्यपान ठाऊकही नव्हते, असे सिद्ध करण्याचा अट्टहास आहे. मग इतरांचे काय विचारावे? उद्या कोणी इमानी संशोधकाने काही सर्वमान्य श्रेष्ठांना मद्यपान वर्ज्य नव्हते, असे सप्रमाण दाखवण्याचा प्रयत्न केला, तर त्याची धडगत नाही. नाना फडणीस बुद्धिवंत असला, तरी पुण्यवंत खचित नव्हे. पण विजय तेंडुलकरांनी त्याचा स्त्रीलंपटपणा रंगभूमीवर उभा केला- अगदी नाचवला- तेव्हा काय गहजब झाला, तो स्मरणात ताजा आहे. पेशवाई त्या वृत्तीच्या ब्राह्मणांचे पूजास्थान बनली- कोणाला तर दुसरा बाजीरावदेखील! इतर शाह्यांचेही कडवे अभिमानी आहेतच. त्या अभिमानाच्या चौफेर उद्रेकात खऱ्या इतिहासाला श्वासही घेणे मुश्किल. साहेबाने ज्या अनेक पापी गोष्टी आणल्या, किंवा ज्यांना उत्तेजन देऊन प्रसार केला, त्यांत मद्यपान ही एक अशी सार्वत्रिक समजूत. कोण जाणे, साहेबाने आपल्याकडून त्या विषयात धडे घेतले असतील!

पेशवाईत ब्राह्मणांना मद्यपानाला बंदी होती; मोडल्यास प्रायश्चित्त सांगितले होते. अर्थात ते घेतल्यास मद्यपी ब्राह्मण शुचिर्भूत! नाशिकचे ब्राह्मण पितात, असे आढळले; आणि त्यांत धर्माधिकारीही! बंदी म्हटल्यानंतर हे ओघानेच आले. पाटील-कुळकर्ण्यांनाही बंदी होतं; - पण ते गावचे राजे; त्यांना कोण हटकणार? आणि जिथे कांदा-लसूण खाणारा तो शूद्र, अशी धार्मिक सुलतानशाही होती, तिथे असली बंधने पोथ्यांतच राहावीत व पदोपदी ती चोरून मोडली जावीत, हे नैसर्गिक आहे.

मोगलाईतला औरंगजेब हा तर कर्मठपणाबद्दल प्रख्यात. त्याचा आजा जहांगीर

याच्या अमदानीत दारूला भलतीच भरती आली. मनुच्ची या इटालियन प्रवाशाने ती पाण्यासारखी प्यायली जायची, असे लिहून ठेवले आहे. शहाजहान स्वतः पिणाऱ्यांपैकी नव्हे, पण तो इतरांच्या आड आला नाही. गादीनशीन झाल्यावर औरंगजेबाने जाहीर केले, की अलम हिंदुस्थानात फक्त दोघेच दारूला स्पर्श न करणारे आहेत- एक अर्थात तो स्वतः, व दुसरा त्याचा मुख्य काझी. पण त्या काझीला मनुच्ची दररोज दारूची बाटली पोचवत असे व काझी ती फस्त करत असे- अर्थात चोरून! बादशहाने दिल्लीतल्या समस्त ख्रिश्चनांना- डॉक्टरांचा अपवाद करून- शहराबाहेर राहण्याचा हुकूम केला. त्याचा पणजोबा अकबर याने त्यांना आमंत्रण देऊन मद्य बनवण्यास उत्तेजन दिले होते. मात्र दारू तयार करण्याला त्यांना परवानगी दिली, ती स्वतःपुरती, विक्रीसाठी नव्हे. साहजिकच तिला चोरपाय फुटून ती गरजूंसाठी शहरात चोरून शिरू-वावरू लागली. औरंगजेब बादशहाने शहर कोतवालाला सख्त हुकूम केला : जो माणूस- हिंदू असो की मुसलमान- दारू विकताना आढळेल, त्याचा एक हात व एक पाय तोडावा. हुकमाची थोडीफार तामिली झाली; पण हा खुद्द कोतवाल शराबी होता! त्याने संशयितांच्या घरांच्या झडत्या घेतल्या, त्या तारतम्यबुद्धी दाखवून. कारण अमीर-उमरावांपैकी बऱ्याच जणांचा तो गृहोद्योग होता!

औरंगजेब संगीताचाही दुश्मन होता, हे प्रसिद्ध आहे. त्यामुळे गझलेसारख्या गायनप्रधान कवितेवर, आणि एकंदरीत कवितेवर, अवकळा पसरली. त्याच्या मृत्यूनंतर मोगलाई खिळखिळी झाली; पण संगीताला आणि कवितेला पुन्हा मजबुती आली. शेवटचा बादशहा, बहादूरशहा जफर, स्वतः कवी होता, आणि त्याच्या दरबारातल्या अनेक कविरत्नांपैकी गालिब हा तर गझलांचा बादशहा मानला जातो. (त्याची 'हाय कंबस्त, तूने पीही नहीं' ही मद्यविरोधकाबद्दल करुणा व्यक्त करणारी ओळ सुमारे दीड शतक स्तोत्रासारखी मदिराभक्तांच्या तोंडी आहे.)

इंग्रजी अंमल स्थिरस्थावर होताच नव्या शिक्षणाला सुरुवात झाली. ते सगळ्यांना खुले होते. त्या शिक्षणाने नवे ज्ञान दिलेच, आणि त्यात नैतिक सूरही सांभाळला. लौकरच व्हिक्टोरिया राणीची कारकीर्द आली, ती शतक संपेपर्यंत जारी होती. त्या कारकिर्दीत इंग्लडमध्येही नैतिकतेवर- एकंदरीत गांभीर्यावर व शिस्तीवर, भर होता. अठराव्या शतकात पसरलेल्या बेशिस्तीवर नियंत्रण घालायचे होते. त्या बेशिस्तीतले एक कलम म्हणजे अतिरेकी मद्यपान. पौरुष बाटल्यांनी मापायचा प्रघात होता. उदाहरणार्थ, चार्ल जेम्स फॉक्स हा व्हिग पुढारी व पंतप्रधान 'फोर-बॉटल मॅन' हे बिरूद मिरवी- म्हणजे एका बैठकीत (किंवा दिवसभरात असेल) तो दारूच्या चार बाटल्या रिचवी. व्हिक्टोरिअन काळात मद्यपानबंदीसारखा अतिरेकी प्रकार आला नाही; पण मद्यपानसंयमाची चळवळ सुरू झाली. प्रोहिबिशन नव्हे, तर टेंपरन्स.

'टेंपरन्स सोसायट्या' निघाल्या तशा हेतूच्या कादंबऱ्याही निघाल्या. 'जिन पॅलेस' हे मोठे नाव धारण करणाऱ्या स्वस्त गुत्त्यांत खालच्या स्तरांतील स्त्री-पुरुष झिंग येण्यासाठी पीत बसत. त्याविरुद्ध विशेष रोख. वरच्या स्तरांतील मंडळी घरच्या घरी महागडे मद्यप्रकार मुक्तपणे पीत. तिकडे तुलनेने डोळेझाक असे! शेसव्वाशे वर्षांपूर्वी आपल्याकडे सोवळ्या देशाभिमान्यांकडून नवशिक्षिताची जी निंदाटवाळी होई, ती त्याच्या 'बूट-पाटलोणी' इतकीच त्याच्या मद्यप्राशनाची असे. सामान्य लोकांना ती रुचे. पण तिच्यात देशाभिमानी अतिशयोक्ती अधिक. वस्तुतः ते नवशिक्षित, विशेषतः विद्यापीठात तत्कालीन इंग्रज विचारवंतांच्या छायेतले शिक्षण घेतले नवशिक्षित, सामाजिक जबाबदारी इतरांकडून अधिक मानत, आणि त्यांच्यापैकी कित्येकांत केवळ परंपरेपलीकडे जाणारी धर्मभावनाही रुजली होती. अपवाद अर्थात असणारच. साहेबाचे पिण्यापुरते अनुकरण करणारे असणार. त्या अनुकरणात कदाचित उघडपणे घरात वा बैठकीत पिण्याचा प्रामाणिकपणा बिनसोंगाडेपणा असावा. आणखी असे, की अशा लोकांपैकी बहुतेक जण राजकारणात नेमस्त असत, तसे मद्यकारणातही असावेत!

औरंगजेबाच्या दारूबंदी प्रयोगाविषयी झाले; आता आणखी दोन-तीन प्रयोगांविषयी- १९३७मध्ये निवडणूक जिंकल्यावर मुंबईत काँग्रेसने राज्यकारभार स्वीकारला; आणि आपल्या बहुघोषित ब्रीदाला जागून दारूबंदी जारी केली. ती लागू होण्यापूर्वीच्या दोन संध्याकाळी व रात्री मुंबईत, विशेषतः फोर्ट विभागात, हैदोसधुल्ला चालू होता. दारूचा परवाना असणारी हॉटेले भरून वाहत होती; आणि ती सुशिक्षित दिसणाऱ्या माणसांनी. अर्थात सुशिक्षित-अशिक्षित, इतकेच काय, गरीब-श्रीमंत, यांसारख्या नेहमीच्या द्वंद्वापार गेलेला तो सोहळा होता. दोनच वर्षांनी महायुद्ध सुरू झाल्यानंतर काँग्रेस मंत्रिमंडळाने राजीनामा दिला, आणि दारूबंदी उठली. ती उठली, याचा कोणी उत्सव साजरा केला नाही. पुढे १९४७ मध्ये स्वातंत्र्य मिळाले. त्यापूर्वीच वर्षभर काँग्रेसकडे सत्ता आली; पण तिथे पुनश्च दारूबंदी आणायला तीन वर्षे घेतली. ती येण्यापूर्वीच्या एक-दोन संध्याकाळी व रात्री पुनश्च जुना खेळ नव्या जोमाने झाला. ही बंदी बावीस वर्षांनी उठली; पण एकदम नाही, सावध टप्प्यांनी. गेली तीस वर्षे महाराष्ट्रात औपचारिक दारूबंदी जारी आहे. त्यातला काही काळ 'परमिट' वगैरे शोभेचे उपचार लाजेकाजेस्तव पाळले जात. अजूनही मला वाटते, काही दिवस सोवळे म्हणून त्यांना बंदीचे गंध लावलेले आहेत. तरी मदिराभक्त व दुकानदार आपली सोय पाहतात. गुजरात राज्य हे आता 'मद्यबंदी' असलेले एकुलते 'कोरडे' राज्य; पण तिथल्या अहमदाबाद या राजधानीचा असा 'ओला' लौकिक, की तिथे हवे ते देशी-परदेशी मद्य विनासायास मिळू शकते. देशी मद्याच्या व्यवहारात

आपल्याप्रमाणे तिथेही 'हातभट्टी' या घरगुती उद्योगाचे स्थान बलिष्ठ. महात्मा गांधींचे जन्मस्थान (व आरंभीचे वास्तव्यस्थान) म्हणून पावित्र्य लाभले पोरबंदर याचा आता गुजरातचे शिकागो असा बदलौकिक झाला आहे. कारण तिथल्या हातभट्टीच्या धंद्याची बेसुमार चलती आणि तिच्यातून निर्माण झालेली विविध गुन्हेगारी; असा नियतीचा उपरोध! अहमदाबादला मधूनमधून उपटणाऱ्या जातीय दंग्यांना त्या उद्योगाचा उग्र वास मारतो, म्हणतात. दारूनिर्मितीच्या भोवती गुन्हेगारी- सर्व प्रकारची गुन्हेगारी कशी संघटित होऊ शकते, याचे मुंबईने मोठे उदाहरण घालून दिले आहे.

अमेरिकेचा दारूबंदीचा प्रयोग तेरा वर्षांनंतर १९३३ साली संपला. त्या वर्षांत तिथे संघटित आणि सर्वांगीण गुन्हेगारी माजली. न्यायसंस्थाही तिच्या तडाख्यातून सुटली नाही. तिचे केंद्र होते शिकागो, आणि सेनापती होता ॲल केपन. तिची सावली त्या देशाच्या राजकारणावर आणि समाजकारणावर फार काळ पडत राहिली. या भयंकर धड्यापासून आपले राज्यकर्ते शिकले नाहीत.

बंदीचा अल्पकाळ जरी प्रयोग केला, तर त्यातून काय निष्पन्न होते, याचा अनुभव आंध्र प्रदेशाला नुकताच आला.

जगाला महायुद्धाच्या खाईत लोटून कोट्यवधीच्या संहाराला जबाबदार असणारा, व स्वतः लक्षावधी ज्यूंचा भयानक पद्धतीने संहार घडवून आणणारा ॲडॉल्फ हिटलर हा (प्यायच्या) दारूला स्पर्श करत नसे. दारू प्यायल्यामुळे माणसाचा पशू बनतो वगैरे लोकप्रिय नीतितत्त्वांचा 'त्या' पशुश्रेष्ठाच्या कर्तृत्वामुळे फेरविचार केला पाहिजे. इथे मात्र अनेक जण त्याला देवासारखा मानत, व मानतात. हिटलरचा पाडाव करण्यात फार मोठा भाग असलेला इंग्रज मुत्सद्दी विन्स्टन चर्चिल हा आपल्या मद्यपानव्रताचा अभिमान बाळगत असे.

युद्धावरून आठवले. मद्यबंदीच्या काळात संरक्षण खात्यातले अधिकारी वगैरे यांना नेहमीहून अधिक मान व आपुलकी लाभत असे, कारण ती बंदी त्यांना लागू नसे; आणि त्यांना दारू सवलतीच्या किमतीत मिळायची. मुंबईतल्या एका अधिकाऱ्याभोवती पुष्कळ स्नेही जमले होते. (त्यांतले काही प्रमुख साहित्यिक.) स्नेहाला मुख्य आधार म्हणजे तो स्वतः 'कोरडा' होता; आणि तो अपवाद नसणार. त्या काळी अनेक अगतिक आपला दारूचा सोस कसलीकसली 'टिंक्चर्स'व द्राक्षासवासारखी 'आसवे' यांच्यावर भागवत. ती पेये औषधांच्या दुकानांत सहज मिळत. तेव्हा आयुर्वेदाचा भाव चांगलाच वाढला होता!

आरंभी तर्कतीर्थांना पुसत प्राचीन काळी या देशात मद्याची काय चहा होती, ते पाहिले. पण मद्य हा नाव घेताच तोंड वाकडे करण्याचा विषय कधीपासून झाला, यावर सर्वांगीण सामाजिक इतिहासाच्या अभ्यासकांनी लिहिले पाहिजे. कोणी त्या निषेधाचा संबंध बौद्ध व जैन धर्मांतील विरक्तीच्या अंगाशी लावतात. पण विरक्तीसाठी त्या धर्मांकडे जायला नको; आपला कर्मठ ब्राह्मणधर्म पुरेसा आहे. सणासमारंभात रूढी म्हणून थोडी दारू घेणे इतर खालच्या समजल्या जाणाऱ्या) जातींत शिष्टमान्य असे (स्त्रियांनीदेखील), ते आता कमी झाले असावे. कारण उच्च (म्हणजे ब्राह्मणी) उपचाराच्या अनुकरणाची धडपड. शे-सव्वाशे वर्षांपूर्वी तर अतिरेकी आचारनिष्ठेची (प्यूरिटॅनिझम) जबर लाट आली. तिचा जोर ओसरायला फार वर्षे लागली. या निष्ठेची देशभक्तीशी आणि पाश्चात्त्य संस्कृतीच्या विरोधाशी घट्ट सांगड पडली. दारूच काय, चहा-कॉफीसारखी नंतर सर्वव्यापी झालेली, डॉक्टरांचा दाखला मिळालेली पेयेही निंद्य झाली.

राष्ट्रीय कीर्तने, 'मेळ्यां'तले संवाद व गाणी अशा माध्यमांतून ती निंदा काही काळ चौफेर पसरवण्याचे नैष्ठिक प्रयत्न झाले. पण ही अतिसात्त्विक लाट पन्नास-साठ वर्षांपूर्वी साफ ओसरली. चहा-कॉफी हा तर प्राथमिक पाहुणचाराचा भाग झाला. मद्याला ते स्थान लाभले नाही. समाजाच्या कडक नैतिक दबावामुळे त्याला ते धाडसी स्थान उघडपणे दिले जात नाही. विशेषतः बहुतांश मध्यम वर्गात. उच्च (म्हणजे श्रीमंती) मध्यम वर्गात, आणि श्रीमंतांत, तो नैतिक दबाव शिथिल होत चालला आहे. उलट, खालच्या (म्हणजे मुख्यतः कष्टकरी) वर्गात दारू ही एक आवश्यक बाब होऊन बसली आहे. कमी-अधिक प्रमाणात ती नेहमीच तशी असावी.

आमच्या लहानपणी दारू हा शब्दच इतका घाणरेडा समजला जायचा, की जणू तो उच्चारताच चूळ भरून टाकावी. माझ्या शाळेच्या रस्त्यावर एक दारूगुत्ता होता. आम्ही शक्यतो तिकडे न बघता झपाझप तो ओलांडून जायचो. ग. दि. माडगूळकर व पु. ल. देशपांडे या दोघांकडूनही "भाऊ, दारू म्हणजे, रे, काय?" अशी दोन भाबड्या व अर्धशेंबड्या भावांच्या संवादाची फर्मास नक्कल ऐकली आहे. त्याच्या शेवटी येणारी वात्रट कलाटणी म्हणजे धाकटा मोठ्याला म्हणतो,

"हां हां, म्हणजे दादा रात्री आपल्या खोलीत हळूच व्हिस्की घेतात, ती होय?"

हे 'हळूच'- म्हणजे चोरून- पिणे मध्यम वर्गाचा भित्र्या, सोंगाड्या आचरणशैलीत चपखल बसते. गडकऱ्यांचे सिंधू-सुधाकरांचा सुखी संसार उद्ध्वस्त झाल्याचे दाखवणारे अतिकरुण नाटक 'एकच प्याला' जनमनावर फार मोठा प्रभाव पाडून

गेले. तेव्हापासून 'एकच प्याला' हे अतिरेकी मद्यपानाचे चिन्ह बनले. गडकऱ्यांचे शिष्यवर आचार्य अत्रे यांनी गुरुवर्यांच्या नाटकाचे त्याच नावाने 'विडंबन' (?) लिहिले. तेही पाचअंकी, पण केवळ चाळीसपानी आहे. त्यात व त्या नाटकाच्या 'नावतल्या 'च' वर जोर देऊन गडकऱ्यांना अभिप्रेत होते, ते एका प्याल्याचे उल्लंघन : म्हणजे पिण्यात संयम शिकवायचा होता, असे आग्रहाने सांगितले आहे. अत्र्यांची काही वाक्ये अशी : नीतिबाजांच्या 'अतिरेकाची प्रतिक्रिया दुसऱ्या अतिरेकाने होते.', 'दारूसंबंधीचे सर्व पूर्वग्रह आपण मनातून काढून टाकले पाहिजेत', 'दारूबंदीच्या कायद्यामुळे.... हातभट्टीच्या दारूचे विष लोकप्रिय होऊ लागले आहे.', 'अतिरेकी दारूबाजीच्या सांगोवांगी गोष्टी ऐकून गडकऱ्यांनी ते भडक नाटक लिहिले.... त्यांना नियमितपणे एकच प्याला घ्यावयास मिळाला असता, तर चौतिसाव्या वर्षी क्षयरोगाने त्यांना मरण आले नसते'.... एकच प्याला हा अनर्थकारक नसून मनुष्याचे कल्याण करणारा आहे, हे जगाला सांगण्यासाठी ह्या सुधाकराचा अवतार झाला आहे,' असे अत्र्यांचा सुधाकर त्यांच्या सुखान्त नाटकाच्या शेवटी सांगतो. या सगळ्यांतील आत्रेय विनोद व अतिशयोक्ती सोडली, तरी त्यात थोडेही तथ्य नाही, असे नाही. दारू हा विषयच तसा चमत्कारिक व बुचकळ्यात टाकणारा आहे : निदान आपल्या देशात तरी!

- आणि दारूविना रंगभूमी तरी कशी कोरडी राहील? तिथल्या तिघा (चालू शब्द वापरायचा म्हणजे) दिग्गजांनी तो विषय हाताळला : श्री. कृ. कोल्हटकर, कृ. प्र. खाडिलकर व राम गणेश गडकरी. कोल्हटकरांच्या 'मूकनायक'ची 'मद्यपानाचे भयंकर परिणाम दाखवणारे नाटक' अशी दात्यांच्या'ग्रंथसूची'त नोंद आहे. तेवढे काही त्या नाटकाने केलेले नाही. पण मला वाटते, मद्यपान म्हणजे 'भयंकर परिणाम हे ओघानेच आले असले पाहिजे. खाडिलकरांचे 'संगीत विद्याहरण' पौराणिक. शुक्राचार्यांच्या मद्यपानापेक्षा खाडिलकरांचे नाटक आणि बालगंधर्वाचे संगीत यांच्या जोडपुण्याईमुळे ते रंगत असे. त्यात पुन्हा खाडिलकरांचे पौराणिक नाटक; म्हणजे त्यात लपलेला रूपकवजा अर्थ अधिक महत्त्वाचा. या रहस्याने रंगत अधिक गडद केली. प्रत्यक्षात 'पुराणातली दारू पुराणात' असे झाले! वास्तवाशी तिचा संबंध वासापुरता! कोल्हटकरांच्या 'मूकनायक'मधील विनोद व अन्य कसरती अधिक लक्ष वेधून घेतात. गडकरी त्यांचे शिष्योत्तम. त्यांचे 'एकच प्याला' हास्य व अश्रू यांत असेच वाहून जाते. ही तिन्ही नाटके पाचएक वर्षांतली. जणू स्पर्धाच लागल्यासारखी. तसे असेल, तर गडकरी ती सपशेल जिंकले. त्यांच्या नाटकात निदान मद्यपानाला प्राधान्य आहे. दारूने विषयाला साफ खाऊन टाकले नाही; आणि भाषेचे वैभव आहे.

काव्याच्या प्रांतात मद्य तसे उपमा, उत्प्रेक्षा, प्रतिमा व तत्सम मार्गांनी येत

राहिलेच. त्याला सोवळी नाके मुरडली असणारच. तरी त्याच्यावर बंदी घालणे अशक्यच- अगदी मोरारजींनाही. त्या व्यवहारातल्या एखाद्या कृष्णराव मराठ्यांनी आशा वाङ्मयीन पापांची यादी तयार केली असेलही. पापांची म्हणजे पाप्यांची. (यांतले एक ठळक नाव मा. त्र्यं. पटवर्धन (म्हणजेच माधव जूलियन). त्यांनी १९३० च्या आगेमागे उमर खय्याम या फारसी कवीच्या रुबायांचे अनुवाद केले : एक नव्हे, दोन. एक सरळ खय्याम वरून, आणि दुसरा फिज्जेरल्डने केलेल्या त्याच्या अनुवादावरून. या दुसऱ्या अनुवादाला नाव दिले 'द्राक्षकन्या'. त्यात मद्याचे मोठेपण सांगितले आहे. एरवी मध्यमवर्गीय नीती जोपासणारा मराठी तरुण वर्ग ती कवने रुचीने जिभेवर घोळवत राहिला. बंधनाच्या पलीकडे जाण्याची चोरटी पुस्तकी आकांक्षा आणि पारंपरिक आचरणाच्या शिष्ट बेड्या या दोहोंच्या कैचीत सापडलेला तो बिचारा वर्ग! पुस्तके रविकिरण मंडळाची, यातून त्यांची प्रतिष्ठाही वाढली. दूरच्या व प्राचीन इराणमधली ती कविता म्हणून तिला अनोखे- वेगळे रोमँटिक परिमाणही लाभले. १९३५ मध्ये हरिवंशराय बच्चन यांची हिंदी 'मधुशाला' आली, आणि येताच गाजू लागली. मधुशाला हा दारूगुत्त्याला ललित प्रतिशब्द. (सर्वांत अललित शब्द : पिठा). त्यांच्या दारूला रूपकाची सवलत देऊन तिचा खोल, आध्यात्मिक अर्थ लावण्याची तशा प्रकृतीच्या लोकांसाठी सोय होती. पण सर्वसाधारण लोकांना त्यातला 'अभिधात्मक' अर्थ (म्हणजे सरळ वाच्यार्थ) प्रिय झाला. प्रामाणिक प्रेयाने लाक्षणिक श्रेयावर अशी मात केली!

या लेखात दारू व मद्य हे शब्द त्याच वस्तूला आलटूनपालटून लावल्याचे वाचकांच्या ध्यानात आले असणारच. इंग्रजीत युफिमिझम या नावाचा अलंकार आहे. म्हणजे अप्रिय गोष्ट सौम्य शब्दांत सांगणे : 'दारू'ने बसतो, तो धक्का मद्याने बसत नाही. संस्कृत पेहरावाने त्याला थोडी प्रतिष्ठा येते. ग त्र्यं. माडखोलकरांनी आपल्या कादंबऱ्यांत या वेषांतराचा पुन्हा पुन्हा उपयोग केला आहे. त्यांचा नायक दारूचा प्याला पीत नाही. 'मद्याचा चषक' 'त्याची 'नाजूक किणकिण सांभाळत...' हाताळतो. दारूच्या वर्णनातही मधुर संस्कृत शब्द मिसळून ती अगदी सात्त्विक नसली, तरी खूपच राजस केली आहे. दारूचा रंगही 'ईषद् आरक्त'! ही संस्कृतीकरणाची क्लृप्ती- किंवा फॅशन म्हणा- काही काळ लोकप्रिय होती. दारूविषयीच्या आपल्या ढोंगी वृत्तीचे हे एक अंग आहे का? आणि ढोसली, की दारू; व संयमाने घेतली, म्हणजे मद्य, असा काही उच्चनीच भाव आहे? तसेच, तात्त्विक सुरात बोलायचे म्हणजे मद्य; आणि फटकळ सुरात, दारू? मदिरा, वारुणी या प्रतिशब्दांत तर संस्कृतीकरणाचा चढा सूर आहे.

काव्य व मद्य यांच्यांतील साहचर्य बहुमान्य आहे. आधुनिक काव्याचे प्रणेते केशवसुत यांच्या 'स्फूर्ति' या नामांकित कवितेत मध्यवर्ती रूपक आहे, ते मद्याचेच. 'काठोकाठ भरू द्या पेला, फेस भराभर उसळूं द्या' या ओळीने आरंभ व शेवट होणारी ती कविता काव्याचे सामर्थ्य सांगते. अलीकडच्या कवीत बोरकरांच्या काही कवितांत मद्याचा उत्सव रूपकांद्वारा वा प्रतिमांद्वारा आहे. इतर कवी आहेतच. काव्याभ्यासातले हे दालन अजून रिकामेच आहे. एखाद्या रसिक व जाणत्या अभ्यासकाने तिकडे लक्ष पुरवावे.

एखादा माणूस बायकोपोरांना ऊठसूट व अकारण मारझोड करत असला, तर त्याला कडक शिक्षा झाली पाहिजे- मग तो झोपडपट्टीतला 'मागास' असो, की सुस्थितीतला 'सभ्य' असो. पण अशा सभ्य माणसाची, त्याच्या कुटुंबाची, अब्रू सांभाळायची असते- म्हणून सहसा आळीमिळी! बायकोचा सतत क्रूर छळ करणारा नवरा- अनेकदा अन्य कुटुंबीयांच्या चिथावणीने- हा अपवादासारखा मुळीच नव्हता. कधी जीव घेण्यापर्यंत छळ, किंवा आत्महत्या करावी लागण्यापर्यंत. आता तशी एखादी निदान कथा न्यायालयात तरी पोचते. पण एक पोचली, तर निदान दहा दडपल्या जातात; आणि अशा पुष्कळ कथांशी दारूबंदीचा थेंबभरही संबंध नसतो; आणि स्त्रियांत दारूबळींपेक्षा हुंडाबळींची संख्या मोठी असावी!

हा लेख मद्यपानाला प्रोत्साहन देणारा आहे, असा सोपा गैरसमज निदान समजदार वाचक तरी करून घेणार नाहीत. प्रोत्साहन किंवा निषेध ही दोन्हीही अनावश्यक आहेत. पहिल्यामुळे माणूस दारू पिऊ लागतो; आणि दुसऱ्यामुळे, पिणारा असल्यास तो पश्चात्तापाने ते खाडकन थांबवतो, इतका हा मामला भोळसट नाही. किंबहुना त्या निषेधामागे दंडुकेशाही असली, तर तिचा विपरीत परिणाम होतो; ते आव्हान मानून फार लोक फार पिऊ लागतात- आणि तीही अर्धविषारी दारू- हे घट्ट झापडे न मिरवणाऱ्या सर्वांनी पाहिले आहे. खरे तर, दारूसारखे उत्तेजक पेय घेणे ही एक नैसर्गिक ओढ आहे. (कोणाला अन्य काही उत्तेजक वाटत असेल.) आणि तशाच इतर ओढींप्रमाणे तिच्या आहारी न जाता, संयम न सोडता, ती पुरी करणे हे मुळीच हानिकारक नाही. कोणालाच. अतिचहापानाने अग्निमांद्यासारखा विकार जडतो. बेसुमार अन्नभक्षण करणे- विशेषत: मिष्टान्न, किंवा तिखटजाळ पदार्थ- हे हानिकारक, असे प्राथमिक वैद्यकशास्त्र सांगते; तेच मद्यपानाचे. म्हणजे हा प्रश्न वैद्यकीय आहे, नैतिक नाही. मिताहार आरोग्याला हितकारक असतो, तसेच मितपानही असू शकते. अर्थात अन्न ही प्राथमिक गरज आहे, तशी मद्यपान नाही. पण प्राथमिक गरजाच पुरवणे इतकाच जीवनाचा संकोच माणसापेक्षा जनावराच्या

जातीला अधिक लागू आहे. पुरेसे वस्त्र हीदेखील काही जणांना प्राथमिक गरज वाटत नाही! बहुतेकांना निरुपाय म्हणून! माणसाला हौसामौजा असतातच. आणि दुसऱ्याच्या सुखाआड त्या येत नसतील, तर त्याने त्या भागवणे हा कोणत्याही सुसंस्कृत समाजात अपराध ठरू नये.

पण दारू पिऊ नका, असा आदेश देणे चुकीचे; त्याचप्रमाणे 'दारू घ्या' असा उपदेश करणेही चुकीचे. हा व्यक्तिस्वातंत्र्याचा प्रश्न आहे. तेच न मानणारे, आणि शाकाहार हाच समाजस्वास्थ्याला आवश्यक, अशी धारणा असणारे हे मांसाहारबंदीची आततायी भाषा बोलणे शक्य आहे. अर्थात आपल्या मताचा प्रचार करण्याचे स्वातंत्र्य त्यांना जरूर आहे; सर्वांनाच असावे.

'एकच प्याला'तल्या सिंधूचे जीवन उद्ध्वस्त होते, याला सुधाकराच्या अतिरेकी मद्यपानाइतकाच त्याचा अतिरेकी स्वाभिमान जबाबदार आहे. पण एकच प्याला घेऊन सुरुवात करतो, तो पुढे दारूच्या घागरी रिकाम्या करतो आणि सर्वस्वाचा नाश ओढवून घेतो, हे त्या नाटकाचे भाबडे तात्पर्य गेली ऐंशी वर्षे लोकप्रिय आहे; आणि सिंधूत त्यांना परमपतिव्रतेची प्रतिमा दिसते. वस्तुतः नाटकातील गीता त्या प्रतिमेला चांगलाच छेद देते. पण सिंधू ही नायिका; आणि हे तिचे नाटक!

दारूबंदीचा आग्रह धरणाऱ्यांपाशी एक मजबूत मुद्दा नक्कीच आहे. तो म्हणजे हजारो गरिबांचे संसार असेच उद्ध्वस्त होतात, बायका-मुलांची परवड होते, हे अगदी खरे; पण ते वाईट दारू आणि तीही बेसुमार प्यायल्यामुळे. चांगली दारू त्यांच्या आवाक्यात नसते. बहुधा या दुर्दैवी लोकांच्या भकास जीवनात दारू हा एक महत्त्वाचा विरंगुळा असतो; विरंगुळाच नव्हे, विसर पडण्याचे साधन. इथे इलाज करायला हवा, तो त्यांच्या गरिबीवर. त्यांचे जीवनमानच नव्हे, जीवन सुधारण्यावर. गरिबांचे संसार उद्ध्वस्त व्हायला दारूशिवाय अन्य कारणेही असतात. पण आपण 'गरिबी हटाव'चे नारे समारंभपूर्वक देत आलो; आणि गरिबांप्रमाणे आपलीही फसवणूक करत आलो. कोण जाणे, आपण गरिबीची सांगड सगुणांशी घालत आलो. आपण म्हणजे सुस्थितीतले, स्वयंतुष्ट, नीतिप्रवण लोक. गरिबी खरोखरच नष्ट झाली, तर अशांचा कारुण्याचा एक हुकमी झराच आटून जाईल, नैतिक प्रवचनांचा एक आधार कमी होईल. म्हणून गरिबी आहे तिथेच सुखरूप आहे- नव्हे, वाढत आहे!

या शतकारंभीची गोष्ट. गिरण्यांना साप्ताहिक सुटी देण्याचा प्रस्ताव प्रथम पुढे आला, तेव्हा गिरणीमालक आणि त्यांचे साजिंदे यांनी त्याला कडाडून विरोध करताना असा मुद्दा मांडला, की सुटीच्या दिवशी निरुद्योगी कामगार दारू पिऊन

पडतील. या विरोधकांपैकी बहुतेक जण पीत असणार- ते परदेशी किमती मद्य. इतके खरे की, त्या मद्याने 'पडत' नसतील- निदान प्रत्येक वेळी! आपल्या 'यशस्वी', म्हणून उच्च ठरलेल्या वर्गात- म्हणजे राजकारण, उद्योग, व्यापार, इत्यादीत- भरपूर मद्यपान न करणारे किती आहेत, याचा विश्वसनीय आकडा मिळणे कठीण. तेच साहित्यिक, पत्रकार, नट (रंगभूमीवरचे व पडद्यावरचे) व अन्य कलावंतांसंबंधी. यांतले बरेच जण ते प्रामाणिकपणे करत असतील. उरलेल्यांना चोरटेपणातून अधिक लज्जत येत असणार.

साहित्यिकांबद्दलची एक सत्यकथा. अनेक वर्षांपूर्वी एका प्रादेशिक संमेलनाच्या अध्यक्षपदी होते संतकवितेबाबत थोर विद्वत्ता व मोठा अभिमान असलेले एक गृहस्थ. संमेलनाला विद्वत्तापूर्ण आरंभ करून दिल्यावर अध्यक्ष गहाळ झाले, ते काही समशील स्नेह्यांसमवेत पानगोष्ठीत रमले होते. ('पानगोष्ठी' या पुराणकालीन शब्दाची फोड अशी- पान म्हणजे मद्यपान; आणि गोष्ठी म्हणजे गप्पांची बैठक.)

आपल्या कौटुंबिक व अन्य जबाबदाऱ्यांचे भान राखून संयमाने मद्यपान करणारा हा मद्यपी (प्राकृतात 'दारूडा') नव्हे, तो पुरा सभ्य असून शकतो, हे पिढीजात पूर्वग्रहांमुळे फार जण समजूच शकत नाहीत; निदान उघड म्हणायला धजत नाहीत. शेवटी एखाद्याचा बरेवाईटपणा अनेक गोष्टीवर अवलंबून असतो. फार सोवळा माणूस फार वाईट असणे शक्य आहे. सारासार विचार हवा.

कवी अनिल यांचे एक खासगी आवडते वचन उद्‌धृत करून संपवावे :

'चांगला नवरा, चांगली दारू पिऊन, चांगल्या बायकोला अधिक चांगले वागवतो,' यांतले पाहिले तीनही 'चांगले' अर्थपूर्ण आहेत.

■

**१ ३,** मोहिनी रोड हे मानवेंद्रनाथ रॉय यांचे डेहराडूनमधील निवासस्थान. येथूनच ते पक्षाचे नियंत्रण करीत, देशाच्या प्रश्नांची आपल्या अनुयायांमध्ये चिकित्सा करीत, 'इंडिपेंडंट इंडिया' या त्यांच्या साप्ताहिकासाठी लेखन करीत आणि आपल्या अनुयायांचे राजकीय प्रशिक्षण कसे करावयाचे, याच्या योजना आखीत. दिवसभराचा हाच त्यांचा जीवनक्रम असे.

ते आणि त्याच्या पत्नी एलन यांचे जीवन काही वेगळ्या प्रकारचे असे. ते नियोजित सहजीवन होते. पण क्रांतिकारकाच्या जीवनाची जशी त्याला झालर असे, त्याचप्रमाणे विचारवंत कलाप्रेमी रसिकाच्या जीवनानंदाची झलकही त्यात प्रगट होत असे.

१३, मोहिनी रोड हा एक निवांत बंगला होता. त्या बंगल्यासमोर भव्य लॉन होते. वृक्षराजींनी तो गजबजलेला असे. रॉय आणि एलन यांनी जीव ओतून त्याची निगा राखलेली होती. कलात्मक दृष्टिकोनातून लॉनच्या दोन्ही बाजूंनी रस्ता आखलेला होता आणि रस्त्याच्या कडेने दुतर्फा फुलझाडांचा बगीचा फुलवलेला होता. ही सुरम्य पुष्पे दिवसरात्र झाडावरच फुलत राहत असत आणि कोमेजूनही जात असत. त्यांना स्पर्श करण्याचीही कोणाची प्राज्ञा नसे. तशी रॉय व एलन यांची सक्त ताकीदच असे.

# चिरस्मृती

**द्वा. भ. कर्णिक**

आश्चर्य असे, की केव्हातरी मध्यरात्री पाटाचे पाणी सोडण्यात येत असे. पण एलन पाण्याचा खळखळाट ऐकताच जागी होत असे आणि मग पुढच्या आणि मागच्या भव्य प्रांगणांत पाणी वाहते ठेवण्यासाठी जे ओहोळ तयार ठेवलेले असत, त्यातून संथपणे प्रवाह चालू होईपर्यंत आणि ठायीठायी पाणी जमिनीत जिरेपर्यंत एलन जागी राहत असे.

रॉय आजारी पडेपर्यंत रॉय आणि एलन दोघेही या बागकामात मोठ्या उत्साहाने भाग घेत असत. त्या कामाचा त्यांना अभिमान वाटत असे. हौसेपायी समोरच्या लॉनमध्ये त्यांनी एक छोटेखानी तळे बांधून घेतले होते. त्याच्या प्रशस्त बांधावर ते दोघेच आपल्या कॉम्रेड्ससह गप्पागोष्टी करीत बसत असत.

असेच एकदा बंगलीकडे पाहत बंगल्यासमोरच्या तीन वृक्षांचा त्यांनी 'ये संतरी हमारे; ये पासबाँ हमारे' असा उल्लेख केल्याचे मला आठवते.

त्यांच्या नियोजित जीवनात काही बंधने जाणूनबुजून पाळली जात असत. त्यांतील एक बंधन स्वेच्छेने त्यांनी वाटून घेतले होते ते असे, की ते दोघे जण असताना किचनमध्ये अर्धा तासापेक्षा अधिक काळ घालवता कामा नये; मग तो ब्रेकफास्ट तयार करण्यासाठी असो, की लंच असो, की डिनर असो. रॉयसाहेब नेहमी म्हणत असत,

'स्त्रीमुक्तीचे खरे केंद्र हे किचनच झाले पाहिजे.'

त्याला अपवाद असे, तो पाहुण्यांच्या आगमनाचा.

रॉय हे खरेखुरे अपरिग्रही वृत्तीचे. त्याचा अर्थ त्यांना सुरेख, वैभवशाली जीवन नको होते, असे नव्हे. पण ते कटाक्षाने म्हणत असत-

'ही वास्तू माझी नव्हे; सर्व क्रॉम्रेड्सचा त्यावर अधिकार आहे.'

म्हणून काही सणवार आले, काही संस्मरणीय दिवस उगवले, की त्या वेळी होणाऱ्या समारंभांसाठी ते आवर्जून आपल्या कॉम्रेड्सना आमंत्रणे देऊन बोलावीत असत.

१५ ऑगस्ट हा असा संस्मरणीय दिवस होता. केवळ स्वातंत्र्यदिन म्हणूनच नव्हे, तर तो एलनचा वाढदिवस असे. त्या दिवशी आनंदाची लूट असे आणि चटकदार, चमचमीत खाद्य पदार्थ स्वतः रॉय बनवीत असत.

१३, मोहिनी रोड त्या दिवशी नुसते फुलून जात असे. त्या बंगलीचे एक वैशिष्ट्य होते ते हे, की बंगल्याचा भाग म्हणून एक ऐसपैस व्हरांडा तेथे अस्तित्वात होता आणि तो अशा समारंभाच्या वेळी गजबजून जात असे. म्हणजे तिथे असलेल्या सर्व खुर्च्या आमंत्रितांनी आणि अनाहूत पाहुण्यांनी भरून गेलेल्या असत, टेबलांवर फुलांची रास पडलेली असे, फ्लॉवरपॉटस् गुलाबपुष्पांनी फुललेली असत आणि सारे

वातावरण आनंदमय झालेले दिसून येत असे.

नाही म्हटले, तरी रॉय-एलनच्या हयातीत तो व्हरांडा दिवसा आणि रात्री कधी रिकामा असा आढळतच नसे. त्याचे कारण असे, की प्रत्येक संध्याकाळी रॉयवाद्यांचे तेथे संमेलनच भरत असे. ते संमेलन असे, जे कधी मैफलीत परिणत होत असे; कधी सूरसंगमचे आवाज तेथे घुमत असत. पण सर्वांत महत्त्वाची गोष्ट म्हणजे, प्रिसायडिंग ॲथॉरिटी असलेल्या रॉय यांच्या तोंडून भेदक, रोचक, भावनोत्कट, ऐतिहासिक महत्त्वाचे जे कथाकथन तेथे होत असे, ते तेथे जमलेल्या सर्व लोकांना एका बौद्धिक मेजवानीसारखेच वाटत असे. रॉय हे रसिकाग्रणी. त्यांची रसिकता काव्यशास्त्रविनोदात रममाण होत असे; पण त्यापेक्षाही याला जोड मिळत असे, ती बच्चनजींच्या 'मधुशाले'तील 'है कहाँ प्याला कि जो दे चिरतृषा, चिरतृप्ती में भी' या काव्यपंक्तीला साजेशा मद्याच्या प्याल्याच्या माधुरीची.

एके दिवशीच्या १५ ऑगस्टच्या एलन यांच्या वाढदिवशी व्ही. बी. कर्णिक आणि तर्कतीर्थ लक्ष्मणशास्त्री यांच्यासह आम्ही डेहराडूनला हजर राहिलो होतो. सबंध दिवसभर खाणेपिणे, गप्पागोष्टी, मनोरंजनाचे कार्यक्रम, संगीत आणि काव्यवाचन यांसारख्या कार्यक्रमांत रॉय आणि एलन रमून गेले होते. आपल्या पाहुण्यांसाठी कोणत्या मेजवानीची बरसात करावी, हाच त्यांच्या योजकतेचा केंद्रबिंदू होता.

संध्याकाळी डेहराडून आणि उत्तर प्रदेशमधील अनेक रॉयवादी कार्यकर्ते निवासस्थानी हळूहळू गोळा होत गेले. रॉय आणि एलन हे दोघेही अगत्याने सर्वांचे स्वागत करीत होते. अर्थातच त्या दिवशी बिअर आणि व्हिस्की-रम आणि इतर मद्ये यांचे एक कॉकटेलच रॉय यांनी तयार केले. त्यात रॉय हे निष्णात होते. त्यांचा कटाक्ष मात्र असा असे, की या कोकटेलमध्ये असे मिश्रण व्हावे, की जे माधुरीबरोबर तल्लफही निर्माण करील; पण कोणाच्याही डोक्यात चढणार नाही. मद्यपान संयमपूर्ण करणे हे सुसंस्कृतपणाचे लक्षण आहे, अशीच रॉय यांची मद्यपानाबद्दलची भूमिका होती.

त्या दिवशी त्यांच्या आठवणींना बहर आल्यासारखे दिसत होते. कम्युनिस्ट इंटरनॅशनलच्या लेनिन-स्तालिनसहित अनेक नेत्यांबरोबर त्यांनी मद्यपानाच्या बैठकींचा आस्वाद घेतला होता. त्यांची त्यांना आज प्रकर्षाने आठवण झाली. त्यांपैकी एका बैठकीचे आयोजन कम्युनिस्ट इंटरनॅशनलच्या विसाव्या अधिवेशनाच्या अखेरच्या दिवशी करण्यात आले होते, त्यांची आठवण सांगताना रॉय म्हणाले,

"दहा वाजता सुरू झालेली ही बैठक जवळ जवळ पहाटे चार वाजेपर्यंत चालली होती. ती उन्मादकारी बैठक होती. चर्चेला ऊत आला होता. उखाळ्यापाखळ्याही

अधूनमधून निघत होत्या आणि मद्याचे चषक रिते केले जात होते. स्तालिन आणि मी कॉम्रेड्सच्या आनंदात सहभागी होत होतो. पण मद्याच्या प्रभावाने अनेक कॉम्रेड्स जवळजवळ बेहोशीच्या अवस्थेला पोचले होते. काहीतर बेहोश होऊन जाजमावर पडले होते. बहुतेक पाश्चिमात्य नेत्यांचा त्यांत समावेश करता येईल. मी शांतपणे मद्याचा घोट घेत असताना स्तालिन माझ्यापाशी येऊन उभा राहिला आणि निद्रितावस्थेतील पाश्चिमात्य नेत्यांकडे पाहून म्हणाला 'रॉय, धिस इज वेस्ट,' आणि मला जवळ घेत म्हणाला, 'धिस इज ईस्ट!' सर्व कॉम्रेड्सनी त्या क्षणी टाळ्यांचा गजर केला.''

त्याच क्षणी व्ही. बी. कर्णिक रॉय साहेबांच्या जवळ येऊन म्हणाले :

''कॉम्रेड रॉय, आज शास्त्रीजी या बैठकीला हजर आहेत. वैदिक संस्कृतीवरील ग्रंथाला नुकताच महाराष्ट्र सरकारचा पुरस्कार मिळाला आणि तत्त्वज्ञानावरील त्यांचे भाषण सरकारदरबारी रुजू झाले, ही आनंदाची आणि अभिमानाची घटना आहे. आम्हा कॉम्रेड्सची इच्छा आहे, की तुम्ही या निमित्ताने या वेळी त्यांचा सत्कार करावा.''

कर्णिकांची ही सूचना ऐकताच रॉयसाहेबाचा चेहरा आनंदाने फुलून निघाला. त्यांनी शास्त्रीजींना आपल्याजवळ बोलाविले आणि त्यांचे अभीष्ट चिंतन करताना 'रॉय यांनी उद्‌गार काढले :

''इतक्या तोलाचा पंडित आपल्यामध्ये सामील झाला, याबद्दल मला नुसता अभिमानच वाटत नाही, तर या महापंडितांच्या चरणी रुजू होण्याची प्रबळ इच्छा माझ्या मनोमनी जागृत झाली आहे.''

रॉय यांनी लगेच पुढे होऊन शास्त्रीजींना अभिवादन केले.

एलन यांनी आपल्या वाढदिवशी हा शुभयोग प्राप्त झाल्याबद्दल आनंद व्यक्त करताना म्हटले,

''मी आज धन्य झाले. माझी सर्व कॉम्रेड्सना विनंती आहे, की त्यांनी आपापले प्याले उंचावून शास्त्रीजींना विनम्र भावनेने अभिवादन करावे.''

एलन यांच्या सूचनेचा आदर करताना 'थॉट' या साप्ताहिकाचे संपादक रामसिंग आकस्मिकपणे उभे राहिले आणि आपला प्याला उंचावून म्हणाले,

''मला या वेळी बच्चनजींच्या मधुशालेतील एक कविता आठवते. ''

हिंदी कॉम्रेड्स त्यावर आनंदून म्हणाले,

''रामसिंग, आम्हाला ऐकवा ना कविता.''

रामसिंग लगेच उत्तरले

''शास्त्रीजींच्या हृदयाला भिडण्यासारखेच ते काव्य आहे. त्यात बच्चनजी म्हणतात,

*'है कहाँ प्याला, कि जो दे*
*चिरतुषा चिरतृप्ती में भी*
*जो डुबा तो ले*
*मगर पार कर हालों कहाँ'*

क्षणभर रामसिंग थांबले. त्यांना पुढील कडवे आठवेना, ते जाणून बिमल प्रसार जैन त्यांना साथ देत म्हणाले, बच्चनजी पुढे म्हणतात :

*'देख भीगे होठ मेरे*
*और कुछ संदेह मत कर*
*रक्त मेरेही हदयका*
*है लगा मेरे अधरपर'*

*सर्व क्रॉम्रेड्सनी एकमुखाने म्हटले,*
*'रक्त मेरेही हदयका*
*है लगा मेरे अधरपर'*

१३, मोहिनी रोडमधील ती संध्याकाळ अशी अविस्मरणीय झाली.

रॉयसाहेबांचे एक वैशिष्ट्य असे होते, की अशा प्रकारच्या उत्सवासाठी ते संधीच साधत असत. मुंबईमध्ये मुक्कामाला असताना त्यांचे 'हिस्टॉरिकल रोल ऑफ इस्लाम' हे पुस्तक प्रसिद्ध झाले. व्होरा ॲन्ड कंपनीने ते प्रकाशित केले होते. त्याच्या रॉयल्टीचा पाचशे रुपयांचा चेक जेव्हा माझ्या हाती आला, तेव्हा तो घेऊन मी रॉयसाहेबांना भेटलो. पाचशे रुपये हे त्या काळी आम्हांला वरदानच वाटले. रॉय यांनी लगेच म्हटले :

'आज संध्याकाळी आपण celebration केले पाहिजे, सर्व कॉम्रेड्सना कळवा.'

तेवढ्यावर रॉय थांबले नाहीत. ते आणि एलन लगेच प्रिन्सेस स्ट्रीटवरील त्यांच्या परिचित मद्याच्या दुकानात गेले आणि त्यांनी जर्मन डार्क बव्हेरियन बिअरच्या अर्धा डझन बाटल्या खरेदी केल्या.

संध्याकाळी सर्व जण जमले. मणीबेन कारा, व्ही. बी. कर्णिक, डॉ. चिटणीस, डॉ. शेट्टी, उमानाथ दुमली, तय्यब शेख असे सर्व रॉयिस्ट पुढारी अगत्याने हजर राहिले होते. चिकन सँडविचेस् आणि फिश कटलेट्स् एलन यांनी खरेदी केले होते.

रॉयसाहेब पुस्तकाचा उल्लेख करीत म्हणाले,

"हे पुस्तक मी तुरुंगात लिहिले. भारताच्या एकात्मतेशी संबंधित असा हा माझा प्रबंध आहे. हिंदू आणि मुसलमान यांच्यामधील द्वैत नाहीसे करावयाचे असेल, तर या दोन धर्मांमधील गैरसमज नाहीसे केले गेले पाहिजेत. धर्मनिरपेक्षता त्यातूनच साकार होईल. त्या दृष्टीनेच इस्लामचे ऐतिहासिक योगदान मी प्रबंधामार्फत सादर केले आहे. तेव्हा धर्मनिरपेक्ष मानवतेला आवाहन करण्यासाठी आपण या भूमिकेचा प्रचार केला पाहिजे."

सर्व कॉम्रेड्स विचारमग्न झाले असतानाच रॉय पुढे म्हणाले,

"आज या उत्सवासाठी मी मुद्दाम डार्क बव्हेरियन बिअर आणली आहे. तिचेही एक वैशिष्ट्य आहे. जर्मनीची ही सर्वश्रेष्ठ बिअर आहे. तिचा मी प्रथम आस्वाद घेतला, तेव्हा बिथ फिशर हजर होती. कम्युनिस्ट आंदोलनाचे जर्मनीतील ते दैवत होते. तिच्या बलिदानातूनच कम्युनिस्ट आंदोलनाला स्फूर्ती मिळालेली आहे, हे आपण चिरकाल ध्यानात ठेवले पाहिजे."

ती बैठक मध्यरात्रीपर्यंत चालली. डार्क बव्हेरियन बिअरची माधुरीही रॉय साहेबांच्या विलोभनीय आठवणींशी निगडित राहिलेली आहे.

त्यानंतरच्या काळात १३, मोहिनी शेडमध्ये असाही एक दिवस उजाडला की ज्या दिवशी आमची रंगलेली पार्टी आकस्मिकपणे भंग पावली. १५ ऑगस्ट हाच तो दिवस होता. पुन्हा एकदा एलन यांचा वाढदिवस साजरा करण्यासाठी आम्ही जमलो होतो. रॉयसाहेब मसुरी येथे झालेल्या अपघातानंतर अंथरुणाला खिळले होते. त्यांच्या प्रकृतीत अधूनमधून सुधारणा होत होती आणि एकंदरीने ते लवकरच कार्यक्षम होतील, असा त्यांच्याबद्दल भरवसा वाटू लागला होता. त्या दिवशी गोवर्धन पारिख आणि बॅ. तारकुंडे यांच्याशी त्यांची बरीच राजकारणविषयक चर्चाही झाली होती. जमल्यास आपण संध्याकाळच्या पार्टीसाठी बाहेर येऊन बसू, असेही त्यांनी आश्वासन दिले होते.

रात्रीच्या बाराच्या सुमारास त्यांनी काही कॉम्रेड्सना आत बोलाविले आणि ते म्हणाले,

"ऐका या क्रेमलिन बेल्स. भारताच्या स्वातंत्र्यदिनाला हे क्रेमलिनचे अभिवादनच आहे." निर्मलाबाई (कर्णिक) यांच्याकडे वळून ते म्हणाले, "आज खास व्हिस्की, अगदी स्कॉच मी पैदा केली आहे. एलन आणि तुम्ही तिचा आस्वाद घ्या."

बाहेरच्या व्हरांड्यात पार्टी जोरात चालू होती. पारिख, तारकुंडे-रामसिंग, विमल प्रसाद जैन, गिरिलाल जैन, मुकर्जी आणि इतर मान्यवर नेते आनंदात व्हिस्कीचा आस्वाद घेत होते आणि एलन त्यांचे मनःपूर्वक अभिनंदन करीत होते; पण एकदम आतून एक कॉम्रेड बाहेर येत म्हणाला,

"रॉय यांना अस्वस्थ वाटत आहे."

एलन तात्काळ उठली आणि रॉयसाहेबाच्या बिछान्यापाशी येऊन रॉयसाहेबाकडे तिने पाहिले. क्षणार्धात तिने आदेश दिला,

"डॉक्टर दुर्गाप्रसादांना फोन करा. रॉय यांची तब्येत ठीक नाही."

दहा मिनिटांत दुर्गाप्रसाद आले त्यांनी रॉय यांच्यावर लगेच उपचार सुरू केले. त्यांना हृदयविकाराचा झटका आला असल्याचे त्यांनी जाहीर केले. एलन हताशपणे म्हणाली,

"ओह! व्हॉट अ बर्थ-डे प्रेझेंट!"

रॉयसाहेबांचे आजारीपणच हे १३, मोहिनी रोडवरील एक महान संकटच होते. त्या आजारीपणाचा आर्थिक भारही एलन यांच्यावर जबरदस्त पडत होता. उभ्या देशातील कॉम्रेड्स आपल्या परीने लहान लहान रकमा पाठवीत असत. असे तीन हजार रुपये प्रत्येक महिन्याला जमा होत असत. आश्चर्य असे, की पाकिस्तानात गेलेले कॉम्रेड्सही रॉयसाहेबांना विसरले नव्हते. त्यांच्याकडूनही आर्थिक मदत येत असे; पण तीही पुरी होत नसे. या परिस्थितीबद्दल जयप्रकाश नारायण यांना कळल्यानंतर त्यांनी पंडितजी आणि राजेंद्र प्रसाद यांना पत्र लिहून या दुःस्थितीची कल्पना दिली. राजेंद्रबाबूंनी लगेच आपल्या उत्पन्नातून दरमहा पाचशे रुपये पाठविण्याला सुरुवात केली. पंडितजींनी कलेक्टरला पत्र पाठवून रॉय यांच्या औषधोपचाराची सर्व व्यवस्था करण्याचा त्याला आदेश दिला. मग डॉक्टरांची देखरेख त्यांच्यामार्फत सुरू झाली. औषधांचा खर्चही सरकारमार्फत भागविला जाऊ लागला.

त्याची परिणती अशी झाली, की पंडितजींनी एकदा डेहराडूनला जाऊन रॉय यांची भेट घेण्याचे ठरविले. भेटीचा दिवसही मुक्रर केला. रॉय यांना अर्थातच बिछान्याबाहेर पडण्याची परवानगी नव्हती.

पंडितजी आल्याबरोबर एलननेच त्यांचे बाहेर येऊन स्वागत केले.

पंडितजींनी बेडरूममध्ये प्रवेश केला, तेव्हा बिछान्यावरूनच रॉय यांनी त्यांना नमस्कार केला आणि ते म्हणाले,

"पंडितजी, मुसद्दिस यांच्या धर्तीवर मला तुमचे स्वागत करावे लागत आहे, याचे मला वाईट वाटते."

(मुसद्दिस हे इराणचे पंतप्रधान होते, जे राजनैतिक स्वरूपाच्या भेटी अंथरुणावर पडूनच घेत असत)

पंडितजींनी रॉय यांच्याशी हस्तांदोलन केले आणि त्यांच्या बिछान्याजवळ ठेवलेल्या खुर्चीवर बसून ते त्यांच्याशी बोलू लागले.

दिलखुलास अशी ती भेट होती. दोन्ही थोर नेत्यांनी आपले मोठेपण विसरून

खुल्या दिलाने बोलणे सुरू केले. रॉयसाहेब आपल्या प्रकृतीबद्दल बोलले नाहीत. ते म्हणाले,

''डॉक्टरांनी परवानगी दिली, तर अमेरिकेत उपचारासाठी जाण्याची माझी इच्छा आहे. एक-दोन विद्यापीठांनी मला भाषणांचे आमंत्रण दिले आहे. त्या भेटीतच जुन्या इतिहासाचे सारे कागदपत्र पाहून आमच्या इंडियन रेनेसान्स इन्स्टिट्यूटतर्फे त्यांचे काही व्हॉल्यूम्स तयार करून, ते प्रसिद्ध करण्याचा माझा विचार आहे. रेनेसान्स इन्स्टिट्यूट हे माझे ध्येयस्वप्न आहे.''

पंडितजी शांतपणे ऐकत होत; मधून मधून प्रतिसाद देत होते. ते प्रांजळपणे म्हणाले,

''रॉय, लवकर बरे व्हा. तुमच्या सहकार्याची मला गरज आहे.''

रॉय कृतज्ञ बुद्धीने हसले. त्यांच्या मुद्रेवर आनंद ओसंडून आला होता.

''पंडितजी, I am grateful! ते प्रांजळपणे म्हणाले.

दरम्यान एलन हातात दोन ग्लास आणि एक बाटली घेऊन बिछान्याजवळ आल्या. त्यांनी शेजारच्याच टेबलावर ग्लास ठेवले आणि त्या म्हणाल्या,

''पंडितजी, तुमच्या स्वागतासाठी रॉय यांनी आग्रहाने एक दुर्मीळ मद्य खरेदी करावयास मला सांगितले.''

पंडितजी प्रसन्नपणे हसत म्हणाले,

''कोणते मद्य आहे ते?''

रॉय यांनी लगेच म्हटले

''पंडितजी, ऱ्हाइन वाइन आहे ती! एकशेसाठ वर्षापूर्वीचे ते मद्य आहे.''

''खरोखरच दुर्मीळ आहे ते!'' पंडितजी एलन यांनी पुढे केलेली बाटली हातात घेत म्हणाले,'' श्रेष्ठ व्यक्तींच्या स्वागतासाठीच जर्मनीत तिचा उपयोग केला जातो.''

''I will have a sip!'' पंडितजी दिलखुलासपणे म्हणाले.

एलन यांनी दोन ग्लासांत ते मद्य ओतले आणि पंडितजी आणि रॉय यांच्या हाती ते ग्लास देत त्या म्हणाल्या,

''For your eternal good.''

दोन महापुरुषांची ती भेट तेथेच संपली.

''रॉय, मी तुमची वाट पाहत आहे,'' या शब्दांबरोबर रॉय यांच्याशी पुन्हा हस्तांदोलन करीत पंडितजींनी त्यांचा निरोप घेतला.

तुरुंगातून सुटून बाहेर आल्यानंतर रॉयसाहेब जेव्हा पुण्याला आले, तेव्हा आचार्य अत्रे यांची आणि त्यांची भेट झाली. रॉय गटाचे पुढारी श्री. गो. पां. खरे यांचे त्या वेळी पुणे म्युनिसिपालिटीत मोठे प्रभुत्व होते. सार्वजनिक जीवनातही त्यांनी

चांगले नाव मिळविले होते. त्यांनी रॉय व अत्रे यांची भेट घडवून आणली आणि काय असेल, ते असो, या दोन रसिकाग्रणींचे एकदम मनोमीलनच घडून आले. आचार्य अत्रे म्हणजे उत्साहाचा धबधबा, दिल बेहाल करणे हा तर त्यांचा धर्म. रॉय यांच्याशी भेट झाल्यानंतर त्यांचे पूर्वायुष्य, त्यांचे क्रांतिकार्यातील कार्य, देश-विदेशातील कामगिरी आणि विशेषतः समाजप्रबोधनाच्या बाबतीतील त्यांची भूमिका यांबद्दल अत्रे यांना इतके कुतूहल वाटू लागले, की रॉय यांच्या सहवासात येण्याचा एकही प्रसंग ते चुकू देत नसत. आपल्या मोटारीत त्यांना बरोबर घेऊन त्यांनी पुण्यातील अनेक संस्थाही दाखविल्या. प्रत्यक्ष आगरकर हायस्कूलमध्ये- जेथे ते प्राचार्य होते, त्या वाड्यातही ते रॉय यांना घेऊन गेले. मग मुंबईला आल्यावर रॉय यांचे जेथे वास्तव्य असे, त्या जमशेद वाडिया याच्या बंगल्यातही ते रॉय यांची भेट घेत असत.

त्या बंगल्यातच एकदा रॉय आणि अत्रे हे वाडिया यांच्या आग्रहाखातर मद्यपान करीत असताना, मला आठवते, आचार्य अत्रे यांनी आपल्या 'ब्रह्मचारी' या चित्रपटाचे कथानक आणि त्यातील काही प्रसंग यांच्याविषयी रॉय यांना काही नावीन्यपूर्ण माहिती दिली.

'ब्रह्मचारी' या चित्रपटाचे कथानक घडले, ते कामशेटला. इतिहासकार सरदेसाई यांचे वास्तव्य त्या ठिकाणी असे. कम्युनिस्ट आंदोलनातील काही लोक त्यांच्या कुटुंबातील असल्यामुळे त्यांच्यापैकी काही स्त्री-पुरुष त्यांच्या घरी राहण्यासाठी येत असत. त्यांचे ते विश्रांतिस्थळच असे. एका कम्युनिस्ट महिलेवर महाराष्ट्रातील एका विख्यात संशोधकाचे प्रेम जडलेले होते. तो बिचारा साधाभोळा, लाजाळू तेथील तळ्याच्या काठावर बसत असे. ती कम्युनिस्ट मुलगी मात्र त्या तळ्यात डुंबत असे. अत्रे यांनी त्या घटनेचा या चित्रपटासाठी उपयोग करून घेतला.

त्या घटनेचे रॉय यांच्यापुढे वर्णन करताना आचार्यांनी 'यमुनाजळी खेळू खेळ, कन्हय्या' या गीताची वरीलप्रमाणे पार्श्वभूमी कथन केली आणि ते म्हणाले,"ती मुलगी जलक्रीडेसाठी त्या प्रेमिकाला बोलावीत असे." अत्रे हे रसिक तसेच विनोदप्रचुर आणि काकवृत्तीचे. रॉय यांना ते म्हणाले :

"हे गीत मी रचले." 'डुलती कशा या लाटा। फुलतो शरीरी काटा' या कडव्याचा अभिनयपूर्ण आविष्कारही त्यांनी रॉय यांना करून दाखविला आणि रॉय एका कलाकाराच्या प्रतिभेची ही झेप पाहून खरेखुरे आनंदित झाले.

पुढे अत्रे आणि रॉय यांची भेट मद्यपानबंदीच्या आदल्या रात्री वाडिया यांच्या बंगल्यातच झाली. अत्रे हे पुण्याहून मुद्दाम या बैठकीसाठी आले होते. वनमालाबाईही त्यांच्याबरोबर होत्या. मद्यपानबंदीपूर्वीची ती रात्र अविस्मरणीय अशी ठरली. मणीबेन कारा, व्ही. बी. कर्णिक हेही त्या बैठकीला हजर होते. दहा वाजता सुरू झालेली ही बैठक रात्री दोन वाजेपर्यंत चालली. तेथे सारे जण मद्यपान करीत होते.

वनमालाबाईंनी मात्र मद्याच्या प्याल्याला स्पर्शही केला नाही.

रॉय यांचे धीरगंभीर विवेचन, अत्रे यांचे खळखळून हसविणारे विनोददर्शन, जमशेद आणि हिल्ला वाडिया यांचा सात्त्विक सहभाग आणि मणीबेन कारा आणि कर्णिक यांचे प्रासंगिक बोल यांचा मनोज्ञ संगम या बैठकीत झाला होता, हे मला आठवते. अखेरीस आचार्य अत्रे यांनी 'झेंडूची फुले'तील विंडबनकाव्याचा उल्लेख करताना 'व्हिस्कीतली तू माधुरी । मी तो पिट्यातील बेवडा' ही काव्यपंक्ती म्हटली, तेव्हा मात्र खळखळून हसत सारे जण उठले. मध्यरात्र उलटून मद्यपानबंदीचा पहिला दिवस त्या वेळी उगवत होता.

पत्रकारितेच्या जीवनात मद्यपान निषिद्ध मानून चालणार नाही, हा माझा अनुभवसिद्ध सिद्धान्त आहे. पत्रकारितेतील यश लेखनाची तडफ आणि सर्वसंग्राहक नियोजन यातून मिळत असले, तरी सामाजिक जीवनाशी संपर्क हासुद्धा तितकाच महत्त्वाचा असतो. त्यातूनच पत्रकारास अनेकांशी मैत्रीचे संबंध जुळविता येतात आणि आपल्या जबाबदारीवर मोलाच्या बातम्या संपादन करता येतात आणि आवश्यक त्या महत्त्वाच्या लोकांच्या सदिच्छाही मिळविता येतात. निरनिराळ्या वकिलातींशी घनिष्ठ संबंध जुळविले गेले, तर त्यांनी आयोजित केलेला स्वागत समारंभात पत्रकाराला भाग घेता येतो. तेथे केव्हा आकस्मिकपणे एखादी घडामोड होईल, हे सांगता येत नाही. व्हिएतनाम वकिलातीतील एका समारंभात आकस्मिकपणे एक बातमी कानांवर आलेली मला आठवते. सरसेनापतीच्या राजीनाम्याची ती बातमी होती. पत्रकाराला आपले भवितव्य घडविण्यासाठी जो स्कूप लागतो, तो आम्हाला मिळाला होता आणि दुसऱ्या दिवशीच्या सकाळी ती खळबळजनक बातमी आम्ही भव्य मथळ्यानिशी प्रसिद्धही केली होती.

पत्रकार वकिलातीच्या स्वागत समारंभात मद्यपानाची चूष भागविण्यासाठी जात असतात, असा एक समज सर्वसाधारणपणे प्रचलित असतो. पण इथे जो प्रत्यक्ष अनुभव आला तो असा, की ती बातमी ऐकताच पत्रकार क्षणभरही थांबले नाहीत. बातमीचा पाठपुरावा करण्यासाठी प्रत्येक पत्रकार तुफान वेगाने स्वागत समारंभ सोडून निघून गेला.

मद्यपानातून ही संधी प्राप्त झाली, असे समाधान तरी पत्रकारांनी का घेऊ नये?

परदेशांकडून जी आमंत्रणे येत असतात आणि ज्यातून निरनिराळे देश पाहण्याची आणि त्या देशांचा अभ्यास करण्याची जी संधी मिळत असते, त्यांचे निरीक्षण केल्यानंतर माझे असे ठाम मत झाले आहे, की पत्रकारांनी मद्याच्या बाबतीत सोवळे राहून मुळीच चालणार नाही.

'महाराष्ट्र टाइम्स'मध्ये मी काम करीत असताना ब्रिटिश सरकारने पत्रकारांची एक टीमच आमंत्रित केली होती. माझ्याखेरीज 'सकाळ'चे संस्थापक संपादक नानासाहेब परुळेकर हे त्या टीममध्ये होते.

प्रत्येक दिवशी जे डिनर असे, तेव्हा पत्रकारांना आपले ड्रिंकही ठरवावे लागते. त्याचप्रमाणे मेनूमधील खाद्य पदार्थही साधारणतः त्वरेने निश्चित करावे लागतात. ही दोन्ही कामे मी विलंब न लावता ठरवीत असे, हे नानासाहेबांनी पाहिले होते. त्यांना आश्चर्य वाटले ते याचे, की ड्रिंकमध्ये मी कधीही बदल करीत नसे. माझे ड्रिंक हे 'स्कॉच व्हिस्की' हेच असे. त्यावरून नानासाहेबांनी माझा पत्रकारांतील एकमेव स्कॉचमन असा उल्लेख केल्याचे मला आठवते.

त्याहीपेक्षा हृदयस्पर्शी असा अनुभव माझ्या वाट्याला आला, तो म्हणजे युगोस्लावियाचे अध्यक्ष मार्शल टिटो यांच्याशी एलन रॉय यांची जी बैठक मी नियोजितपणे घडवून आणली होती, त्या संबंधात होय.

एलन रॉय यांना टिटो यांची भेट घ्यावयाची होती. त्यांनी राष्ट्रपती राजेंद्रप्रसाद यांना पत्र लिहून टिटो यांच्या दिल्ली भेटीच्या वेळी आपल्या भेटीसाठी काही वेळ राखून ठेवण्याची त्यांना विनंती केली होती.

बाबू राजेंद्रप्रसाद यांचे खासगी चिटणीस श्री. हांडा यांच्याशी माझे मैत्रीचे संबंध होते. एलन रॉय यांच्यातर्फे मी त्यांना भेटलो आणि कसेही करून अर्धा तास तरी एलन रॉय यांना टिटो यांच्याशी बोलण्यासाठी, राखून ठेवता आला तर पाहा, म्हणून मी विनंती केली.

हांडा हे जसे सत्प्रवृत्त, तसेच, पत्रकारांच्या बाबतीत जिव्हाळा ठेवणारे एक अधिकारी होते. त्यांनी संध्याकाळी सहा वाजताची वेळ एके दिवशी ठरविली. एलन रॉय या डेहराडूनहून दिल्लीला आल्या. त्यांनी आपल्याबरोबर रॉय यांचा सारा ग्रंथसंग्रह आणला होता. हैदराबाद हाऊसमध्ये ही भेट ठरली होती.

टिटो हे रॉय यांचे एके काळचे सहकारी होते. रॉय यांच्या पत्नीची भेट घेण्याची त्यांच्यामध्येही उत्सुकता होती. एलन रॉय यांना पाहताच ते अगत्याने उठून उभे राहिले आणि आदराने त्यांनी त्यांच्याशी हस्तांदोलन केले.

टिटो हे रॉय यांना 'रोझ' म्हणूनच संबोधीत होते. त्या दोघांचे बोलणे सुरू झाले.

टिटो यांनी रॉय यांचे सर्व ग्रंथसाहित्य पाहिले, त्याविषयी एलन यांना बारकाईने विचारले आणि एलन यांच्याकडून रॉय यांची भूमिकाही समजावून घेतली.

त्यांचे हे बोलणे इतके एकाग्रतेने चालले, की घड्याळाच्या काट्यांकडे दोघांचेही लक्ष गेले नाही.

त्यानंतर लगेच समाजवादी गटाशी टिटो यांची भेट होणार होती. परराष्ट्र खात्याचे अधिकारी निरोपामागून निरोप पाठवीत होते. पण आश्चर्य असे, की टिटो यांनी म्हटले, की एलन रॉय यांच्या सन्मानार्थ मी युगोस्लाव्ह मद्याची एक बाटली घेऊन आलो आहे आणि त्या मद्याचा त्यांनी आस्वाद घ्यावा, अशी माझी इच्छा आहे.

लगेच टिटो यांनी आपल्या चिटणीसाला आदेश दिला, की ही जिव्हाळ्याची बैठक आटोपेपर्यंत आपण कोणाचीही भेट घेणार नाही; त्यांना थांबावयाला सांगा.

टिटो, एलन आणि मी यांनी ते युगोस्लाव्ह मद्य घेतले. टिटो यांनी प्रेमाने एलन रॉय यांचे आभार मानले आणि अधिकृतपणे युगोस्लाव्ह भेटीचे त्यांना आमंत्रणही दिले.

मद्यपानाच्या बाबतीतील हा अनुभव हा अविस्मरणीय असा सन्मान मला वाटला, तर त्यात काय नवल!

■

**दा**रू हा विषय मोठा मजेदार आहे. दारू भयंकर ठरू शकते; पण तिच्याबद्दल गमतीनंही बोललं, लिहिलं जाऊ शकतं. दारूबद्दल गमतीनंच बोललं पाहिजे, असा माझा आग्रह नाही. किंबहुना दारूबद्दल त्वेषानं बोलणारे, तिचा धिक्कार करणारे यांच्या मतांबद्दल मला आदरच आहे. त्यांच्या भाषणाबद्दल, लिखाणाबद्दल, चळवळीबद्दल मी कधीही हलक्याफुलक्या भाषेत लिहिणार नाही. वैयक्तिक दृष्ट्या कधी कधी या विषयावर गमतीनं बोलता येतं, एवढंच माझं म्हणणं आहे. या गमतीचा भाग असा, की दारू म्हणताच आपापल्या स्वभावाप्रमाणे, संस्कारांप्रमाणे, सामाजिक, वैयक्तिक सवयीप्रमाणे आपल्याला घृणा, शरम, संकोच वगैरे वाटतो. तेच 'मद्य' म्हणताच हे सगळं वाटणं सौम्य होतं. 'थोडी दारू घेणार का?' असं आपण कुणाला विचारत नाही. 'थोडं मद्य चालेल ना?' असं सहज विचारतो. 'थोडं ड्रिंक घेऊ या' असं म्हणताना तर संकोच वगैरे अजिबात वाटत नाही; उलट, एक प्रकारचं नागरपणच आपण प्रकट करीत असतो. हे 'नागरपण' पाश्चिमात्यांच्या सहवासामुळं आलं असं आपल्याला वाटतं; पण हे सर्वस्वी खरं नाही. आपल्या जुन्या ग्रंथांत नागरकाची जी वर्णनं आहेत, त्यांतही मद्याचा, त्याच्या निरनिराळ्या नावांसह भरपूर उल्लेख आहे. म्हणजे याही विषयात आपण जिला आधुनिक वृत्ती म्हणतो, तीही पारंपरिक आहे; तिला 'सनातन' म्हणून तिचा विशेष गौरव करण्याचं मात्र माझ्या मनात नाही.

**के. ज. पुरोहित (शांताराम)**

एक गोष्ट पहिल्यांदाच स्पष्ट केली पाहिजे- मद्य, मद्यपान इत्यादीबद्दल मी जे लिहीत आहे, ते फार वरवरचं आहे. कारण मी या विषयातला हौशी कलावंत आहे. त्यामुळं मुरब्बी माणसाची जाण माझ्याकडं नाही. तशी असती, तर मी ती मोकळेपणानं मान्य केली असती. नाही तरी सगळं सांगून मोकळं होण्याचंच माझं वय आहे. अशा तऱ्हेची कबुली देऊन पापातून मुक्त होण्याच्या पद्धतीवर मात्र माझा विश्वास नाही.

एक मात्र खरं, की निदान दोन धर्मांत तरी मद्यपानाला पाप मानलं आहे, याची मला जाणीव आहे. माणसाचं बोट जरी दारूच्या थेंबानं ओलं झालं, तरी ते कापून काढावं, अशी म्हणे इस्लामची धर्माज्ञा आहे. ज्या देशात इस्लाम कडकपणे पाळला जातो, तिथं दारू पिण्याची सक्त मनाई आहेच. आपल्या हिंदू धर्मानंही मद्यपान हे पंचमहापापांपैकी एक मानलं आहे. हिंदू धर्माचे सहोदर बंधू म्हणता येईल, अशा बौद्ध, जैन, शीख पंथांतही मद्यनिषेध आहेच. ज्यू? ख्रिस्ती आणि पारसी धर्मीयांच्या धर्मकार्यांत मद्याला स्थान असलं, तरी तेही दारूला चांगलं समजत नाहीतच. अर्थात दारूचं जे आकर्षण आहे, ते धर्मदेखील थांबवू शकत नाही. उलट, ज्या धर्मानं दारूवर कडक बहिष्कार टाकावयाची शिकवण दिली, नेमक्या त्याच धर्माच्या अनुयायांवर दारूची मोहिनी सर्वांत अधिक पडलेली दिसते. इस्लामी राज्यकर्त्यांची नावं इथं सहज आठवतील; पण तो भाग गौण झाला. तो राजकर्त्यांचा- मग ते कोणत्याही धर्माचे असोत- 'गुण' झाला. त्याहून अधिक आश्चर्य वाटतं ते या गोष्टीचं, की दारूचं माहात्म्य सर्वांत जास्त कुणी वर्णिलं असेल, तर ते मुस्लिम कवींनी. गालिबपासून जाँ निसार अख्तरपर्यंत किती तरी कवींची नावं या संदर्भात सहज आठवतात. पण ही झाली नावं खऱ्याखुऱ्या दारूसंबंधी लिहिणाऱ्या-बोलणाऱ्यांची. परंतु रुबाया लिहिणाऱ्या उमरखय्यामपासून ते 'मधुशाला' लिहिणाऱ्या हरिवंशराय बच्चनसारख्या कवींनी ज्या दारूविषयी लिहिलं आहे, ती मुळी दारू नव्हेच; त्यांच्या काव्यातली दारू आहे तत्त्वज्ञानाची. ही प्रतीकात्मक दारू प्रत्यक्षातल्या दारूपेक्षा अधिक मोहक, अधिक मादक आहे. खरं सांगायचं, तर माझ्यासारख्याला असं वाटतं, की खरी दारू अशा प्रतीकात्मक दारूमुळंच पूर्णपणे बहिष्कृत करू नये. दारूचं स्तोम माजवणं तर चूकच आहे, हे ठाऊक असूनही सर्व जगातल्या प्रतिष्ठित सभ्य समाजांत दारूला जे स्थान आहे, ते याच कारणास्तव. परंतु एवढ्याच कारणामुळं लोक दारूकडं वळतात, असं म्हणणं खुळेपणाच होईल. किंबहुना असंही मान्य करायला हरकत नाही, की एकदा दारू प्यायचं, (अधून मधून वा नेहमी) ठरवलं, की त्यासाठी देण्यात येणाऱ्या अनेक समर्थनांपैकी हेही एक आहे. लोक दारू पितात, याची अनेक कारणं आहेत. एक आहे केवळ ऐयाशी. राजेरजवाडे करतात, तो शौक या प्रकारचा असतो, नाही तर राजेरजवाड्यांना करायचं काय असतं? आता राजे-राणी इतिहासजमा झालेली असली, तरी ती वृत्ती कायम आहे;

कायम राहणार आहे; आणि राजे गेले, म्हणजे जुन्या प्रकारचे राजे गेले, एवढंच. राजकारणातून वर आलेले नवे राजे जुन्या राजांपेक्षा 'सर्वगुणसंपन्नतेत' कुठल्याही बाबतीत कमी नाहीत. दारूची गरज आणि चटक लागण्याचं एक कारण असं देण्यात येतं, की आपलं दुःख, अपयश, वैफल्य विसरण्यास ती मदत करते. दारूचा हा उपयोग खरा आहे, असं मला मुळीच वाटत नाही. असं वाटणं हीच मला विकृती वाटते. दारूचा हा उपयोग भयंकर घातक आहे. म्हणूनच त्याविषयी अधिक दक्षता, अधिक संशोधन हवं.

'एकच प्याल्या'चा नायक सुधाकर याची शोकांतिका दारूमुळं झाली, की त्याच्या स्वभावामुळं, हे ठरवणं कठीण आहे. या बाबतीत सत्य काय आहे- नाटकाबाहेरचं, वास्तवातील सत्य काय आहे, हा विषय मानसशास्त्र व समाजशास्त्रांचा आहे. त्याबाबत निर्णायक मत मला देता येणार नाही. परंतु वैयक्तिक वैफल्य आणि दारू या दोन्ही एकत्र आल्या, की त्या पाठोपाठ विनाश, अधःपतन इत्यादी आलीच, असं वारंवार दिसतं, हे नाकारण्यात अर्थ नाही.

ज्या मद्यपानाची मला प्रत्यक्ष माहिती आहे, त्याचा उगम होतो कुतूहलातून, चूष म्हणून एखादी गोष्ट करण्याच्या स्वाभाविक प्रवृत्तीतून, निषेधाज्ञा (मग ती धार्मिक, सामाजिक वा कायद्याची असो) मोडण्याच्या खुमखुमीतून, समाजात जी गोष्ट प्रतिष्ठा पावली आहे, (ती प्रतिष्ठा खोटी असली तरी), ती आपणही करतोय्, या भावनेतूनच या प्रकारे मद्याकडे वळणाऱ्या निरनिराळ्या लोकांचा अनुभव वेगवेगळा असला, तरी त्या वेगळेपणात समान असे घटक अनेक आहेत. त्यांतल्या एकाचा अनुभव सामान्यतः अनेकांचा असतो, असं म्हटल्यास वावगं होणार नाही. म्हणूनच माझा स्वतःचा अनुभव थोड्या विस्तारानं सांगण्यासारखा आहे.

नागपूरला मी कॉलेजात असताना आम्ही ऐकत होतो, की अमुक अमुक प्रतिष्ठित व्यक्ती दारू पितात. तसे पिणारे अनेक असतील. पण ज्यांची नावं चर्चिली जात, ती मंडळी उघड उघड पीत असत. त्यांतली बरीच मंडळी नामवंत होती म्हणून, आणि आमच्या ओळखीची होती म्हणून, आमचं कुतूहल अधिक चाळवलं जाई. या मंडळींत डॉक्टर, वकील, लेखक, खेळाडू इत्यादींचा भरणा असे. समाजाच्या वरच्या थरातली (आर्थिक दृष्ट्या) ही मंडळी असत. त्यांतली काही प्रत्यक्ष त्या थरातली नसली, तरी तिथं पोहोचण्याची त्यांची धडपड होती. साहेबांसारखं खाणंपिणं असावं, हाही त्या धडपडीचाच एक भाग होता. परंतु पु. भा. भावे आणि नाना जोग अशा धडपड्यांपैकी नव्हते. ते थोडेफार आनंदयात्री. त्या वेळी सदर भागात- अगदी शहरापाशीच- बिलिमोरियाचं एक दुकान होतं. तिथं ही मंडळी जात. तास, दीड तास तिथं बसायचं, खायचं, प्यायचं आणि मजेत घरी परतायचं, असा

पुष्कळांचा शौक होता. तिथं रोज जाणारे कमी; मधून मधून जाणारे भरपूर. आत शिरताना थोडं दबकत जात; बाहेर मात्र उत्फुल्ल मनानं येत. आपापल्या घरी, क्लबसमध्ये मद्य घेणाऱ्यांचीही अनेक नावं आमच्या कानांवर पडत होती. गुत्त्यातून पिऊन झिंगलेले, आरडाओरड करणारे लोकही कधी कधी दृष्टीला पडत; परंतु आम्हाला आकर्षण वाटे, ते बिलिमोरियाच्या दुकानातून थोडंसं मद्य घेऊन मजेत बाहेर पडणाऱ्यांचं. असे दोन नामवंत म्हणजे नाटककार नाना जोग आणि भाषाप्रभू पु. भा. भावे. नाना जोग रिक्शात बसून हातातली छडी फिरवीत तिथं येत आणि परतताना आले तसेच, परंतु आपली छडी हवेत अधिक ऐटदारपणे गरगर फिरवीत जात. भावे दोन-चार लोकांबरोबर गप्पा मारीत बिलिमोरियात शिरत आणि मद्यपान संपवल्यावर हास्यविनोद करीत, बरोबरीच्या लोकांच्या पाठीवर थाप देत, डुलत-डुलत तिघून फार दूर नसलेल्या सीताबर्डीवरील सोनी गल्लीतल्या आपल्या घराकडे जात.

या दोन ज्येष्ठांच्या पावलावर पाऊल टाकून आम्ही तिघे मित्र काही तरी अचाट करण्याचा ईर्ष्येनं एका संध्याकाळी बिलिमोरियात दाखल झालो. खिशात पैसे फार मोजके. मद्याच्या निरनिराळ्या प्रकारांची, नावांची माहिती नव्हती. आत गेल्यावर तेथील टेबलांशी दिमाखात बसलो. वेटरनं 'काय हवंय?' विचारताच आम्ही चटकन सांगितलं, 'ब्रँडी!' त्या वेळी आम्ही सर्व विदेशी मद्यांना ब्रँडीच म्हणत असू. हे 'दारूबंदी' नावाचा हास्यास्पद प्रयोग देशात सुरू होण्यापूर्वीचे.

मुंबई प्रांतात दारूबंदी सुरू झाली, त्या वेळी योगायोगानं मी मुंबईला होतो. माझे साडू प्रख्यात क्ष किरणतज्ज्ञ डॉ. ल. ह. आठल्ये मला म्हणाले,

"उद्यापासून मोरारजी देसाई या कर्मठ माणसाची दारूबंदी सुरू होणार. उघडपणे करायची गोष्ट गुन्हा गणली जाणार. चला, आज उजळ माथ्यानं बिअर प्यायला जाऊ या."

आम्ही नऊ-दहाच्या सुमारास रिट्झ हॉटेलात गेलो. त्या वेळी रिट्झ हॉटेल राजकारणी लोकांचं कारस्थान कार्यालय झालेलं नव्हतं.

एका टेबलाशी बसून आम्ही दोघांनी दोन बाटल्या संपवल्या आणि तेवढ्यात माझी वृत्ती बहरली.

त्याच वेळी स्वच्छ पांढरं धोतर, तितकाच पांढरा झब्बा आणि टोपी असा वेष असलेले गोऱ्या रंगाचे, मध्यम बांध्याचे, मोहक चेहऱ्याचे एक गृहस्थ आत आले आणि त्यांनी डॉक्टरांना आणि मी त्यांचा साथीदार म्हणून मला नमस्कार केला.

मी इतक्या प्रफुल्ल मनःस्थितीत होतो, की आमच्या शेजारी येऊन बसण्याचं आमंत्रण मी त्यांना दिलं. त्यांनीही बिअर मागवली.

त्यांचं थोडं पिणं झाल्यावर, त्यांनी बिल मागवून, सगळ्यांचे पैसे देण्याचा

माझा हट्ट न लक्षात घेता, त्या गृहस्थांनी बिलाचे पैसे ठेवले आणि मोड परत येण्याची वाट न बघता ते आम्हाला नमस्कार करून निघून गेले.

ते जाताच माझ्यावर कधीही न रागावणारे माझे साडू मला म्हणाले,

"तुम्ही स्वतःला कोण समजता?"

"म्हणजे?"

"अहो, बिलाचे पैसे देण्यात ज्यांच्याशी तुम्ही स्पर्धा करू पाहत होता, ते कोण, हे ठाऊक आहे तुम्हाला?"

"तुमच्यासारखी पंचवीस-पन्नास आणि माझ्यासारखी पंधरा-वीस माणसं एकदम विकत घेऊ शकतात ते."

"कोण होते ते?"

"सुप्रसिद्ध उद्योगपती मफतलाल."

ते गृहस्थ मफतलाल आहेत, हे कळलं असतं, तरी त्यांचे पैसे देण्याची तयारी मी त्या वेळी दाखवली असतीच, इतका मी त्या वेळी उदार आणि उत्फुल्ल मनःस्थितीत होतो.

मद्यपानानंतर पुष्कळदा माझी मनोऽवस्था अशीच असते. ती तेवढीच होईल, इतकंच मद्य घेण्याची मर्यादा मी पाळतो. मनानं थोडं अधिक मोकळं व्हावं, नेहमीच्या बोलण्यातला ठरावीकपणा जावा, खोट्या सभ्यतेची आपणच आपल्या बोलण्यावर आपणच घातलेली बंधनं थोडी सैल होऊन आप्तेष्ट, मित्र, परिचित यांचा आपला संवाद अधिक सौहार्दपूर्ण, अधिक मोकळा व्हावा, असा उद्देश असतो.

मद्यपानानंतर अतिरिक्त क्रोध वा काम बळावतो, असा माझा तरी अनुभव नाही. ज्यांच्या बाबतीत या प्रकारचं वर्तन घडतं, त्यांचं ते एक नाटक तरी असतं अथवा दारूचा ते निमित्त किंवा कारण म्हणून मुद्दाम उपयोग करून घेतात, अशी माझी ठाम समजूत आहे.

काही फार थोड्या लोकांच्या मनात आत्यंतिक वेदना (agony) दडलेली असते. दारूच्या नशेत त्या वेदनेला तीव्र अभिव्यक्ती मिळते. कधी कधी ही अभिव्यक्ती कलात्मकतेची पातळी गाठते आणि अशी अभिव्यक्ती करणारा व ती ऐकणारा आत्यंतिक आनंदाची असोशी अनुभवतो.

या प्रकारात धोके आहेत. अशी व्यक्ती कलावंत असली, तरी एकूण हा प्रकार धोक्याचाच आहे. हा धोका मुख्यतः मद्यपानामुळेच बळावल्याची अनेक उदाहरणं आहेत. या संदर्भात काही कलावंतांच्या जीवनाची शोकांतिका कशी झाली, हे सर्वश्रुत आहे. गालिबपासून मजाजपर्यंत अनेक उदाहरणं उर्दू शायरांमधून या संदर्भात देता येतील. ही शोकांतिका दारूमुळं झालेली आपल्याला दिसते, पण अशा व्यक्तींच्या शोकांतिकेचं मूळ त्यांच्या स्वभावात आहे की दारूत, हे सांगणं कठीण

आहे. गडकऱ्यांच्या 'एकच प्याल्या'तील सुधाकर प्रत्यक्षातल्या अशा व्यक्तींपैकी मानायला हवा. परंतु दारूचं व्यसन लागलेले लोक निराळे आणि गंमत म्हणून, हौस म्हणून दारू पिणारे निराळे. दारूबंदीनं या भिन्न प्रकारच्या लोकांना एकाच दावणीला बांधून बसवलं.

हौशी मद्यपान करणाऱ्या सरकारी नोकरांची तर काही काळ दयनीय अवस्था झाली. पिण्याचा परवाना उघडपण काढणं त्यांना परवडणारं नव्हतं. अशा वेळी डिसिल्व्हा नावाच्या एका अधिकाऱ्यानं (बहुधा त्याचं हेच नाव असावं) धैर्य दाखवलं आणि मद्याचं सेवन करण्याचा परवाना मिळवण्यात त्याची शासकीय सेवा आड येऊ शकत नाही, असा कायदेशीर युक्तिवाद केला आणि तो मान्य झाला. चोरून पिण्याची गरज त्यांना राह्यली नाही.

या संबंधात एक मजेदार योगायोग आठवतो. माझ्या एका सहकाऱ्यांना मधून मधून मद्य घेण्याची हुक्की येई आणि ते चोरून पीत. मी त्यांना म्हटलं,

"हा चोरीचा मामला नको. तुम्ही माझ्यासारखा परवाना काढून घ्या."

ते म्हणाले, "परवाना मिळतो त्या सरकारी कचेरीत मला घेऊन जा."

त्याप्रमाणे मी त्यांना घेऊन गेलो. पंधरा मिनिटांत त्यांना परवाना मिळाला. त्यांना मोकळं मोकळं वाटू लागलं. पण सकाळची वर्तमानपत्रं उशिरा वाचल्यामुळं संध्याकाळी लक्षात आलं, की तो दिवस आचार्य विनोबा भाव्यांचा जन्मदिवस होता.

मला आणि माझ्या सहकारी मित्राला पुष्कळ दिवस आपण एखादा गुन्हा केल्यासारखं वाटत होतं.

दारूबंदीच्या सद्हेतूबद्दल माझ्या मनात शंका नाही; परंतु प्रत्यक्ष अनुभव काय सांगतो? स्वातंत्र्यपूर्व गोव्यापासून तो आजतागायत मी तिथं जवळ जवळ वीसदा गेलेलो आहे. तिथं दारूबंदी कधीच नव्हती. तरीही रस्त्यावर झिंगून पडलेले किंवा रस्त्यावरून अचकट विचकट बडबड करणारे दारूडे मला क्वचितच तिथं दिसले.

उलट, आपल्याकडे दारूबंदीनंतर हातभट्ट्यांचं साम्राज्य सुरू झालेलं दिसतं. बायको-पोरांना मारणारे, बेताल बडबड करणारे आमच्या शेजारच्या झोपडपट्ट्यांत सकाळपासून रात्रीपर्यंत रोज दिसतात.

याचं कारण काय? हे कसं नाहीसं करणार? दारू ही काही आपल्या कुटुंबाची धूळधाण करून टाकावी, अशी मौल्यवान वस्तू नाही, हे कळलं पाहिजे. ते कसं कळणार? आपण आणि आपलं कुटुंब यांची ऐहिक उन्नती महत्त्वाची खरी; बाकी सगळं दुय्यम. धर्म, धर्माच्या आज्ञा आणि निषेधाज्ञा गौण, असा संस्कार नाना

तऱ्हांनी गरीब लोकांवर झाला पाहिजे. हे जर त्यांना पटलं, तर बाकी सगळं सरळ होईल.

त्यासाठी पहिली अट ही, की त्यांचं राहण्याचं ठिकाण, त्यांच्या मुलाबाळांचं शिक्षण, प्राथमिक आरोग्य, इत्यादी बाबी महत्त्वाच्या आहेत, हे त्यांना कळलं पाहिजे आणि त्या त्यांना मिळण्याची हमी असली पाहिजे.

आपल्या आयुष्यात काही तरी मोलाचं असं ऐहिक संचित आहे आणि ते कशासाठीही घालवणार नाही; दारूसाठी नाही, की कशासाठी नाही, अशी त्यांची भावना होईल, हे बघायला हवं. म्हणजे माणसासारखं जगण्याचं आश्वासन त्यांना राजकीय, सामाजिक व्यवस्थेकडून मिळालं पाहिजे; भाषणबाजीचं आश्वासन नव्हे; वस्तुस्थितीतलं आश्वासन. अशा स्थितीतले गरीब लोक पिणार असले, तरी आम्हा शहाण्यासारखं पितील; केवळ मजेखातर, मजेच्या मर्यादा ओळखून, मजेला मर्यादा घालून.

माझ्यासारख्या हौशी पिणाऱ्यांनी कोणते नियम पाळावेत? याबाबत सर्वसाधारण सर्वमान्य नियम करता येणार नाहीत. पहिली महत्त्वाची गोष्ट म्हणजे, याविषयीची पारंपरिक, धार्मिक वृत्ती सोडली पाहिजे. जे पीत नाहीत, ते मागासलेले असतात असं समजणं जसं चुकीचं आहे, तसंच जो पितो, तो केवळ त्याच कारणामुळं नीतिभ्रष्ट वा धर्मभ्रष्ट झाला, ही खुळचट समजूत सोडून दिली पाहिजे. या बाबतीतली मतं, अनुभव मोकळेपणानं सांगितले पाहिजेत.

अनेक नामवंत राजकारण्यांच्या, लेखकांच्या बैठकींत मी मद्याचा आस्वाद घेतलेला आहे; पण या बाबतीत खुलेपणानं बोलणारे माझ्या परिचयातले लेखक दोनच; एक भाषाप्रभू कथाकार पु. भा. भावे आणि दुसरे तर्कतीर्थ लक्ष्मणशास्त्री जोशी. बाकी सगळे थोडेफार भित्रे किंवा दांभिक. अर्थात बोलायचं असतं, ते खरं; काल्पनिक नव्हे.

नागपूरला एका अनौपचारिक गप्पांत आम्ही लेखक मंडळी पिण्याबद्दल आपापला अनुभव सांगत होतो. आपण एका दमात मोहाची बाटलीभर दारू कशी रिचवली असं भाऊसाहेब माडखोलकरांनी सांगताच आम्ही ओळखलं, की भाऊसाहेबांची ती बाटली फार लहान होती असं गृहीत धरलं, तरी त्यातली मोहाची दारू काल्पनिक असली पाहिजे. लहान का होईना, मोहाची बाटली एका दमात संपवणं म्हणजे काही चेष्टा नव्हे; एखादी कथा, कविता, लेख लिहिणं तर नव्हेच नव्हे. असं कल्पित न सांगता, अगदी खरं सांगितलं, तरीही पूर्वग्रहामुळं लोकांचा विश्वास बसत नाही. लोकांचं सोडून देऊन आपल्या आप्तेष्टांचा, मित्रांचा विचार केला, की पुरे. त्यांना

आपलं सांगणं खरं वाटलं पाहिजे; पटलं, तर फारच उत्तम.

या बाबतीतले नियम ज्याचे त्यानं ठरवले पाहिजेत. पंचवीस-तीस वर्षांपूर्वी अमरावतीत एखाद्या हॉटेलात एखादा मारवाडी तरुण पीत बसला असेल आणि तिथं अचानक त्याच्या वडील बंधूने अथवा अन्य वडीलधाऱ्या माणसानं प्रवेश केला, तर तो तरुण आपले पिणं अर्ध्यावर सोडून तिघून निघून जायचा.

मला ही पद्धत हास्यास्पद वाटत नाही.

असं ऐकलं आहे, की पंडित जवाहरलाल नेहरूंनी आपल्या अधिकारी मित्रांना (आय. सी. एस. वगैरे मंडळींना) एक सल्ला दिला होता-

''तुम्ही रोज संध्याकाळी आपल्या बंगल्यातील हिरवळीवर बसून थोडं मद्य घेत असता. तुमच्या या शौकाला माझी हरकत नाही. फक्त तो तुम्ही बंगल्याच्या मागच्या बाजूला असलेल्या हिरवळीवर करीत जा.''

मला हा सल्ला अतिशय औचित्यपूर्ण वाटतो.

सिंगापुरातील मोठमोठ्या हॉटेलांत मद्यपानादी शौक रात्री एका ठरावीक वेळेपूर्वीच थांबतात; केवळ शासकीय आदेश म्हणून नव्हे, तर लोकांनी स्वतःच मान्य केलेल्या आचारप्रणालीमुळे.

मी स्वतः माझ्यापुरत्या काही गोष्टी ठामपणे ठरवलेल्या आहेत. घेऊ शकत असूनही, मी रोज मद्य घेत नाही. मी कधीही एकट्यानं मद्यपान करीत नाही. (त्यात अनेक धोके आहेत, असं मला वाटतं.) मित्रमंडळी मद्यपान करीत असली, तर त्यात सामील व्हायला मी अचानकपणे मधून मधून नकार देतो. साहित्यसंमेलन, साहित्य-परिसंवाद, इत्यादी ठिकाणी जायचं, ते मुख्यतः अशा प्रकारची मौजमजा करण्यासाठी, अशी प्रवृत्ती अनेक लेखकांत आणि साहित्यभक्तांत वाढत आहे. मी त्यात न बसण्याचा प्रयत्न- बहुधा यशस्वी, क्वचित अयशस्वी- मी सतत करीत आलो आहे. 'फुकटात प्यायला मिळतं, तर मनसोक्त पिऊन घ्या' या पंथाचा मी वाणीनं आणि कृतीनं प्रतिकार करीत आलो आहे. 'आमच्या घरात हे चालत नाही' म्हणून बाहेर बेहिशेबी, (तो हिशेब दुसऱ्यावर सोडणारे) मला अनेक भेटतात; अशा लोकांत उच्चवर्णीयांचा- विशेषतः ब्राह्मण आणि तत्सम लोकांचा भरणा जास्त असतो. अशा मंडळींपासून मी दूर राहतो.

अमरावतीला असताना रात्रीबेरात्री एखाद्या विद्यार्थ्याची प्रकृती अचानक बिघडत असे. काही दिवस आम्हा प्राध्यापक वर्गात फक्त माझ्याकडंच मोटर होती; (ती जुनी आणि खटारा होती, हा भाग वेगळा) मी तडक अशा विद्यार्थ्यांना गावातल्या मोठ्या दवाखान्यात घेऊन जात असे. हे काम आपल्याला केव्हाही करावे लागेल, ही

जाणीव ठेवूनच मी मद्यपान करीत असे.

याबाबतीत मी एक नियम कटाक्षानं पाळलेला आहे. क्लबमध्ये वा एखाद्या मित्राच्या घरी मद्यपान केल्यानंतर दोन-चार मैल असलेल्या माझ्या बंगल्यापर्यंत आपण व्यवस्थित मोटर चालवू शकलो पाहिजे; माझ्या शेजारी राहणाऱ्या समछंदी मित्रांना त्यांच्या घरी नीट पोहोचवता आलं पाहिजे, हे मी या संदर्भात प्रत्येकदा लक्षात ठेवी. (मद्य पिऊन गाडी चालवण्याचा गुन्हा मी अनेकदा पूर्वी केलेला आहे, या माझ्या कबुलीजबाबामुळं मला आता शिक्षा होऊ शकणार नाही, असं वाटतं.)

गेल्या पन्नास वर्षांत या माझ्या आचारसंहितेत मी फक्त दोनदा ढील दिलेली आहे. याचं कारण मी गाडी नीट चालवीत नसलो, तर सारथ्य स्वतःकडं घेण्यासाठी एकदा माझ्या साथीला पत्नी होती आणि दुसऱ्यांदा मुलगा आणि मुलगी. ही एक मजा आहे आणि त्यापलीकडं ती जाता कामा नये, असं मी पक्कं मानत आलेलो आहे.

सगळी काळजी घेऊनही, योग्य सवय असूनही एखादे वेळी भल्याभल्यांची गफलत होते, हे अर्थातच मला मान्य आहे. एक प्रसंग सांगण्यासारखा आहे.

आयुष्यभर उत्तम वकिली करून प्रचंड नाव आणि पैसा मिळवल्यानंतर म्हातारपणी रंगेल कादंबऱ्या लिहिण्याकडे वळलेले नारायण वासुदेव फडके यांच्या निवासस्थानी एका संध्याकाळी आम्ही जमलो होतो. साहित्य, वृत्तव्यवसाय आणि राजकारण यांतले काही नामांकित या बैठकीत होते.

थोडं मद्यपान झाल्यावर तर्कतीर्थ लक्ष्मणशास्त्री जोशी (ते नेहमीच फार थोडं मद्य घेत) अतिशय सुंदर बोलू लागले.

ते काही आम्हाला नवीन नव्हतं. शान आणि रसिकता त्यांच्या वाणीत सतत असे. त्या बोलण्याची मोहिनी आमच्यावर पडली, त्यात काही आश्चर्य नव्हतं. आश्चर्य हे होतं, की स्वतः शास्त्रीजीही स्वतःच्या बोलण्यावर मोहित झाले आणि विचारू लागले,

''इथं दूरदर्शन आणि आकाशवाणीचे लोक दिसत नाहीत कसे?''

लगेच ते म्हणाले,

''हे असं होतं बघा कधी कधी.''

छत्रपती शिवरायांनी मद्याला आपल्या 'आज्ञापत्रात' मोठं समर्पक नाव दिलेलं आहे. मद्याला त्यांनी 'उन्मत्त द्रव्य' असं म्हटलं आहे. या उन्मत्त द्रव्याचं सेवन प्रमाणाबाहेर केलं, तर मनात सदाचार, सद्वर्तन, इत्यादी असलं, तरी प्रत्यक्ष वागणं किती हास्यास्पद आणि निरर्थक होतं, याविषयी एक चुटका सांगण्यासारखा आहे.

दोन दारूडे भरपूर पिऊन गुत्त्यावरून परत चालले होते.

एकाचा तोल जात होता आणि त्याला सांभाळायची नैतिक जबाबदारी आपल्यावर आहे, असं दुसरा समजत होता.

चालता चालता ते दोघे सभ्य वस्तीतून जाऊ लागले, तेव्हा दुसऱ्यानं पहिल्याला सांगितलं,

“सांभाळ रे, बाबा. आपण आता सज्जन लोकांच्या वस्तीतून चाललो आहोत.”

याचा परिणाम उलटा झाला.

पहिल्यानं आपलं धोतर वाऱ्यावर सोडून दिलं आणि तो दिगंबर अवस्थेत गेला.

दुसरा चिडला आणि म्हणाला,

“सभ्य वस्तीत असं काय करतोस? हे घे माझं धोतर!”

■

**आ**म्ही शिवडी येथील बॉम्बे पोर्ट ट्रस्टच्या चाळीत राहत होतो. या चाळीत वन बेडरूम, किचन आणि टॉयलेट असे गॅलरी असलेले छोटे टुमदार फ्लॅट होते. प्रत्येक मजल्यावर पाच बिऱ्हाडे होती. आमच्या शेजारी एक कायस्थ कुटुंब राहत असे. आमच्या चाळीच्या मागे एक रस्ता होता. त्या रस्त्यावर एक देशी दारूचे दुकान होते या दुकानाला त्या काळात 'पिठा' म्हणत. या पिठ्यावर बेवडा नावाची एक देशी दारू मिळे. दारू पिणे हे अत्यंत वाईट आहे, असे समजले जाई. असे असले, तरी आमच्या शेजारचे मध्यमवयीन कायस्थाचे जोडपे या पिठ्यातून बेवडा विकत घेत आणि घरी मद्यपान करीत. आमच्या शेजारी असणाऱ्या दुसऱ्या चाळीत एक मराठा गृहस्थ एकटे राहत. तेही हा बेवडा नियमितपणे घेत असत. त्या काळात दारूबंदी नसल्यामुळे मुंबईत दारूच्या दुकानात दारू विकत मिळे. पण आजच्यासारखी गल्लीगल्लीत दिसणारी दुकाने मुंबईत नव्हती. कामगार वस्तीत दारू पिऊन आपापसात मारामाऱ्या करणारे कामगार आम्हाला रोज दिसत. पण प्रत्यक्ष दारूची बाटली मी प्रथम पाहिली, ती साठ वर्षांपूर्वी. आमच्या शेजारच्या कायस्थ शेजाऱ्याच्या एका वीस वर्षांच्या नातलगाशी माझी मैत्री झाली होती. चित्रकला आणि वाचन हा आमच्या मैत्रीचा दुवा. त्या वेळी मी चौदा वर्षांचा होतो. एक दिवस मी त्याच्याबरोबर शिवडीहून चालत दादरला गेलो. छबिलदास हायस्कूलच्या गल्लीत भारत बुक

# आता वेळच थोडा उरलाय

**बाळ सामंत**

डेपोमध्ये त्याने काही पुस्तके विकत घेतली, आणि म्हणाल, “बाळ, चल आपण रेल्वे-बार मध्ये जाऊ या.” रेल्वे-बार म्हणजे काय, हे मला ठाऊक नव्हते; आणि पुलावरून दादर स्टेशनच्या पूर्वेला असलेल्या रेल्वेला लागून असलेल्या गल्लीत शिरलो. तेथे हा रेल्वे-बार होता. एका पारश्याने चालवलेला हा दादर ते माहीम या भागातील एकमेव बार होता. आत जाताच त्याने बिअरची एक बाटली मागवली आणि माझ्यासाठी आईस्क्रीम सोडा मागवला.

एक मराठी तरुण मुलगा चक्क दारू पितोय, याचे मला आश्चर्य वाटले.

त्याने मला एक घुटका घेण्याचा आग्रह केला; पण मला धैर्य झाले नाही.

मी घरी आल्यानंतर सर्वांना ही आश्चर्यकारक बातमी सांगितली.

ही बातमी चाळीतील चोवीस बिऱ्हाडकरूंना समजली आणि सर्वांना आश्चर्याचा धक्का बसला.

१९३९ साली माझ्या वडिलांची वरिष्ठ पदावर नेमणूक झाल्यामुळे वडाळा येथील बॉम्बे पोर्ट ट्रस्टच्या कॉलनीत आम्ही राहायला आलो. वडाळ्याचा फ्लॅट मोठा प्रशस्त होता. ब्रिटिशांनी बांधलेल्या या फ्लॅटच्या प्रशस्त गॅलरीत पन्नास माणसांची पंगत आरामात जेवू शकत होती. या कॉस्मॉपॉलिटन कॉलनीत रेनॉल्ड्स क्लब नावाचा एक मोठा प्रशस्त क्लब होता. क्लबमध्ये टेबल टेनिस, बॅडमिन्टनचे इनडोअर कोर्ट, टेनिस कोर्ट, पत्ते खेळण्यासाठी स्वतंत्र खोली नि मराठी व इंग्रजी पुस्तकांची लायब्ररी आणि एक बिलियर्ड टेबल. या बिलियर्ड रूममध्ये एक भारतीय आणि परदेशी मद्याचा बार होता. बाररेंजरचे नाव होते रामा-हा रामा बिलियर्ड टेबलचा मार्कर होता. दोन खेळाडूंचे मार्क फळ्यावर लावणे, टेबलाची आणि खेळण्याची क्यू (काठी) याची काळजी घेणे, ही कामे तो करीत असे.

या क्लबमध्ये मी बॅडमिन्टन, टेबलटेनिस आणि बिलियर्ड या खेळांवर प्रभुत्वच मिळवले. लोकहितवादींचे नातू- हे नेहमी बिलियर्ड खेळायला येत. सिनेमा नट पहाडी संन्याल येत. या ज्येष्ठ सभासदांबरोबर मी रोज बिलियर्ड खेळ खेळत असे. बिलियर्ड खेळण्यासाठी एका गेमला आठ आणे भाडे असे. ते भाडे हरणाऱ्या खेळाडूने द्यावे लागे. बिलियर्ड खेळणारे खेळाडू बिअर किंवा कॉकटेल घेत. पण मद्यपानाचा अतिरेक होत नसे. कारण बिलियर्ड काय किंवा कोणताही खेळ, मित मद्यपान केलं, तरच एकाग्रतेने खेळता येतो. अर्थात तासभर खेळ खेळल्यानंतर ही मंडळी मद्यपान करीत. कॉलेजमध्ये असताना आमच्या क्लबात एक महाराष्ट्रीय कॉन्ट्रॅक्टर आला. हा पोर्ट ट्रस्टशी संबंधित असल्यामुळे माझ्या वडिलांचा मित्र होता. त्याने मला प्रथम आग्रह करून स्कॉच व्हिस्कीचा एक अर्धा पेग घ्यायला लावला. ही घटना १९४६ सालची. त्या वेळी मी सध्याच्या पामव्हू या होस्टेलमध्ये राहत

होतो. माझे वडील निवृत्तीनंतर बेळगाव येथे स्थायिक झाले होते. मग मी या क्लबात आठवड्यातून तीन वेळा बिलियर्ड खेळायला येत असे.

५१ वर्षांपूर्वी दारूला प्रथम स्पर्श केला. गडकऱ्यांचा सुधाकर म्हणतो, 'पहिला एकच प्याला- मग तो कोणत्या का निमित्ताने असेना- ज्यानं एकदा घेतला, तो दारूचा कायमचा गुलाम झाला!' एक्कावन्न वर्षांनंतरही मी नियमितपणे मित मद्यपान करतो. पण मी दारूचा गुलाम झालो नाही. युरोपच्या वीस दिवसांच्या दौऱ्यात मी मद्यपान करायचे नाही, असे ठरवले. फक्त विसाव्या दिवशी पॅरिसमध्ये शॅम्पेन घ्यायची. या वीस दिवसांत मी हे व्रत पाळू शकलो.

१९४६ ते १९४९ या तीन वर्षांत मी क्वचित बिअर घेत असे. आमच्या वसतिगृहापासून रेल्वे-बार पाच मिनिटांवर होता. त्या काळात परदेशी बिअरची बाटली बारा आण्यांना मिळे, तर स्कॉच व्हिस्की सोळा रुपयांना मिळे. मुंबई प्रांतात नाशिक येथे भारतीय बनावटीची परदेशी दारू तयार करण्याचा कारखाना होता. आठ रुपयांना व्हिस्कीची बाटली मिळे. बेवड्याला पर्याय म्हणून नारंगी आणि मोसंबी या स्वस्त देशी दारूच्या बाटल्या तीन-चार रुपयांना मिळत. ही दारू त्या काळातील दुय्यम दर्जाच्या नटमंडळींत लोकप्रिय होती. 'म्युनिसिपालिटी' या नाटकाचे लेखक माधवराव जोशी यांना मोसंबी दारू अतिप्रिय होती. एकदा नाटक कंपनीच्या दौऱ्यात नाटककार माधवराव जोशी सामील झाले होते. नाटक मंडळीच्या मालकाने आपल्या मॅनेजरला सांगितले, की माधवरावांना हवी तेवढी दारू पुरवा. या मॅनेजरला दारू या विषयात काही गम्य नव्हते. पण त्याने मालकाला सांगितले, की तुम्ही काही काळजी करू नका. माधवरावांच्या आदरातिथ्यात मी काही कमी पडू देणार नाही.

मुक्कामावर पोचल्यावर माधवरावांनी मॅनेजरला बोलावले आणि सांगितले, की मला दोन मोसंबी घेऊन ये. मॅनेजर म्हणाला,

"साहेब, दोनच का, मी तुम्हाला डझनभर मोसंबी आणतो-"

"अरे, पण कंपनीचा चार दिवसांचा मुक्काम- चार मोसंबी पुरे-"

त्याने अर्धा तासात चार मोसंबी त्यांच्यापुढे ठेवली. ती फळे पाहून माधवराव भडकले आणि म्हणाले

"अरे शिंच्या, मला ही मोसंबी नकोत, मोसंबी दारू हवीय."

त्या जमान्यात मध्यमवर्गीयांच्या कौटुंबिक जीवनात दारूला स्थान नव्हते. सिनेमातील नट, डायरेक्टर मद्यपान करीत. मराठी रंगभूमीवर नाव मिळविणारे अनेक नट मद्यपानाच्या आहारी गेले होते. भाऊराव कोल्हटकर, केशवराव भोसले, मा. दीनानाथ, दिनकर कामण्णा, चिंतामणराव कोल्हटकर, राम गणेश गडकरी, वसंत

शांताराम देसाई, गोविंदराव टेंबे, इ. मंडळींना दारूचे व्यसन होते.

दुसऱ्या महायुद्धापर्यंत महाराष्ट्रातील मध्यमवर्गीय मद्यापासून अलिप्त राहिला. त्यामुळे तत्कालीन विद्यार्थी आणि शिक्षकांना दारूचा स्पर्श झाला नव्हता. मध्यमवर्गीय विद्यार्थी चहा, बटाटेवडा, मिसळ खाद्य पदार्थांवर पोसले गेले. मुंबईत त्या काळी दारूविक्री करणारी दुकाने तुरळक होती. पुण्यात दारू फक्त पुणे कॅन्टोन्मेन्टमध्ये मिळत असे. सदाशिव पेठेत दारूचे दुकान नव्हते. त्यामुळे रेल्वे-बारपासून पाच मिनिटांच्या अंतरावर राहत असूनही आम्ही त्या बारमध्ये कधीही गेलो नाही.

माझ्या आयुष्यातील मद्यपर्व सुरू झाले, ते सरकारी नोकरीत १९४९ साली पुणे येथे मुंबई सरकारच्या प्रसिद्धी खात्यात जिल्हा प्रसिद्धी अधिकारी म्हणून रुजू झालो त्या वेळी. मुंबई राज्यात दारूबंदी सुरू झाली होती. त्यामुळे दारू मिळवणे आणि पिणे या दोन्ही गोष्टी धोकादायक होत्या. विशेषकरून सरकारी अधिकारी मद्यपान करताना पकडला गेला, तर नोकरी जाण्याची शक्यता होती. देशी बनावटीच्या दारूला पर्याय म्हणजे हातभट्टीची दारू. त्या काळात मुंबईला जुहू, वांद्रे आणि खार येथील दांडा या गावांत अगदी व्यावसायिक थाटात हातभट्टी तयार होत असे आणि ती पुरवणारे अनेक अड्डे मुंबईत सर्वत्र होते. तशा प्रकारचे अड्डे पुण्यात होत; पण मध्यमवर्गीय गिऱ्हाइके त्या अड्ड्यांत जात नसत.

पुण्याच्या वास्तव्यात मद्यपान करणारे आमचे ज्येष्ठ मित्र म्हणजे स. आ. जोगळेकर, बा. भ. बोरकर, रेडिओचे सीताकांत लाड, सुधीर फडके, ग. दि. माडगूळकर, वसंत शांताराम देसाई, बाबूराव पेंढारकर आणि अरविंद गोखले. पुण्यात त्या वेळी माझे एक मित्र लेफ्टनंट जांबोटकर हे कँपात नेव्हीच्या कचेरीत होते. नेव्हीच्या आवारात त्यांचा प्रशस्त फ्लॅट होता. जांबोटकरांना सात रुपयांना रमची बाटली मिळे, आणि तीस रुपयांना स्कॉच व्हिस्की मिळे. त्यांच्या प्रचारकार्यासाठी माझी प्रचारगाडी आणि चित्रपट-प्रोजेस्टर नेहमी देत असे. त्यांच्या घरी ते एकटेच राहत. कारण त्यांची पत्नी मुंबईत स्टेट ट्रान्सपोर्टमध्ये नोकरी करीत असे. त्यामुळे जांबोटकरांच्या फ्लॅटवर आम्ही अनेक वेळा बसत असू. या मैफलीत ग. दि. माडगूळकर, पु. भा. भावे, अरविंद गोखले सामील होत. या मैफलीत काव्यशास्त्र-विनोद असे. अनेक वेळा वादावादी होई.

एकदा अरविंद गोखले आणि पु. भा. भावे यांचे कडाक्याचे भांडण झाले. त्या भांडणामुळे भावे आणि गोखले यांच्यात दुरावा निर्माण झाला.

गोखले मद्यपानानंतर काहीसे आक्रमक होत. ते कारण नसताना चवताळत.

आपल्यातील या उणिवेची त्यांना जाणीव होती. त्यामुळे त्यांनी शक्यतो बैठकीत मद्यपान करण्याचे सोडले.

मुंबईत राजाध्यक्षांच्या कुलाब्यातील प्रशस्त फ्लॅटमध्ये अशाच अविस्मरणीय मैफली होत. राजाध्यक्षांना आणि विजयाताईंना अशा पार्ट्या करण्यात उत्साह वाटे. अशा एका मैफलीत पु. ल. देशपांडे असताना वादावादी झाल्याचे मला आठवते.

पुण्यामध्ये मद्यमैफलीच्या दोन जागा होत्या. त्या म्हणजे स. आ. जोगळेकरांचे डेक्कन जिमखान्याचे प्रशस्त निवासस्थान. एकदा बोरकर आणि शिरवाडकर आमच्या मैफलीत सामील झाले. ही मैफल रात्री दोन वाजेपर्यंत रंगली. कुसुमाग्रजांना अजूनही त्या अविस्मरणीय मैफलीची याद आहे. जोगळेकरांच्या घरी मैफल असली, की त्याच्या तयारीत त्यांचा संपूर्ण दिवस जाई. वसंत शांताराम देसाई आणि बाबूराव पेंढारकर त्यांच्या घरी येत. मात्र स्वतः आपल्या आवडीचे मद्य घेऊन येत. बाबूरावांसारखा दिलदार कलावंत माझ्या पाहण्यात नाही. बाबूरावांच्या मुलीच्या विवाहाप्रीत्यर्थ त्यांनी पुण्यात काही मोजक्या मित्रांसाठी एक मद्यमैफल आयोजित केली होती. पुण्यातील लॉ बुक स्टॉलचे मालक खांडेकर यांच्या दिवाणखान्यात हा कार्यक्रम आयोजित करण्यात आला होता. हे गोविंदराव टेंबे यांचे जावई. बालगंधर्वांचे मित्र. दारूबंदीच्या त्या काळात पुण्यात चांगला माल कोठे मिळतो, याची त्यांना माहिती असे. बाबूरावांच्या मैफलीत डॉ. रंगनाथ हरी सोमण, पु. भा. भावे, वसंत शांताराम देसाई, बाळ कोल्हटकर, स. आ. जोगळेकर, संगीत रंगभूमीवर विशेषतः 'मानापमान' नाटकातील भामिनीची भूमिका करणारी नटी बिंबा ऊर्फ शांता मोडक, ही प्रमुख मंडळी होती. गंधर्वभक्त मैफलीत किंचित मद्य पोटात गेल्यावर सर्वांनी शांताबाईंना नाटकातील पदे म्हणण्याची फर्माईश केली. पण त्यांनी नकार दिला. अशा प्रसंगी वसंतराव आणि मी यांची नाट्यगीतांची जुगलबंदी होत असे. पण तेवढ्यात बाळ कोल्हटकर यांनी गंधर्वांच्या गाण्याची भ्रष्ट नक्कल केल्यामुळे वसंत शांताराम त्यांच्यावर भडकले. ते म्हणाले,

''ज्यांच्या पायाशीदेखील बसण्याची तुमची पात्रता नाही, त्याने बालगंधर्वांच्या गायनाचा असा उपहास करू नये.''

वातावरण किंचित तंग झाले. पण थोड्याच वेळात ते विरले.

पुण्यात आचार्य अत्रे वारंवार येत असत. ते आले, की कॅम्पात दोराबजीकडे जेवायला जात. मी त्या वेळी सारस्वत कॉलनीत राहत होतो. डॉ. सोमणची गाडी माझ्या घरी येत असे. बरोबर डॉ. शं. कृ. देवभक्त, वसंतराव व हे मित्र असत. शं. कृ. देवभक्त हे गडकऱ्यांचे विद्यार्थी. गडकरी त्यांना संस्कृत शिकवीत. पुढे 'श्री'

नावाचे नाटक लिहिणारे बन्याबापू कमतनूरकर हे त्यांच्या वर्गात होते : गडकऱ्यांना बन्याबापूंबद्दल जास्त आपुलकी वाटे. पुढे देवभक्तांनी बी. एस्सी.मध्ये पहिला वर्ग मिळवायचा, डॉक्टरकीचा नाद सोडला आणि बी. एस्सी. होऊन अत्र्यांच्या पुण्यातील शाळेत शिक्षक म्हणून दाखल झाले. वसंतरावांची आणि अत्र्यांची ओळख देवभक्तांच्या घरी झाली. कालांतराने देवभक्तांनी शाळा सोडली आणि पन्नाशीत एल्सीपीएसची परीक्षा पास होऊन टिळक रोडवर दवाखाना थाटला. अत्रे, वसंतराव आणि देवभक्त यांची गप्पांची मैफल अपूर्वाईची असे. दोराबजीकडे भीमप्पा म्हणून एक त्या नावाला शोभेसा वेटर होता. 'अत्रे आले,' असे म्हणताच तो एका कोपऱ्यात आमची बसण्याची व्यवस्था करून टेबलावर एक बाटली ठेवीत असे. अत्रेसाहेबांना जेवायला काय हवं, ते त्याला ठाऊक असे.

पुण्यात अत्र्यांच्याबरोबर अनेक मैफलीत सामील होण्याचे मला भाग्य लाभले. एकदा असे संध्याकाळच्या गाडीने पुण्याला आलो. त्या रात्री बालगंधर्वांचे मित्र पापा चिपळूणकर यांच्या पंधरा ऑगस्ट लॉजच्या शेजारी असणाऱ्या भव्य वाड्यात ही मैफल आयोजित केली होती. पापा चिपळूणकर हे जहागीरदार, डोक्याला फेज कॅप घालून 'स्वयंवर' नाटकाच्या पहिल्या प्रयोगाचे केवळ हौस म्हणून बुकिंग क्लार्क म्हणून बसले होते. अत्र्यांना स्टेशनवर आणायला मी आणि डॉ. सोमण गेलो होतो. गाडीत अत्र्यांनी माफक मद्य घेतले असावे, असा आम्हाला संशय आला. डॉक्टर रंगनाथ हरी सोमण हे बालगंधर्वांचे मित्र- म्हणजे त्यांच्या सर्व कलावंतांचे मित्र. त्यांचे प्रसूतिगृह टिळक रोडवर होते. पापांनी जेवणाचा थाट जहागीरदाराला शोभेसा केला होता. या मैफलीत रंग भरल्यानंतर अत्रे, वसंतराव आणि सोमण आपल्या जुन्या आठवणींना उजाळा देऊ लागले. सोमणांनी अत्र्यांना मिठी मारून म्हटले,

"बाबूराव, तुम्ही आणि वसंतराव हे आता दोनच मित्र उरले आहेत. नानीचा (शिरीष पै) जन्म माझ्याच हॉस्पिटलमध्ये झाला."

अत्रे म्हणाले,

"डॉक्टर, तुझ्यासारखा रसिक मित्र मला लाभला आणि डॉक्टर या नात्याने तुझे ऋण मी कसे फेडू!"

या सर्व धांदलीत आमच्या समोर असलेल्या मटणाच्या पातेल्याला कुणाच्या तरी लाथेचा धक्का बसून पापांच्या काश्मिरी गालिचावर ते पातेलं सांडलं–

रात्री दीडपर्यंत ही मैफल रंगली. पापांच्या ड्रायव्हरने प्रथम मला सारस्वत कॉलनीत सोडले आणि अत्र्यांना श्यामराव भोळ्यांच्या घरी आणि सोमणांना टिळक रोडवर सोडले.

अत्र्यांना मांसाहार प्रिय होता, तितकाच शाकाहारही प्रिय होता. त्यांची शाकाहाराची भूक भागवण्यासाठी आम्ही सोमणांच्या विठ्ठलवाडीतील फार्म हाऊसवर जात असू. बरोबर डॉ. देवभक्त, बाबूराव पेंढारकर आणि वसंतराव असत. या फार्महाऊसवर डॉ. सोमणांची शांताबाई नावाची एक स्वैपाकीण अत्र्यांना आवडणारे पिठले, भाकरी असा बेत करीत असे. वसंतरावांना तिखट जेवण आवडत असे. या फार्महाऊसवर अत्र्यांचे काव्यगायन, गंधर्वगीतगायन असे कार्यक्रम होत. गडकऱ्यांच्या आणि बालगंधर्वांच्या आठवणींना उजाळा मिळे.

एकदा पुणे येथे अत्रे आले असताना मी स्टेशनवर त्यांना आणायला गेलो. माझ्याबरोबर कॅप्टन जांबोटकर होते. मी अत्र्यांची आणि जांबोटकराची ओळख करून दिली, आणि म्हटले, "आपल्याला आता सरळ जांबोटकरांकडे जायचे आहे." अत्र्यांना लष्करी अधिकाऱ्याबद्दल आपलेपणा वाटे. नाविक दलातील एका मराठी अधिकाऱ्याची ओळख झाल्याचा त्यांना आनंद वाटला. जांबोटकरांनी त्यांच्यासाठी 'ओल्ड स्मगलर' दी स्कॉच व्हिस्की नेव्हल कॅन्टीनमधून मागवली. अत्रे खूश झाले. जांबोटकरांची पत्नी लेखिका आहे, असे कळताच ते म्हणाले, "अरे वा, तिला आमच्या 'नवयुग'मध्ये लिहायला सांगा." त्या दिवशीची मैफल रंगली. अत्रे त्यांच्याबरोबर नाविक दलाच्या कहाण्यांत रंगले. त्यानंतर एक महिन्याने आम्ही परत जांबोटकरांकडे बसलो. त्या मैफलीत थोडी जादा प्यायल्यामुळे अत्रे जेवणावरून भडकले आणि त्यांनी त्या आचाऱ्याला शिव्या दिल्या आणि आरडाओरडा केला. जांबोटकरांच्या विरुद्ध असणाऱ्या काही अधिकाऱ्यांनी नेव्हल कमांडर रामदास यांच्याकडे या प्रकरणी गंभीर तक्रार केली. त्यामुळे कमांडर रामदास यांनी जांबोटकरांवर कोर्ट मार्शल करण्याचे ठरवले. जांबोटकरांनी मला आपल्यावर मोठा कठीण प्रसंग आलाय, असे मला सांगितले. कमांडर रामदास हा साडेसहा फूट उंचीचा गोरापान अधिकारी माझ्या चांगल्याच परिचयाचा होता. पुण्यातील वरिष्ठ लष्करी अधिकारी माझ्या परिचयाचे आहेत, हेही त्याला ठाऊक होते. खरं म्हणजे, त्यांची जांबोटकरांवर खास मर्जी होती. जांबोटकरांकडे कोणताही कागद पाठवताना तो त्या कागदावर 'जंबोट' असे लिहीत असे. मी कमांडर रामदास यांना भेटून आचार्य अत्रे ही कशी असामान्य व्यक्ती आहे, हे सांगितले. अत्रेचरित्र ऐकताच तो चक्रावून गेला. तो म्हणाल, " आचार्य अत्रे माझ्याकडे डिनरला येतील काय? जांबोटकरवरचा खटला मागे घेण्यासाठी ही शर्त आहे." मी म्हटले - "मी त्याबद्दल हमी घेतो." त्याप्रमाणे मी अत्र्यांना कळवले आणि ते एका शनिवारी पुण्यात आले. कमांडर रामदासांनी त्यांच्यासाठी पांढऱ्या रंगाची नेव्हल कार पाठवली. ड्रायव्हरही त्याच्या खास पांढऱ्या युनिफॉर्ममध्ये होता. कमांडर रामदासचा कॅम्पात एक प्रशस्त बंगला होता. तेथे

हिरवळीवर भोजनाचा कार्यक्रम आयोजित करण्यात आला. अत्र्यांनी प्रवेश करताच कमांडर रामदास यांनी त्यांना सलाम ठोकला आणि जवळ येऊन मिठी मारली. दोघेही उंच, त्यामुळे हा प्रसंग छायाचित्र घेण्यासारखा संस्मरणीय होता. पण नेव्हीच्या शिस्तीत अशा छायाचित्रांना मज्जाव होता. त्यानंतर अर्थात जांबोटकरांवरील खटला मागे घेण्यात आला.

पुण्यात आमच्या मैफलीसाठी आणखी एक ठिकाण होते. ते म्हणजे ग. ल. ठोकळ याचा टिळक रोडवरचा 'कोंदण'हा बंगला. या बंगल्यात सुधीर फडके राहत. त्या काळात पुण्यात दारूबंदीमुळे दारूची टंचाई असे. त्यामुळे दारूची तहान भागवण्यासाठी अनेक पर्याय शोधावे लागत. टिळक रोडवर त्या वेळी कामत नावाच्या गृहस्थांचे एक औषधांचे दुकान होते. या कामतांना मराठी लेखकांबद्दल फार आपुलकी वाटे. त्यांनी 'टिंक्चर जिजरबेरीस' नावाचा अल्कोहोल असलेला आल्याचा काढा हा एक 'हार्मलेस' पर्याय त्या वेळच्या मद्यपी साहित्यिकांत लोकप्रिय केला. त्याशिवाय 'हॉल' नावाचे एक टॉनिक- त्यात काही अंशी अल्कोहोल असल्यामुळे त्यालाही मद्यप्यांकडून मागणी असे. पु. भा. भावे त्याला हॉलसाहेब म्हणत असत. या हॉलसाहेबाच्या संगतीत आम्ही सुधीर फडके यांच्या घरी काव्यशास्त्रविनोद करीत असू. एकदा श्री. द. अवचट नावाचे माझे एक ज्योतिषी मित्र सामील झाले. त्यांच्याशी माझी आचार्य अत्रे यांनी ओळख करून दिली. 'ब्रह्मचारी' चित्रपट तुफान लोकप्रिय होणार, असे भविष्य त्यांनी वर्तवले होते. ते शंभर टक्के सत्य ठरल्यामुळे अत्र्यांनी त्यांना 'नवयुग'मध्ये 'सवाई म्हापणकर' या नावाने साप्ताहिक भविष्य लिहिण्याची कामगिरी सोपवली. अवचट हे गोष्टीवेल्हाळ होते; पण जादू- मंत्रतंत्र यांतही प्रवीण होते. भावे त्यांना ओरॅकल ऑफडेल्पी या नावाने हाक मारीत. ओरॅकल हे ग्रीसमधील आपल्या पंढरपूरसारखे एक प्राचीन शहर. या शहराचे माहात्म्य शहरातील प्राचीन मंदिरांमुळे युरोप खंडातील भाविकांमुळे वाढले. वास्तविक 'ओरॅकल ऑफ अपोली' असे प्राचीन ग्रीक ज्योतिष्याचे मूळचे नाव. पण आमचा पुण्यातील 'ओरॅकल' हा मद्यपान करण्यात निपुण होता.

एक दिवस पहाटे पाच वाजता स्वारी जागी झाली आणि भाव्यांना जागे करून विचारते,

"काय हो भावेअण्णा, या बंगल्याला बाहेर जायचा दरवाजा नाही... म्हणजे आत प्रवेश तरी कसा केला?"

मद्याची टंचाई कशी दूर करावी, याबाबतचे संशोधन स. आ. जोगळेकर करीत होते. त्यांचे या संदर्भातील सहायक बाबूराव पेंढारकर, वसंतराव आणि मी. एक

दिवस जोगळेकरांनी जाहीर केले, की एक शहाळे घ्यायच, त्यात अर्धी वाटी तांदूळ, एक वाटी कोकाकोला आणि यीट्सच्या गोळ्या टाकायच्या आणि शहाळे वर करून त्याला गव्हाच्या कणकेचा लेप करून एक महिना सूर्यप्रकाशात ठेवायचे. महिन्यात एक बाटली अस्सल मद्य मिळेल. आम्ही चार शहाळी घेऊन जोगळेकरांकडे गेलो. त्यांनी तांदूळ, कोकाकोला, यीस्ट घालून ती शहाळी कणकेचा लेप लावून आम्हांला सूचना केली, की सूर्यप्रकाशात ठेवा. आम्ही त्याप्रमाणे योग्य ती खबरदारी घेतली आणि महिना केव्हा संपतो, याची वाट बघत राहिलो. महिना संपताच आम्ही आमचे मद्यशास्त्रज्ञ जोगळेकर यांच्या घरी गेलो आणि सर्वांनी ते शहाळे उघडले आणि ग्लासात तो द्रव ओतला. आम्ही त्याचा वास घेतला; पण तो वास व्हिस्की किंवा हातभट्टीचा नव्हता. चवही काहीशी चमत्कारिक.

जोगळेकरांच्या मद्यनिर्मितीच्या प्रयोगाचे अपयश आम्ही बाबूराव पेंढारकरांनी आणलेली स्कॉच व्हिस्की प्राशन करून साजरे केले.

१९५४ साली माझी ठाण्याला बदली झाली. ठाणे शहर म्हणजे जवळजवळ मी मुंबईत आलो, म्हणा ना. ठाणे जिल्ह्यात त्या काळात पावसाळ्यात उत्तरेकडच्या तालुक्यात जाणे शक्य नसे. आज या तालुक्यांना जोडणारे पूल झाले आहेत; पण त्या काळात हे दळणवळण सुलभ नव्हते. ठाणे जिल्ह्यात मला महिन्यातून वीस दिवस फिरती असे. या फिरतीत स्थानिक कार्यकर्त्यांचा परिचय झाला. त्यांत पालघरचे परदेशी बंधू यांचा दृढ परिचय झाला. त्यांना लेखक म्हणून माझ्याबद्दल आस्था वाटे. त्यांच्याबरोबर पालघर तालुक्यातील दुर्गम अशा आदिवासी वस्तीत मी मुक्काम करीत असे. या आदिवासी विभागात चित्रकार दलाल, अनंत काणेकर, ग. रा. कामत, विरारचे श्री. स. दाभोळकर, बॉम्बे प्रोसेसचे मालक कामत यांची एक मैफल मी आयोजित केली. त्या मैफलीत सामील होण्यासाठी वसंत शांताराम आणि स. आ. जोगळेकर आणि भावे मुद्दाम पुण्याहून येऊन सामील झाले होते. काणेकर मुळातच गोष्टीवेल्हाळ. त्यांना स. आ. जोगळेकरांची जोड म्हणजे मैफल मध्यरात्रीपर्यंत चालायची.

ठाण्याला जोडून असणारा गुजरातचा प्रदेश, त्यातील दमण हे गाव पोर्तुगीजांच्या हद्दीतील. दारूबंदीच्या धोरणाचे अवलंबन करण्यासाठी वेस्टर्न रेल्वेच्या सुरतकडे जाणाऱ्या फास्ट लोकल गाड्या दमणला थांबत नसत. दमणनजीक पूर्वभागात 'सेल्वासा' या गावी गोवामुक्तीनंतर आम्ही गेलो होतो. सेल्वासा मुक्त करण्याच्या लढ्यात प्रत्यक्ष भाग घेतलेल्या कांता देसाई या तरुण वकिलाने सेल्वासा येथील एका पारश्याच्या आलिशान बंगल्यात आमची राहण्याची व्यवस्था केली. दीनानाथ

दलाल, अनंत काणेकर, ग. रा. कामत, आदी मंडळी यांत सामील होती. या पारश्याने आमचे मोठ्या अगत्याने स्वागत केले. पारशी म्हटल्यानंतर मद्याला तुटवडा नव्हता. आमच्यासाठी त्याने आपल्या बंगल्याच्या आवारातील पटांगणात स्थानिक आदिवासींच्या नृत्याचा कार्यक्रम आयोजित केला होता. या प्रसंगी दलालांनी अनेक रेखाचित्रे काढली.

चित्रकार दीनानाथ दलाल हे चित्रकारांचे बादशहा होते, तसे मैफलीचेही बादशहा होते. दीपावलीच्या प्रत्येक दिवाळी अंकानंतर त्यांचे विरारचे मित्र आणि जाहिरात एजंट श्री. स. दाभोळकर याच्या सहकार्याने मुंबईबाहेर एक सफर काढीत. या सफरीचा सर्व खर्च दलाल करत. या सफरीत भावे आणि जोगळेकर न चुकता सामील होत. या काळात मद्यपान वर्ज्य. बंदी असली तरी आरोग्याच्या सबबीवर सहा महिन्यांसाठी अर्ध्या बाटलीचे परमिट मिळे. ते वर्षभर पुरे. कारण त्या परमिटामुळे कुणाला पोलिसाच्या तावडीत पकडले जाण्याचे भय नसे. त्या वेळचे मुंबईचे एक्साईज खात्याचे प्रमुख हे माझे मित्र होते. त्याचे नाव 'फोरेज'. हे ॲग्लोइंडियन गृहस्थ पुण्याला त्याच हुद्द्यावर होते व दारूबंदी प्रचारासाठी त्यांना माझी मदत घ्यावी लागे. कार्यक्रमाची योजना आखण्यासाठी मी त्यांच्या बंगल्यात जात असे आणि आम्ही शांतपणे व्हिस्की पीत दारूबंदी सप्ताहाचा कार्यक्रम ठरवीत असू. फोरेज यांच्यामुळे मी माझ्या अनेक 'तहानलेल्या' मित्रांना असे परवाने मिळवून दिले.

प्रा. राजाध्यक्षांच्या घरी भरत असलेल्या मैफली ते साहित्य सहवासात राहायला आल्यापासून बंद झाल्या. कुलाब्यातील त्यांचा फ्लॅट प्रशस्त, त्यांचा दिवाणखानाही अशी पार्टी करण्यासाठी योग्य, त्यामुळे राजाध्यक्षांनी बिनधास्त (सरकारी नोकर असूनही) आपल्या जवळच्या मित्रांचे आतिथ्य केले. त्यात विशेष म्हणजे, विजयाताई या अस्सल कोकणस्थ; पण सुके बोंबील आणि बांगडे यांची आमटी करण्यातही प्रवीण झाल्या होत्या.

चित्रकार दलालही आपल्या घरी निवडक मित्रांना बोलवत. दलाल जेवणाबाबत फार चोखंदळ होते. मासे असल्याशिवाय त्यांच्या जेवणाला खरी लज्जत येत नसे. त्यांची पत्नीही सुगरण आणि आपल्या नवऱ्याच्या मित्रांचे मोठ्या प्रेमाने आतिथ्य करणारी. दलालांच्या घरच्या मैफलीत गोपाळकृष्ण भोबे, अच्युत बर्वे अशी निवडक मित्रमंडळी असत.

१९५९ साली माझी मुंबईला बदली झाली. प्रथम मी खारला राहत होतो.

वर्षभरात मी हाऊसिंग बोर्डाचा प्रसिद्धी अधिकारी झाल्यानंतर मी १९६० साली खार येथील रामकृष्ण नगर बोर्डाच्या कॉलनीत राहायला आलो. ही जागा फारशी प्रशस्त नव्हती. त्यामुळे या जागेत माझे मित्र मधू कर्णिक (हे बॉम्बे केमिकल्समध्ये मॅनेजर होते), अत्र्यांचे जावई व्यंकटेश पै, विद्यार्थी काँग्रेसच्या चळवळीतील मित्र भाल चित्रे या मित्रांचीच वर्दळ असे. या जमान्यात फ्रॉन्सिस कोलॅसो ('पामग्रोव्ह' हॉटेलचा मालक) याचा मढ आयलंडवर एक सुरेख बंगला होता. या बंगल्याच्या आवारातील प्रत्येक झाडाला एक सोडा ओपनर लावलेला होता आणि झाडाखाली सहा खुर्च्या आणि टेबल अशी व्यवस्था त्याने केली. या बंगल्यात तो क्वचितच राहत असे. मात्र बंगल्याची देखभाल करणारा ख्रिश्चन नोकर तुमच्या सेवेला हजर असे आणि त्याची पत्नी उत्कृष्ट मांसाहारी स्वैपाक करीत असे. फ्रॅन्सिसच्या बारमध्ये पोर्तुगीज वाईन, मशेरा ही पोर्तुगीज ब्रॅन्डी, ओल्ड स्मगलर, व्हॅट सिक्स्टी नाईन हे व्हिस्कीचे ब्रॅन्ड. या बंगल्यात आम्ही आठवड्यातून एक रात्र घालवत असू. या व्यंकटेश पैच्या जोडीला अण्णा हत्तंगडी (एअर इंडियातील उच्चाधिकारी) आणि आमचे इतर मित्र असत.

मढ आयलंडवर माझे जिव्हाळ्याचे मित्र एम. डब्ल्यू. देसाई (पुणे म्युनिसिपल कमिशनर झाले) यांचा समुद्रकिनारी एक टुमदार बंगला होता. आता या बंगल्याच्या जागेवर रहेजांचे 'रिट्रीट' हे पंचातारांकित हॉटेल उभे राहिले आहे. या बंगल्यात एकदा अशीच संगीताची मैफल भरली होती. या मैफलीत माधव मनोहर, जयवंत दळवी, केशव कोठावळे आदी मित्र होते. मधूने स्वतः ऑर्गनवर बालगंधर्वांची पदे सादर केली. त्याची धाकटी बहीण विजया हिने गंधर्वांची पदे हार्मोनिअमच्या साथीवर म्हटली. या नाट्यसंगीताच्या मैफलीला उत्कृष्ट मद्याने साथ दिली. स्वतः मधू मद्यपान करीत नसे.

१९६० ते ६४ पर्यंत महाराष्ट्रात दारूबंदी होती. पण मोरारजींसारख्या कर्मठ मुख्यमंत्र्याच्या काळी पोलीस या संदर्भात जागृत होते. पण १९६० नंतर यशवंतरावांनी दारूबंदी शिथिल केली नाही. या संदर्भात बोलताना यशवंतराव मला म्हणाले,

"मी स्वतः मद्यपान करीत नाही; पण माझे मित्र- तर्कतीर्थ लक्ष्मणशास्त्री जोशी यांच्यासारखे मित्र बिनधास्त माझ्यासमोर मद्यपान करतात. माझे काका दारू पीत. अधूनमधून मला सक्तीने एखादा घोट घ्यायला लावीत. पण मला मद्याचे आकर्षण वाटले नाही. त्यामुळे नाईकांनी ज्याप्रमाणे दारूबंदी उठवली, ते धाडस माझ्या हातून झाले नसते."

या चार वर्षांच्या काळात मुंबईत हातभट्टीची दारू विकणारे खासगी गुत्ते शहरात

सर्वत्र उघड्यावर चालू होते. या गुत्त्यांवर अरविंद गोखले यांनी आपल्या अनुभवांवर आधारलेला एक लेख लिहिला आहे. गोखल्यांच्या बरोबर मी जुहू आणि दादर - पोर्तुगीज चर्च भागांतील गुत्त्यांत अनेक वेळा गेलो; पण अरविंदचे अत्यंत आवडीचे ठिकाण म्हणजे सिटी लाईटच्या शेजारी गल्लीत चालणारा ताईचा अड्डा. या गुत्त्यात नटवर्य नानासाहेब फाटक आणि बाळ कोल्हटकर रोज संध्याकाळी जात. अरविंद गोखले हे लेखक आहेत, हे ताईला ठाऊक होते. त्यामुळे आमची तिने स्वतःच्या बैठकीच्या खोलीत सरबराई केली.

अनंत काणेकरांमुळे दांडा येथील कोळ्यांच्या गुत्त्यात आमचा प्रवेश झाला. दांडा येथे किसन नावाचा गावचा पाटील हा वकील होता. या किसन पाटलाच्या भट्टीत दारू तयार केली जाई. कोळ्याची लोकगीते यांच्यावर संशोधन करण्यासाठी काणेकर दांड्याला आले आणि त्यांची किसन पाटलांशी ओळख. काणेकरांनी किसनची अत्र्यांबरोबर ओळख करून दिली. एक दिवस किसनच्या बंगल्यावर काणेकर, अत्रे आणि मी हजर होतो. त्या वेळी किसनचे व्याही (त्याचा मुलगा गोविंद याचे सासरे) शंकरबुवा, हे उत्तम भजन म्हणत. अत्र्यांच्या आग्रहावरून शंकरबुवांनी संत तुकारामाचे अभंग पेटीच्या सुरावर इतके आत्मीयतेने म्हटले, की अत्र्यांचे डोळे पाणावले.

पुणे येथे वास्तव्य असताना वसंत शांताराम देसाई यांनी 'मद्यपान' या शब्दाला 'ग्रंथवाचन' हा पर्यायी शब्द सुचविला आणि आम्ही सर्वांनी तो अमलात आणला. तसेच परदेशी ग्रंथ म्हणजे व्हिस्की वगैरे, अनुवादित ग्रंथ म्हणजे देशी बनावटीची परदेशी दारू. शिवाय जनी म्हणजे जीन, रामभाऊ- रम, वासुदेव-व्हिस्की असे पर्यायी शब्द तयार केले- हातभट्टीला हस्तलिखित ग्रंथ. हे पदार्थ फारच लोकप्रिय झाले. सीताकांत लाड यांची बंगलोर येथे बदली झाली, तेव्हा पहिले पत्र आले, त्यात त्यांनी लिहिले, 'इथे ग्रंथांचा तुटवडा नाही.' भाव्यांनी एका पत्रात लिहिले : 'बरेच दिवस तुमच्यासारख्या ग्रंथप्रेमी व्यक्तींच्या सहवासात ग्रंथवाचन झाले नाही.'

आमच्या एका मित्राने आपल्या मुलीच्या लग्नाच्या वेळीच मला चिठी पाठवली- 'परवा घरगुती जेवणाचा कार्यक्रम आहे, त्यासाठी चार तरी ग्रंथ मला लागतील.'

त्या काळातील हातभट्टी संप्रदायाचे धुरीण म्हणजे श्रीकृष्ण पोवळे, सी. रामचंद्र, बाळ कोल्हटकर, नानासाहेब फाटक आणि काशिनाथ घाणेकर. सी. रामचंद्र तसा कंजूष कलाकार. तो सतत हातभट्टीची दारू पीत असे. या दारूला त्यांनी 'झट' हे नाव ठेवले होते. 'झट' म्हणजे झटकन चढणारी. काय, बाळासाहेब, झट घेणार का? असा सवाल त्यांच्या बैठकीच्या खोलीत प्रवेश करताच ते

विचारीत. दर शनिवारी कारने ते पुण्याला जात. महिन्यातून दोन शनिवारी मी त्यांच्याबरोबर असे. ठाणे शहर सोडले, की त्यांचे मद्यपान सुरू होई. अर्थात मलाही त्यात भाग घ्यावा लागे. साधारण दहा वाजता आम्ही संभाजी पार्कसमोरच्या त्यांच्या बंगल्यात दाखल होत असू. या बंगल्यात त्यांची दुसरी पत्नी पूर्वाश्रमीची शांता डेरवा राहत असे. साडेअकरा झाले, की ग. दि. माडगूळकर, गजानन जागीरदार - केव्हातरी मास्टर भगवान या मैफलीत सामील होत. संध्याकाळी परत तासभर फिरून आल्यानंतर रात्री आठ ते बारापर्यंत मैफल रंगत असे.

सी. रामचंद्र यांचे मद्यपान बिनधास्त, कोणाचीही पर्वा न करता चाले.

एकदा गोरेगाव येथे 'बंडू गोरे हॉल'मध्ये एका कोणत्यातरी विषयावर परिसंवाद होता. वेळ सायंकाळी सहाची. या परिसंवादात सी. रामचंद्र, गांधीवादी लेखिका मृणालिनी देसाई आणि प्रा. अशोक केळकर यांचा सहभाग होता. या परिसंवादाचे अशोक केळकर सूत्रधार होते. कार्यक्रमाला सुरुवात होण्यापूर्वी हॉलला लागून असणाऱ्या एका छोट्या खोलीत आम्ही बसलो होतो. तेवढ्यात सी. रामचंद्र यांनी आपल्या खिशातून व्हिस्कीची अर्धी बाटली काढली आणि म्हणाले,

"अशोकराव, दोन पेले आणा- पाणी तर आहेच- दारू घेतल्याशिवाय मला भाषण करण्याचे धैर्य होणार नाही."

हे सारं नाटक त्या बिचाऱ्या गांधीवादी महिलेसमोर घडले!

अशोक तर थरथर कापू लागला. म्हणाला, "संस्थाचालकांना कळले, तर अनर्थ घडेल." पण अण्णांनी त्याला न जुमानता मला एक घोट घ्यायला लावलाच.

१९६४ मध्ये वसंतराव नाईकांनी दारूबंदी उठवली. फक्त नावापुरती परमिट सिस्टम चालू ठेवली. १९६४ मध्ये मी स्वेच्छेने सरकारी नोकरी सोडली आणि एका खासगी उद्योजकाच्या कंपनीत संपर्काधिकारी म्हणून सामील झालो. या कंपनीत मी तेवीस वर्षे नोकरी केली आणि अखेरची पाच वर्षे रिलायन्स इंडस्ट्रीजमध्ये जनरल मॅनेजर, 'कॉपोरेट अफेअर्स' म्हणून दाखल झालो. या नोकरीत महिन्यातून किमान तीन वेळा मला विमानाने दिल्लीच्या फेऱ्या कराव्या लागत. सुरुवातीला मी अशोक हॉटेलमध्ये राहत असे. त्या वेळी त्या हॉटेलचा दर दिवसाला ६५ रुपये- त्यात दोन्ही वेळचे जेवण, नाश्ता याचा समावेश होता. दहा एक वर्षांनी हे भाडे पंधराशे रुपये झाले. त्या वेळी दिल्लीत अशोक, ओबेरॉय इंपीरियल, क्लॅरिजीस आणि जनपथ ही महत्त्वाची हॉटेले. त्यानंतर ताज इंटरकॉन्टिनेन्टल; मौर्या, मेरिडीन, हॉलिडे इन, हयात रीजन्सी अशी पंचतारांकित हॉटेले उघडली. ताजपॅलेस हे हॉटेल निघाले. गेल्या वर्षी या हॉटेलाचा किमान दिवसाचा दर हजार व माणशी जेवणाचा

खर्च १५०० रु. काही महिन्यांपूर्वी मी दिल्लीला ताज इंटरकॉन्टिनेन्टलमध्ये दोन दिवस राहिलो, त्याचे बिल वीस हजार रुपये आले.

दिल्लीच्या एकूण पाचशे फेऱ्यांत मी दिल्लीतील प्रमुख मंत्री, एम. पी. सर्व खात्यांतील आय ए. एस, आणि आय. सी. एस. अधिकाऱ्यांशी स्नेहसंबंध जुळवले. दिल्लीच्या वास्तव्यात अशोकमध्ये इंदिरा गांधीचे सचिव आर. के. धवन, यशपाल कपूर, तसेच डायरेक्टर जनरल ऑफ इंपोर्ट्स अँड एक्सपोर्ट प्रभाकर कसबेकर, डिफेन्स सेक्रेटरी डी. डी. साठे, एकॉनामिक अॅडव्हायजर शरद मराठे, इ. मित्रांची महिन्यातून एकदा तरी मैफल व्हायची. इंदिराजींचे सचिव ढवण आणि यशपाल रात्री साडेदहाला हजर होत. त्या काळात परदेशी दूतावासांकडून शिवास रीगलची बाटली ७५ रुपयांना मिळे. बॅगेज तपासले जात नसल्यामुळे प्रत्येक फेरीत चार ते पाच बाटल्या मी मुंबईला आणत असे.

सरकारी नोकरी सोडल्यावर माझ्या घरी पार्ट्या सुरू झाल्या. शिवाय मुंबईच्या ताजमध्येही मी पार्ट्या देत असे. दहा वर्षांपूर्वी माणशी दीडशे रुपये दर होता. तो तीनशेवरून आता हजार रुपयांपर्यंत आलाय, या सर्व बिझनेस पार्ट्या असत. यात केंद्रीय आणि राज्य स्तरावरचे उच्च अधिकारी सामील होत. त्यांतील काही निवडक असे अधिकारी, ज्यांना वाङ्मय आणि संगीतात आवड आहे, अशा अधिकाऱ्यांना मी घरी बोलवत असे. त्यांत डायरेक्टर जनरल ऑफ पोलीस राजाध्यक्ष, पोलीस कमिशनर श्रीधर प्रधान (यांनी 'कसोटीचे क्षण' नावाचे आत्मवृत्त लिहिलेय, आनंद भडकमकर, आय. ए. एस., सुरेश नाडकर्णी, आय. बी. बी. आय., बाळ भागवत (सिकॉम), डी. एम. सुखथनकर, पोलीस कमिशनर सोमण, कुरुव्हिला, चीफ कमिशनर, इन्कम टॅक्स, आदी पहिल्या दर्जाचे अधिकारी माझ्या घरी येत. नाट्यसंगीताच्या दुर्मीळ ध्वनिमुद्रिका ऐकत. या मैफलीत मी मंगेश विठ्ठल आणि विजया राजाध्यक्ष, ज्ञानेश्वर नाडकर्णी, आदी लेखकांनाही बोलावत असे. विलिंग्डन क्लब आणि बॉंबे जिमवर मी अनेक स्नेहभोजने आयोजित केली.

आमच्या साहित्यिकांना जुहू किनाऱ्यावर असलेल्या रहेजाच्या आलिशान बंगल्यासमोर असलेल्या प्रशस्त लॉनवर मी अनेक मैफली सादर केल्या. सारे काही पंचतारांकित. या मैफलीत एकदा तर उमाकान्त ठोंबरे यांचा वाढदिवस साजरा केला. या मैफलीत लक्ष्मणशास्त्री जोशी एक-दोनदा सामील झाले होते.

मुंबईत केशवराव कोठावळे अनेकदा असले साग्रसंगीत भोजनाचे कार्यक्रम

आयोजित करत. त्यांच्या मैफलीत जयवंत दळवी, मधू मंगेश कर्णिक, ज्ञानेश्वर नाडकर्णी यांचा आवर्जून समावेश असे. आपल्या पित्याची ही 'थोर' परंपरा अशोक कोठावळे यानेही सांभाळलीय.

मी दिलेल्या आणि उपस्थित राहिलेल्या मैफलींतील गेल्या पिढीतील लेखक आणि कलावंत आज हयात नाहीत. ही मंडळी दारूबाज नव्हती. त्यांतील सर्व व्यक्तींनी आपल्या क्षेत्रात उच्चांक आणि लोकप्रियता मिळवली. यांतील सर्व व्यक्ती सत्तरीच्या पुढे जगल्या. यांतील अनेकांनी आपल्या अखेरच्या काळात मद्य पिणे सोडले होते. त्यांतील काहींना प्रकृतीस्वास्थ्यासाठी मद्याचा त्याग करावा लागला. पण त्यामुळे ते व्यथित झाले नाहीत आणि त्यांनी मद्यपानाचा हट्ट धरला नाही. माझे काही जवळचे व्यंकटेश पै, काशिनाथ घाणेकरसारखे मित्र मद्यपानाच्या अतिरेकामुळे लवकर गेले; पण अशी मंडळी अल्प.

वयाच्या चौऱ्याहत्तराव्या वर्षीही मी नियमितपणे मद्य घेतो. या मद्यपानाला आळा बसावा, म्हणून मी फक्त परदेशी मद्य घेतो; पण ते न घेतले, तर माझे काही अडत नाही. मद्य न घेता मला शांत झोप लागते- आता पूर्वीसारख्या 'पार्ट्या' होत नाहीत. मी शक्यतो गर्दीत मद्यपान करणे टाळतो. महिन्यातून एक-दोन व्यावसायिक पार्ट्यांना हजर राहावे लागते. पण त्या पार्ट्या पंचतारांकित हॉटेलात होतात. दिवसांचा हिशेब केला, तर १९६५ ते १९८८ या काळात चोवीस आठवडे मी पंचतारांकित हॉटेलात काढले. हां, खरं म्हटलं तर हा एका स्वतंत्र लेखाचा विषय आहे. या पंचतारांकित हॉटेलात राहिल्यामुळे आपल्या घरातील साधे जेवण किती रुचकर आहे, याची साक्ष पटली.

दारूड्या माणसाला मद्यपानासाठी सोबत लागत नाही. दारू हीच त्याची सोबतीण असते. पण खऱ्या रसिकाला मित्रांच्या संगतीत मद्य पिणे अधिक आवडते. स्कॉच व्हिस्कीमध्ये मला सिंगल माल्ट असणाऱ्या व्हिस्की आवडतात. सुरुवातीला 'शिवास रीगल' ही व्हिस्की मला आवडायची. मी जवळ जवळ सर्व महत्त्वाच्या स्कॉच व्हिस्कीची चव घेतलीय. त्यांत मला जॉनी वॉकर ब्लॅक लेबल ही व्हिस्की अधिक आवडते. तिच्या खालोखाल 'ग्लेन फिडिश' ही व्हिस्की माल्ट व्हिस्कींत सर्वोत्कृष्ट. रॉयल सॅल्यूट, ब्ल्यू लेबल आणि ग्रीन लेबल या महागड्या व्हिस्कींची चव मी घेतलीय. पण माझ्या मते गंध आणि चव या दृष्टीने 'ब्लॅक लेबल' ही सर्वोत्कृष्ट व्हिस्की, जीनमध्ये गार्डन, रममध्ये बॅकार्डी मला प्रिय आहे. भारतीय रममध्ये 'ओल्ड मॉन्क' ही रम परदेशी रमपेक्षा उत्तम आहे.

संध्याकाळी ८ नंतर आम्ही दोघं जण, संगीत ऐकत किंवा टी.व्ही. पाहत व्हिस्की घेतो. त्या वेळी जुने मित्र- त्यांच्याबरोबरच्या मैफलीचे ते सुखद क्षण आठवतात. आता ते क्षण परत आपल्या जीवनात येणार नाहीत- कारण आता वेळच थोडा उरलाय...!

■

**मी** पुराणिकला विचारलं.

"हे लोक काय पिताहेत, रे?"

दिल्लीत येऊन व भारत सरकारात नोकरीला लागून मला दोन-एक आठवडेच झाले होते. दिल्ली व दिल्लीच्या संस्कृतीला मी अजून नवीन होतो. त्यातून मी मोरारजी देसाईसारख्या खाष्ट मुख्यमंत्र्याच्या कोरड्या प्रदेशातून आलो होतो. दारू कशाशी खातात- म्हणजे कशाशी पितात, हेही मला माहीत नव्हतं, तर दारू दिसायला कशी असते, हे तरी कसं माहीत असणार?

एखाद्या खुळ्या माणसानं तितकाच खुळा प्रश्न विचारल्यावर एखादा शहाणा माणूस जसा हसतो, तसा पुराणिक हसला व म्हणाला,

**फिरोझ रानडे**

“एवढं माहीत नाही? बिअर पिताहेत.”

पुराणिक गेली कित्येक वर्षं दिल्लीत राहत होता आणि फक्त नावापुरताच मराठी राहिला होता. वृत्ती- प्रवृत्ती सगळी पंजाबी लोकांसारखी. खावं, प्यावं, मजा करावी! आणि त्या वेळची म्हणजे जवळ जवळ चाळीस-पंचेचाळीस वर्षांपूर्वीची दिल्ली अशी ‘मजा करावी’ अशा वृत्तीला उत्तेजन देणारी होती.

साहेबाचं राज्य जाऊन दहा वर्षंसुद्धा झाली नव्हती, त्यामुळे शहराचा इंग्रजीपणा अजून तसाच होता. सगळ्या चित्रपटगृहांतून बार म्हणजे दारूचे अड्डे असत. चित्रपट पाहण्याआधी किंवा नंतर पिण्याची सुविधा होती.

आम्ही कॅनॉट प्लेसमधल्या एका चित्रपटगृहात चित्रपट पाहायला गेलो होतो. तिकिटं काढून प्रवेशगृहात गेलो. त्या गृहाला जोडलेला एक मयखाना होता.

उत्तम फर्निचर, भिंतीला मोठे आरसे लावलेले, लहान लहान टेबल टाकलेली व त्याभोवती खुर्च्या. त्यांतल्या खुर्च्यांवर बसून काही लोक उंचाड्या काचेच्या ग्लासांतून फिक्कट बदामी रंगाचे काही पेय घेत होते. ते बिअर घेताहेत, कळल्यावर मलाही पिण्याची लालच सुटली.

“चल .. आपण पण घेऊ या...” असं मी म्हटलं व आम्ही ‘अड्ड्यात’ गेलो.

पहिला पाऊस, पहिला बर्फ, पहिलं प्रेम, पहिलं चुंबन ह्या सगळ्या पहिल्या गोष्टींप्रमाणे दारूचा पहिला घोटसुद्धा तसा अविस्मरणीय असतो. बाकी साऱ्या गोष्टींचा अनुभव गोड असला, तरी दारूचा तसा असतोच, असं नाही. माझा तर अनुभव चांगलाच कडवट निघाला!

आम्ही अड्ड्यात जाऊन एका टेबलाशी बसलो. बिअरचे ग्लास आले. आणि त्या थंडगार पेयाचा मी पहिला घोट घेतला व कळवळून म्हणालो,

“अरे, किती कडू आहे ही बिअर!”

“मग तुला काय वाटलं?” पुराणिक माणसासारखा हसून म्हणाला, “बिअर गोड असेल, म्हणून?”

हो, मला तसंच वाटलं होतं. कदाचित आपण दारूला मद्य वगैरे ‘मध’ शब्दाजवळचा शब्द वापरतो म्हणून असेल, पण दारू गोड असेल, अशी माझी भावना होती.

अर्थात बिअर काय किंवा दुसरी कोणतीही दारू कडवी असली, तरी चटक लावण्याचा त्यांच्यांत मोठा गुण असतो. मला पण काही महिन्यांत दारूची चटक लागली.

बिअरनं मी सुरुवात केली होती; आणि व्हिस्की, रम, जिन वगैरे पायऱ्या पटापट चढून गेलो. तरीपण पहिलं प्रेम जसं आयुष्यभर आवडतं राहतं, तशी बिअर

हेच माझं व मला वाटतं, बहुतेकांचे 'पहिलं प्रेम' राहिलं असेल.

दिल्लीला तीन-साडेतीन वर्षं राहिलो. एकटा होतो, पगारही बऱ्यापैकी होता; तरी पण दारूचं व्यसन असं लागलं नाही. एक तर मी घरी कधी दारू आणत नसे. शिवाय मराठी मंडळात काम करणं, त्यातल्या नाटकातून काम करणं, चांगले चांगले हिन्दी, इंग्रजी सिनेमा पाहणं वगैरे व्यवधानं होतीच.

मला वाटतं, की माणसाला इतर व्यवधानं नसली, तर तो व्यसनी दारूबाज होतो, नाही तर हौशी दारूबाजच राहतो.

नोकरीत कलकत्त्याला बदली झाली. कलकत्त्याला बदली झाली आणि माझं आयुष्य बदललं. एक तर माझं लग्न झालं; दुसरं म्हणजे, दिल्लीला सगळ्या ओळखी आमच्याच खात्याच्या लोकांच्या होत्या. कलकत्त्याला खासगी उद्योगधंद्यांतले लोक, इंडियन एअर लाईन्समधली पायलट मंडळी व इतर सरकारी खात्यांतल्या लोकांच्या ओळखी झाल्या.

असंच कसल्यातरी निमित्तानं तिथल्या झूओलोजिकल गार्डन्सच्या डायरेक्टरशी ओळख झाली. त्याचा बंगला खूप मोठा होता, बंगल्याच्या पुढं मोठ्ठी हिरवळ होती. तो म्हणाला,

"एखाद्या पौर्णिमेला या, हिरवळीवर बसून मस्त दारू पिऊ."

तसे एका पौर्णिमेला आमचे मित्र, त्यांच्या बायका व मी एकटा असे त्याच्या बंगलीवर गेलो. प्रतिभा कोल्हापुरला गेली होती. दारू वगैरे पिणं झालं आणि मला थोडं झोप आल्यासारखं वाटलं, म्हणून तिथंच असलेल्या एका बाकावर जाऊन मी झोपलो.

जेवणाची वेळ झाली. तशी मला कोणी उठवायला लागला. त्यावर मी चांगलाच तडकलो.

"मी गॅझेटेड् ऑफिसर आहे, मला झोपेतून उठवतोस?..."

वगैरे बरळलो.

जाम दारू प्यालो होतो मी.

प्रसंग संपला, तरी प्रकरण संपलं नाही; उलट ते आणखीनच रंगलं. प्रतिभाला ह्या सगळ्या प्रसंगाची कुणकुण लागली, तशी ती भडकली. ती भडकते, असं लक्षात आल्यावर माझे मित्र व त्यांच्या बायका तो प्रसंग अगदी तिखट-मीठ लावून प्रतिभाला सांगायला लागल्या. कोल्हापुराहून मध्यम ब्राह्मणी कुटुंबातून आलेली ती, तिला दारू पिणं म्हणजे दुर्गुणाची सीमा वाटणं साहजिक होतं.

''तू दारू पिणार नाहीस अशी शपथ घे'' म्हणून ती माझ्या मागं लागली.

'एवढी टोकाची भूमिका तू घेऊ नकोस. मी त्या दिवशी इतकी दारू प्यालो नव्हतो. आणि तेवढी सगळेच घेतात,' वगैरे सांगून मी तिची समजूत घातली.

पण एखादा बॅट्समन बाद झाल्यावर धावसंख्येचा वेग जसा कमी होतो, तसं माझं झालं. दारू पिण्याचं प्रमाण पुष्कळ घटलं.

पण पुढं काय झालं, की मराठी लोकांची एकदा एक क्रिकेट मॅच झाली. आम्ही काही दोन-अडीचशे मराठी माणसं होतो. त्या मॅचला तिथले श्रेष्ठ मराठी नागरिक काकासाहेब गाडगीळ आले होते. धनवान लोकांपैकी ते एक होते. त्यांनी सगळ्या दोन-अडीचशे लोकांकरता 'ऑन द हाऊस' म्हणजे त्यांच्या खर्चानं सगळ्यांकरता बिअर मागवली. सगळी प्रतिष्ठित मानली जाणारी मराठी माणसं क्रिकेट मॅच पाहता-पाहता दारू पिताहेत पाहून प्रतिभाचं दारू पिण्याबद्दलचं मत बदललं. तरी पण घरी आणून दारू पिण्यापर्यंत मजल गेली नाही.

शिलाँगला मी बदलून गेलो आणि दारू पिण्याला वेगळं वळण लागलं. मी आसाम रायफल्स ह्या सैनिकी विभागाचं पण काम करत होतो. त्यामुळं इतर सैनिकी-अधिकाऱ्यांना दारू व इतर पुष्कळ घरगुती गोष्टी स्वस्त भावात मिळत, तशा मलाही मिळू लागल्या. शिलाँग गावात चांगले असे बार पण नव्हते. सैन्याचं काम करत असल्यामुळे त्यांच्या ठिकठिकाणच्या युनिटमध्ये मला जावं लागायचं. तिथं भक्कमपैकी दारू पिणं व्हायचं. एका वेळी बिअरच्या पंधरा-सोळा बाटल्या सहजतेनं पिणारा मेजर पाटील मला तिथंच भेटला.

आता हे अधिकारी किंवा कित्येक अनोळखी मराठी अधिकारीसुद्धा शिलाँगला आले, की अर्थात आमच्याकडे खायला-प्यायला येत, पार्टीज् होत; त्यामुळं दारू तर घरी आलीच, पण त्याकरता लागणारे विशिष्ट प्रकारचे व आकाराचे ग्लास, दारूसोबत खाण्याच्या गोष्टींच्या विशिष्ट आकाराच्या डिश वगैरे गोष्टी पण घरी आल्या. थोडक्यात म्हणजे आमच्याकडं 'दारू संस्कृती' आली.

शिलाँगनंतर माझी दिल्लीला बदली झाली; आणि लगेच मला लंडनला उच्च शिक्षणाकरता सरकारतर्फे पाठवण्यात आलं.

साधारणपणे मी एक वर्षभर लंडनला होतो. पण आश्चर्याची गोष्ट अशी, की तिथं इतर गोष्टींत इतकं मन रमत असे, की घरी तर दारू आणणं सोडाच; पण तिथल्या 'पब्ज'मध्येसुद्धा मी फार क्वचित गेलो असेन.

परत दिल्लीला आलो. नेहमीचं आयुष्य सुरू होतं. पण त्या काळात मी आयुष्यात केलेला पहिला आणि शेवटचा दारू पिऊन 'तमाशा' केला. ही काही तरी १९७१-७२ सालची गोष्ट असावी. दिल्लीत एक विचित्र तऱ्हेची दारूबंदी सरकारनं आणली होती. ती म्हणजे सार्वजनिक ठिकाणी दारू प्यायला बंदी होती. घरी तुम्ही दारू पिऊ शकत होतात. हॉटेलमध्ये प्यायची असेल, तर प्रथम त्या हॉटेलात एखादी रूम बुक करावी लागत असे. मग ती तुमची खासगी जागा होत असे. तेव्हा तिथं दारू प्यायला कायदेशीर आडकाठी नसे.

एकदा मला व माझ्या एका मित्राला दोन वेगवेगळ्या कंपन्यांनी कॉकटेलला अशोक हॉटेलात बोलावलं; अर्थात वेगवेगळ्या खोल्यांतून. मित्राची कॉकटेल संपली, की तो मला फोन करणार होता व मग मला व प्रतिभाला घरी पोचवणार होता.

त्याची कॉकटेल संपली, तशी मला त्यानं हॉटेलच्या मुख्य प्रवेशद्वाराशी बोलावलं तशी आम्ही सगळे उठलो. दारापर्यंत पोहोचवायला म्हणून कंपनीचा मॅनेजर आमच्याबरोबर आला.

अशोक हॉटेलला तीन प्रवेशद्वारं आहेत. मी एका प्रवेशद्वारानं नेहमी बाजूच्या हॉटेलात जात-येत असे. तसा मी जायला लागलो, तर तो मॅनेजर मला म्हणाला,

''साहेब, मुख्य प्रवेशद्वार इकडं नाहीये, तिकडं आहे.'' हे ऐकताच मी तडकलो व मोठ्या भक्कम आवाजात ओरडून म्हणालो,

''मी शेकडो वेळा 'अशोकात' आलो आहे. आणि तू मला मुख्य प्रवेशद्वार कुठं आहे, म्हणून शिकवतोस!''

शेवटी ते प्रकरण कसंबसं मिटलं.

ह्याच हॉटेलात डॉ. करणसिंगांना पाहिलं, तर एकदा माझ्या लिफ्टमध्ये प्रत्यक्ष हेमामालिनी होती!

दारू पिण्याचे हे किरकोळ फायदे!

अफगाणिस्तानात आम्ही परदेश व्यवहार मंत्रालयातर्फे गेलो होतो. त्यामुळे ह्या मंत्रालयाच्या लोकांना ज्या सवलती मिळायच्या, त्या आम्हाला पण मिळायच्या. सगळ्या परदेशी गोष्टी लोकल टॅक्स न भरता मिळू लागल्या. दारू ही त्यांतली मुख्य. त्या काळात कित्येक उच्च दर्जाच्या दारू प्यायला मिळाल्या.

आमच्या कचेरीत सगळे अफगाण मुसलमान होते. इस्लाममध्ये दारू प्यायला बंदी आहे, तरी पण बहुतेक जण मिळाली, की पितात. आमच्या मेयरचा ७५ वर्षांचा

सासरा एकदा माझ्याकडं आला. आम्हाला दारू स्वस्तात मिळते, हे त्याला माहीत होतं. बरं, गावात दारू मिळायची दुसरी काही सोय नाही. कारण, सरकार इस्लामी आहे. तो म्हातारा माझ्याकडे येऊन, एक-दोन दारूच्या बाटल्या देण्याबद्दल विनंती करू लागला.

''अहो, तुम्ही इतके बुजुर्ग, त्यातून मुसलमान आणि दारू पिता? तुमच्या धर्मात तर बंदी आहे.''

असं मी त्याला म्हणताच तो उत्तरला,

''उद्या धर्म, कोणाही बाईशी संबंध ठेवू नका, असं म्हणेल, तर? हे बघ, बाईशी संबंध ठेवणं जेवढं आवश्यक व नैसर्गिक आहे, तेवढंच दारू पिणं.''

खरे दारू पिणारे आम्ही काबूलला असताना पाहिले, ते म्हणजे रशियन्स! एकेका बैठकीला एक एक रशियन एक-दोन व्होडकाच्या बाटल्या तरी संपवत असे. आत्तापर्यंत आम्ही व्होडका कधी प्यायलो नव्हतो. काबूलला गेल्यामुळे ती संधी आम्हाला मिळाली व ती कशी प्यावी, त्याचंही ज्ञान झालं.

काबूलमध्ये असताना आमची युनायटेड नेशन्समध्ये काम करत असलेल्या मदाने यांच्याशी ओळख झाली. ते नेहमी प्रतिभाला म्हणायचे,

''काय तुमची मराठी भाषा! 'आमच्याकडे चहाला या...' असं म्हणता येतं, पण 'दारू घ्यायला या' असा काही वाक्प्रचार नाही. काढा की काहीतरी नवा वाक्प्रचार!'' पण आम्हाला ते काही जमलं नाही.

काबूलनंतर मी मस्कत-ओमानला एक वर्षभर होतो. ओमान तर आणखी कडवा मुस्लिम देश. परदेशी लोकांकरता दारूची दुकानं होत; पण दारूच्या बाटल्या लोकांना दिसणार नाहीत, अशा तऱ्हेनं कागदात बांधून घरी न्यायला लागत. कारण तशा दारूच्या बाटल्या नुसत्या दिसल्या, तरी ओमानी लोकांच्या धार्मिक भावना दुखावतात, म्हणे; आणि माझ्याकडे कित्येक ओमानी व पाकिस्तानी दारू प्यायला येत.

सरकारी नोकरीतून निवृत्त झालो, मध्ये एका खासगी आर्किटेक्टकडे काम करत होतो, ते कामपण सोडलं. म्हणजे सर्व अर्थांनी मी आता निवृत्त झालो आहे; पण दारू पिणं चालू आहे. अर्थात आता पार्टी वगैरे काही होत नाहीत, मी एकटा थोडा उशिरा रात्री असा दारू पीत असतो. त्या काळात 'माझा मीच' असतो.

दारूबद्दल पुष्कळ गैरसमज आहेत. त्यांतला एक म्हणजे माणूस फार दुःखी असला, म्हणजे तो दारू पितो हा. कदाचित 'देवदास' ह्या चित्रपटामुळे तसा गैरसमज पसरला असावा. प्रेमभंग झाला, कोणाला एखाद्या कामात अपयश मिळालं की

माणूस दारू पितो, असे सर्वसाधारणपणे समजतात. माझा अनुभव फार वेगळा आहे.

मलाही पुष्कळ वेळा हाती घेतलेल्या कामात यश आलं नाही, पुष्कळ दुःखाच्या घटनाही आयुष्यात घडल्या; पण त्या वेळी मला कधी दारू प्यावीशी वाटली नाही. दारू पिऊन माणूस आपलं दुःख विसरतो, हे खरं नाही. उलट, अपयशाच्या दुःखात माणसाला दारू घ्यावीशीसुद्धा वाटत नाही. निदान माझा तरी अनुभव असा आहे.

उलट, मन आनंदी असेल, प्रसन्न असेल, तर दारू प्यावी, चार लोकांना पाजावी आणि आनंदात भर घालावी. कारण, दारू हे औषध नाही, ते एक टॉनिक आहे.

■

**स**मकालीन मराठी संस्कृतीनं यंदा खरंखुरं सीमोल्लंघन केलंय. मी आणि माझं मद्यपान अर्थात मद्यपानानं दिलेली अनुभवांची शिदोरी या विषयावर मराठी दिवाळी अंकाला लेख हवा म्हटल्यावर धक्काच बसला. क्षणभर वाटलं, की मराठी संस्कृती प्रवाहपतित नसली, तर धारेला लागलीय की काय! ते काहीही असो- मद्यपान या विषयाचं वावडं झुगारून देऊन यंदाची दिवाळी वेगळ्या 'दारूकामा'मुळं गाजणार, याबद्दल अंमळ बरंही वाटलं.

खरं तर, हा बैठकीतल्या गप्पांचा विषय. त्यावर कधी लिहावं लागेल, असं चुकूनही वाटलं नव्हतं. 'बिझी बी' सारख्या इंग्रजी पत्रकारांसाठी वहिवाट बनलेली, पण मराठी पत्रकारांसाठी अलिखित मज्जाव असलेली ही अनवट वाट कधी काळी मळवावी लागेल, हे ध्यानीमनी नसताना हा प्रपंच करावा लागतोय. वारुणीवर कलम चालविताना मऱ्हाठी शाईला होणारा त्रास गृहीत धरूनही हा लेखनप्रपंच करायला मन धजावलं खरं. वास्तविक, मद्यपानानं दिले अनुभव हे अरेबियन नाइट्सइतकेच सुरस आणि चमत्कारिक आहेत. विस्तारभयाची बूज राखायची, तर हे सारे अनुभव शब्दबद्ध करणं केवळ अशक्य आहे. पण 'अलिफ लैला' वा 'लैला'च्या धर्तीवर त्यांतले प्रातिनिधिक असे सुरस अनुभव रेखाटणं, त्यांची याद जागवणं हे मद्यपानाशी असलेल्या बांधिलकीला धरूनच आहे, म्हणा! यात एक जमेची बाजू आहे. याच

**दिनकर रायकर**

विषयावर दुसऱ्या कोणीतरी आपल्यावर लिहिणं म्हणजे त्याला दारूचा वास येणार. परंतु सुरापानावर स्वतःच लेखणी चालविली, की त्याला निदान प्रांजळ आत्मकथनाचा बाज तरी येतो.

त्या प्रयत्नांचा हा एकच प्याला रसिक वाचकांना सहर्ष अर्पण.

'एकच प्याला'वरून एक किस्सा आठवला. मराठी गजलांच्या एका मैफलीत सूत्रसंचालनासाठी बसलेल्या यशवंत दत्तनं चक्क निरूपण करायला सुरुवात केली होती. गजल- मग ती मराठी झाली, तरी मयखाना, साकी यांच्यापासून तिची सुटका थोडीच होणार? त्या अंगानं निरूपण करता करता यशवंत दत्त सुरापानाच्या उदात्त तत्त्वचिंतनाच्या गहन प्रांतात शिरला. सुरापानाला सुरुवात करण्यापूर्वी बहुसंख्य मंडळी पुढ्यातल्या ग्लासातला एक थेंब बाजूला टाकतात; त्याचं कारण प्रत्येकाच्या लेखी निरनिराळं असू शकतं. पण या कसलेल्या नटानं 'ते तत्त्वचि वेगळे' म्हणत त्याला व्यवहारवादी चिंतनाची डूब दिली. दारूला वास आहे, रंग आहे, चव आहे; पण तिला आवाज नाही. ही उणीव भरून काढण्यासाठी तो थेंब टाकायचा, म्हणे! त्याचं मत पटो वा न पटो; मला ते पटलं की नाही, हा त्याहून निराळा प्रश्न. तरीही त्या दिवशी मला एक जाणीव प्रकर्षानं झाली ती अशी, की मद्यपानावरही लोक चिंतन करतात. ऐहिक उपभोगाच्या सुखाच्या बरोबरीनंच हा चिंतनाचा विषय असल्याचा साक्षात्कार त्या दिवशी झाला.

त्यावर विचार करताना मागे वळून पाहिलं अन् मनात आलं, सुरापानावरच्या बेहराम कॉन्ट्रॅक्टर उपाख्य 'बिझी बी' या इंग्रजी पत्रकाराच्या लिखाणातून तरी वेगळं काय प्रतीत होतं? बिझी बीच्या लिखाणात साधारणतः एखाद्या मित्राचा- नाव न घेता हमखास उल्लेख असतो. या लेखाच्या निमित्तानं अस्मादिक 'बिझी बी'चा नावानिशी उल्लेख करणाराहेत.

'इंडियन एक्सप्रेस'मध्ये वार्ताहर म्हणून काम करताना प्रारंभीच्या उमेदवारीच्या काळातच माझी या 'बिझी बी'शी गाठ पडली. तेव्हा मी मुंबई महापालिकेतील घडामोडींच्या वृत्तसंकलनाचं काम करायचो. त्या काळी महापालिकेत इंग्रजी वृत्तपत्रांचे खूपच थोडे वार्ताहर यायचे. बेहराम कॉन्टॅरक्टर हा त्या मोजक्यांमधला एक. सर्वसाधारणपणे आम्ही पालिकेतल्या घडामोडी, निर्णय, स्थायी समिती वा पालिकेच्या सभेतील भाषणे, चर्चा यांच्यावर आधारित वृत्तान्त देत असू. पण हा माणूस बातमी न देता खुसखुशीत स्तंभ लिहायचा. स्थायी समितीच्या बैठकीवर तिथं चहा कसा मिळतो, फार वेळ बैठक चालली तर सामोसे कसे दिले जातात, नगरसेवक अधूनमधून कोणाला तरी फोन करायला कसे बाहेर जातात, असा लिहिलेला

खुसखुशीत स्तंभ आजही माझ्या स्मरणात आहे.

तिथं चांगली ओळख झाल्यावर एका संध्याकाळी मी 'बिझी बी' बरोबर प्रेस क्लबमध्ये गेलो. प्रेस क्लब ही पत्रकारांसाठी असलेली अफलातून सुविधा आहे. इथं अत्यंत कमी किमतीत दारू मिळते. जेवणखाणही तुलनेनं स्वस्त. एके काळी 'धुंद येथ मी स्वैर झोकितो' म्हणत बेताल होणाऱ्यांची संख्या अपवादात्मक होती. निरनिराळ्या विचारसरणींच्या पत्रकारांमध्ये सुरापानाच्या बरोबरीनं वाद रंगायचे. किस्से, विनोद, गॉसिप, अनुभव यांची लयलूट असायची.

तर आझाद मैदानात पालिका मुख्यालयाच्या समोरच्या बॅरॅकमधल्या प्रेस क्लबमध्ये त्या सायंकाळी सात वाजण्याच्या सुमारास अस्मादिक बिझी बीसमवेत गेले. त्या काळी प्रेस क्लब आताच्यासारखा मध्यरात्रीपर्यंत सुरू नसायचा. रात्री दहाच्या ठोक्याला प्रेस क्लब बंद व्हायचा. तिथं वाइच थोडं-थोडं मद्यपान करून प्रेस क्लब बंद झाल्यावर आम्ही बाहेर पडलो. त्या रात्री बिझी बीला वारुणीच्या साम्राज्यावर राज्य करण्याची तलफ आली होती जणू. आमची पावलं मग 'ॲम्बॅसिडॉर'च्या दिशेनं वळली. 'ॲम्बॅसिडॉर'सारख्या पंचतारांकित वातावरणाला आमचा हा पत्रकारमित्र पूर्णतः सरावलेला होता. त्याला पाहताच अनेक टेबलांवरचे हात अगत्यानं उंचावले. त्यांतल्याच कुणीतरी परभारे आमच्या बिलाचा भारही आनंदानं स्वीकारला होता. खवय्येगिरीच्या प्रांतात 'बिझी बी'नं इतक्या वर्षांत मुशाफिरी केल्यानंतर आज तर असा प्रकार स्वाभाविक ठरतो. पण या विलक्षण व्यक्तिमत्त्वाच्या पत्रकारासाठी ते तेव्हाही घडायचं. पंचतारांकित हॉटेलांमध्येही तेव्हा मध्यरात्री बार बंद व्हायचे. त्यामुळं मध्यरात्रीच्या बेताला 'बिझी बी'नं मला तिथून बाहेर काढलं.

तोवर मी एक ठरवलं होतं. आज हा इसम नेईल, तिथं जायचं. फार प्रश्न विचारत बसणं फजूल आहे, याची खूणगाठ मनाशी बांधली होती.

अर्थात 'ॲम्बॅसिडॉर'मधून बाहेर पडल्यावर स्वारी कुठं नेणार, याबद्दल कुतूहल होतंच.

या महाशयांनी तिथून मला थेट मेट्रोमागच्या गल्लीत घुसवलं. या सन्मित्रानं तिथं चक्क एक ऑंटीचा अड्डा गाठला.

तिथंही आदरयुक्त स्वागत झाल्यावर माझ्याकडे थक्क होण्यावाचून अन्य पर्यायच नव्हता. विशेष म्हणजे, स्वागताचा तो प्रकार प्रथेतून नव्हे; तर दाट परिचयातून अनुभवायला मिळाला होता.

मजल दरमजल करीत आमची ही मद्ययात्रा रात्रीच्या मुंबईचं समांतर जग मावळतं त्या वेळेला- म्हणजे पहाटेच्या पारी सकाळी पाच वाजता संपली.

घरी गेल्यावर ताणून देणं माझ्यासाठी अपरिहार्य होतं.

कमाल म्हणजे, त्या दिवशी दुपारच्या वर्तमानपत्रात रात्रभर केलेल्या त्या

मुशाफिरीवर 'बिझी बी' चा स्तंभ प्रसिद्धदेखील झाला होता!

मद्यपानाच्या वाटेला मी कधी वळलो, ते नेमकं आठवत नाही. पण या प्रवासाला सुरुवात झाली, ती मी पत्रकारितेत आल्यानंतरच. दारू पिण्यासाठी म्हणून आजवर कधीही गैरप्रकार वा पेशाशी प्रतारणा केलेली नसल्यानं कुणाचा फार मुलाहिजा ठेवण्याचा प्रश्नच नव्हता. या बाबतीत माझ्या जन्मदात्रीचा अप्रत्यक्ष रिमोट कंट्रोल मात्र मला अनामिक धाकात ठेवायचा. पत्रकारितेत लौकिक यश मिळाल्यानंतरही हा धाक कायम होता. अर्थात माझ्या या मद्ययात्रेनं मला खूप काही दिलं. अनेक मित्र मिळाले. माणसाची पारख करण्याची क्षमता मिळाली. अनेक माणसांच्या अंतरंगाचा ठाव खूप जवळून घेता आला. जशी माणसं कळली, तसंच हे जग काय आहे, तेही कळलं. या सुमारे तीन दशकांच्या यात्रेत हर्ष-खेद बाजूला ठेवून मी वावरलो, असा मिथ्या दुरभिमान मी ठेवू शकत नाही. त्यांतल्या खेदाच्या प्रसंगांचा उल्लेख इथं अप्रस्तुत ठरतो. पण या मद्ययात्रेच्या निमित्तानं आलेले काही अनुभव, तसंच, काही महानुभावांचं लाभलेलं साहचर्य याचा उल्लेख करावाच लागेल.

त्या अनुभवांच्या शिदोरीची पोतडी उघडायच्या आतच माझ्या स्मृतिपटलावर पक्क्या कोरल्या गेलेल्या एका प्रसंगाची अवचित आठवण झाली.

मी रुजू झालो, त्या वेळी 'इंडियन एक्सप्रेस'मध्ये बी.एस.व्ही. राव मुख्य वार्ताहर होते. मद्यपान हा शब्द उच्चारल्यावर उगाच संस्कृतिरक्षकाच्या थाटात 'शिव-शिव' करणाऱ्यांबद्दल त्यांना चीड होती. बी.एस.व्ही. राव हा कामाच्या बाबतीत एकदम कडक माणूस. त्याच वेळी हा साहेब, 'एक्सप्रेस'मधल्या सर्व तरुण पत्रकारांचा काळजीवाहू पालक होता. कॉकटेल आणि डिनर असलेल्या वार्ताहर बैठकीला ते वार्ताहरांना आलटून पालटून पाठवायचे. कोणा वार्ताहराची बायको परगावी गेल्याचं कळलं, की त्याच्या रात्रीच्या जेवणाची व्यवस्था लागेल, असं काम राव त्याच्यावर सोपवायचे. सांगायचा किस्सा निराळा आहे. पण आनुषंगिक असल्यानं नमनाला धडाभर तेलाची गरज होती.

तर या आमच्या चीफ रिपोर्टरांनी मला एकदा जादूगार के. लालच्या प्रेस कॉन्फरन्सला पाठवलं. प्रेस कॉन्फरन्स 'शालिमार' हॉटेलमध्ये होती. तेव्हा मला सुरापानातले अलिखित संकेत, त्यांतली पथ्यं यांचं ज्ञान नव्हतं. त्यामुळं आधी बिअर, मग व्हिस्की, नंतर आणिक काही-बाही असा माझा प्रवास झपाट्यानं सुरू होता. तेव्हा मी पत्रकारितेत नवखा होता. वारुणीची अन् माझी ओळखही खूपच नवी होती.

प्रेस कॉन्फरन्स संपल्यावर पत्रकार मनू देसाईसोबत लोकल पकडायला म्हणून

मी टॅक्सीनं महालक्ष्मी स्टेशनवर गेलो. वाटेत माझ्या जठरानं बंड केलं. मी चवीचवीनं शरीरात प्रवेश दिलेल्या दारूला थारा द्यायला माझं सनातनी पोट तयार नव्हतं.

तो अनवस्था प्रसंग पार पडल्यावर मनू देसाईंनी वडीलकीच्या नात्यानं मला चार शब्द सांगितले. ते म्हणाले,

''तुझ्या बेशिस्त मद्यपानावर माझी नजर होती. पण तेव्हा तुला अडवलं असतं, तर ते पटलं नसतं. मानवलं तर त्याहून नसतं. एकदा स्वतःच अनुभव घेतल्यावरच याबाबतीत शहाणपण येतं.''

अर्थात त्या दिवसापासून आजतागायत माझ्या पोटाला बंड करण्याची संधी पुन्हा कधीही मिळाली नाही! दुरून मजा बघून नंतर बिरादरीत खिल्लीवजा अपप्रचार करण्याऐवजी वडीलकीच्या नात्यानं सल्ला देणारे मनू देसाईसारखे परममित्र मला लाभले, तेव्हा मलाही क्षणभर, चांगल्या मैत्रीचा मार्ग दारूच्या बाटलीतून जातो, या वचनावर विश्वास ठेवावा लागला. 'एका ग्लासातले' या वर्गवारीत न मोडणारेही खूप मित्र मिळाल्यान, या वचनावर मी कधी श्रद्धा ठेवू शकलो नाही. पण त्यावर अविश्वास दाखवणंही अंमळ जड गेलं खरं.

मित्रवर्य मनू देसाई साक्षीदार असलेल्या त्या प्रसंगाच्या क्लायमॅक्सच्या वेळी माझ्या अंतर्मनात कुठंतरी मद्यपानाविषयी तिरस्काराचे तरंग खचितच उमटले होते. पण नंतरच्या काळात शक्य तो दोन-अडीच पेगची लक्ष्मणरेषा ओलांडायची नाही. एक-एक पेग संपवण्याचं टाइमटेबल, दुसऱ्या दिवशी सकाळी दारूवर व्यायामाचा उतारा, प्रसंगी खाली डोकं वर पाय म्हणजे शीर्षासनही करण्याची तयारी या शिस्तीनं माझ्या मद्ययात्रेची मजल तिरस्कारापासून पुरस्कारापर्यंत गेली खरी. अगदी अलीकडंच मला त्याची प्रचीती आली.

मध्यंतरी स्कॉच टेस्टर अशी ख्याती असलेला एक स्कॉटिश इसम मुंबईत आला होता. कोणत्या तरी मद्योत्पादकांनी त्याच्या सोबत 'ताज'मध्ये एक अनौपचारिक बैठक ठेवली होती. मुंबईतल्या अगदी मोजक्या मंडळींना त्याचं आमंत्रण होतं. आमंत्रणातल्या भाषेचीसुद्धा नशा काही और होती. आता कधीकधी राहूनराहून वाटतं, की ते आमंत्रण जपून ठेवायला हवं होतं. ते झालं नाही खरं.

ती बैठक मोठी विलक्षण होती. बारच्या टेबलावर प्रत्येकाच्या पुढ्यात हारीनं छोट्या-छोट्या ग्लासांमध्ये मद्य ठेवण्यात आलं होतं. बरोबर खाण्यासाठी केवळ एक खारं बिस्कीट प्रत्येकासाठी बशीत ठेवलेलं होतं. मद्याच्या चवीची परीक्षा कशी करायची, याचं ज्ञान तिथं त्या स्कॉच टेस्टरनं स्कॉच घशाखाली उतरते, तितक्या

अल्लादपणानं दिलं. कोणत्या ग्लासात कोणतं मद्य आहे, ते सांगितलेलं नव्हतं. अगदी छोटा सिप घेऊन त्याची चव जिभेवर कशी रेंगाळवायची आणि ती लक्षात कशी ठेवावी, याचा तो उत्तम वस्तुपाठ होता. माझं या क्षेत्रातलं अनुभवातून कमावलेलं कौशल्य म्हणा, की योगायोग म्हणा, माझ्या सर्वोच्च पसंतीचा ग्लास हा तिथं उपलब्ध असलेला सर्वांत उंची व उत्तम स्कॉचचा होता!

पत्रकारिता अन् मद्ययात्रा यांच्या मधुर संयोगामुळे खूप मोठमोठ्या राजकीय नेत्यांना जवळून पाहण्याची संधी मिळाली. राजकारणात परस्परांचे कडवे विरोधक असणारे व्यक्तिगत पातळीवर किती कमालीच्या सहिष्णुतेनं वागू शकतात, हे 'याचि देही याचि डोळा' पाहायला मिळालं.

भारतीय जनता पार्टीचे ज्येष्ठ नेते उत्तमराव पाटील विरोधी पक्षाचे नेते असताना त्यांच्या बंगल्यावर मोजक्या मंडळींच्या उपस्थितीत झडणाऱ्या ओल्या पार्टीला उद्धवराव पाटील, रा. सु. गवई, बापू काळदाते अशी भिन्न विचारसरणीची नेते मंडळी एकदिलानं हजर राहायची. अशा बैठकीला हजर राहण्याचा योग माझ्या वाट्याला दोनदा आला. त्यांपैकी एका पार्टीला दि. बा. पाटीलही हजर होते.

ओल्या पार्टीच्या बाबतीत शरद पवार हा एकदम सिलेक्टिव्ह नेता. अत्यंत खास मर्जीतली माणसं समोर असल्याशिवाय ते मद्याचा उच्चारही करणार नाहीत.

याच पवारांबरोबर झालेल्या एका प्रसंगाची आठवण आजही ताजी आहे.

एकदा पवार औरंगाबादला जाणार होते. ते विमानानं जाणार होते. त्यांच्या पक्षातले काही नेते-कार्यकर्ते आणि सोबत आम्ही काही निवडक पत्रकार सडकमार्गे औरंगाबादला पोहोचलो. सर्वांच्या मुक्कामाची व्यवस्था 'सुभेदारी' विश्रामगृहावर केली होती. तो काळ निराळा होता. तेव्हा दलित साहित्यिकांना, दलित कवींना प्रकाशक मिळत नव्हते. आपलं ते गाऱ्हाणं पवारांच्या कानांवर घालण्यासाठी काही दलित कवी हॉटेलवर पवारांना भेटायला आले होते. तिथंच त्यांनी एक छोटेखानी कविसंमेलन खास शरद पवारांसाठी आयोजित केलं होतं. तिथं थांबणं पवारांना भाग होतं.

दरम्यानच्या काळात कविसंमेलन सुरू व्हायच्या आधीच एकीकडे आम्ही मद्यपान आणि जेवणखाणाचा आमचा कार्यक्रम उरकून घेतला होता. पवारांना त्याची गंधवार्ताही नव्हती. ते कविसंमेलनात रममाण झाले होते. विद्रोहाचा हुंकार असलेल्या त्या कवितांना ते मनःपूर्वक दाद देत होते. त्यांतल्या एका कवितेतल्या पुढील ओळी आजही स्मरणात आहेत :

*फाटंच्या पारी जातं घरघर करी*
*याद मले तुही आली*
*मन उडालं माहेरी*

.... असं हे रंगलेलं कविसंमेलन संपल्यावर पवारांनी अगदी सहजतेनं पृच्छा केली की,

'काही स्टफ शिल्लक आहे का?'

त्या क्षणी असं लक्षात आलं, की एक थेंबही कोणी उरवलेला नव्हता.

नकारार्थी उत्तर मिळाल्यावर ''ठीक आहे, नो प्रॉब्लेम,'' असं तितक्याच सहजतेनं म्हणून खोलीच्या दिशेनं त्यांनी प्रस्थान ठेवल्यानंतर मद्यपानाचा आस्वाद घेणाऱ्या आम्हा प्रत्येकाला मेल्याहून मेल्यासारखं वाटत होतं!

राजकीय घडामोडींना वेग येतो, तेव्हा पत्रकारिताही त्याच वेगानं धावत असते शंकरराव चव्हाणांचं सरकार जाता-जाता आणि वसंतदादा पाटलांचं सरकार आल्यावर तीच स्थिती होती. त्या वेळी प्रत्येक रात्री कोणत्या तरी नेत्याकडे पत्रकारांची मैफल जमायची. त्या काळात प्रतापराव भोसले पवार गटाचे मुखत्यार होते. त्या वेळी ज्याच्याकडे ओल्या पार्टीची मैफल असायची, त्याचा उघड उच्चार वर्ज्य होता. अशा मैफलीला 'सह्यांची मोहीम' असा राजकीय सांकेतिक शब्द पत्रकारांनी बहाल केला होता.

राजकीय पत्रकारिता करताना राजकारण्याना जवळून पाहायला मिळणं यात फार विशेष काही नाही; पण याच पेशाचा भाग म्हणून तीन संपूर्णतः वेगळ्या क्षेत्रांतल्या व्यक्तित्वांचा मद्यपानाच्या निमित्तानं ठाव घेण्याची संधी मला मिळाली.

१९८० च्या दशकात हाजी मस्तान आणि युसूफ पटेल या तस्करांचा मुंबईत विलक्षण दबदबा होता. १९८५च्या सुमारास रूसी करंजियांनी 'ब्लिट्झ'मध्ये हाजी मस्तानविरुद्ध तोफ डागली होती. नेमक्या त्याच सुमारास मुंबई विभागीय कॉंग्रेसचे संयुक्त चिटणीस मोती दर्यानानी यांच्या घरी हाजी मस्तान अन् युसूफ पटेल ही जोडगोळी आली होती. त्यांच्याशी झालेली माझी ती पहिली भेट. तिथं बाबासाहेब भोसलेही होते.

करंजियांचं लिखाण किती खोटं आहे आणि त्यामागचं खरं इंगित काय आहे, हे पुराव्यानिशी सांगण्यासाठी या जोडगोळीनं दुसऱ्याच दिवशी 'नटराज' हॉटेलमध्ये भेटायची तयारी दाखवली.

त्यानुसार, मी, 'फ्री प्रेस'चे शेषगिरी राव, जगदीश रतनानी आणि कालांतरानं त्याची पत्नी झालेली लेखा धर असे दुसऱ्या दिवशी 'नटराज'मध्ये ठरल्या वेळी गेलो.

हाजी मस्तानच्या माणसांनी जवळपास संपूर्ण हॉटेल घेरलं होतं. त्यांच्या कडेकोट बंदोबस्तात आम्ही ठरलेल्या खोलीत विराजमान झालो. ही दुक्कल तिथं आधीच हजर होती. आमच्यासाठी सुरापानाची तब्येतीत खातिरदारी केलेली होती. पण हाजी मस्तान काय किंवा युसूफ पटेल काय, दोघांनीही स्वतः मात्र मद्याला स्पर्शही केला नाही. 'ब्लिट्झ'मधल्या लोकांच्या पगारासाठी करंजियांनी या मंडळींकडून चेकने पैसे घेतले होते. पैसे परत मागितल्यावर करंजियांनी त्यांच्याविरुद्ध लेखणी उगारली होती. त्याचे सगळे पुरावे त्या दोघांनी आम्हा पत्रकारांना सादर केले.

दुसऱ्या दिवशी हा गौप्यस्फोट करणारी हेडलाईन 'फ्री प्रेस'च्या 'बुलेटिन'नं छापली. त्याच्या दुसऱ्या दिवशी 'फ्री प्रेस'मध्येही ठळक बातमी आली. मी मात्र त्यावर संपादकीय पानावर लेख लिहिणं पसंत केलं होतं. त्या लेखाचं शीर्षक होतं... 'माय एन्काउंटर वुइथ हाजी मस्तान'.

मूळ मुद्दा बाजूलाच राहिला.

हाजी मस्तान अन् युसूफ पटेल या दोघांचीही वर्तणूक इतकी अदबशीर अन् सौम्य होती, की मला मनोमन प्रश्न पडला होता, की खरंच ही माणसं उलट्या काळजाची असतील का, इतके काळे धंदे हे खरोखरच करत असतील का, ते दारूला स्पर्शही करत नाहीत, ते तत्त्व म्हणून की दगाफटका होऊ नये यासाठीच्या काळजी वा सावधगिरीपोटी?

या प्रश्नांच्या मुळाशी मी फारसा गेलो नाही. पण 'नटराज'मधली ती भेटही मी कधी विसरू शकलो नाही.

अशाच आणखी एका वल्लीबरोबरची ओली पार्टी कायम स्मरणात राहिली आहे. एके काळी माटुंग्यात वरदराजन मुदलियार तथा वरददादाचं गुन्हेगारी साम्राज्य होतं. त्याचा गणेशोत्सव हा संपूर्ण मुंबईसाठी चर्चेचा विषय होता.

तो १९८६ चा सुमार असेल. एका दिवशी सकाळी मोहन रावले वरदला घेऊन माझ्या दारात हजर झाला. तो माणूस खुर्चीवरही बसायला तयार नव्हता. एखाद्या रयतानं जमीनदाराकडं बसावं, तसा तो खाली फरशीवरच बसला होता.

आठवड्याभरानं माटुंग्यातल्या त्याच्या घरी जाण्याची वेळ आली. पावसाळ्याचे दिवस होते. माझ्या बुटांना लागलेला चिखल त्याच्या घरातल्या गालिचाची शान बिघडवणार नाही, याची काळजी घेत मी बसलो होतो.

ते लक्षात येताच स्वतः वरदनं एक पांढराशुभ्र नॅपकिन माझ्यासमोर बूट

ठेवण्यासाठी अंथरला.

"तुम्ही पत्रकार मला नीट समजूनच घेत नाही," हे त्याचं गाऱ्हाणं त्यानं कळकळीनं ऐकवलं होतं.

या वरदला मी कधीही दारू पिताना पाहिलं नाही.

काही निवडक पत्रकारांना त्यानं 'नगीना' हॉटेलमध्ये पार्टी दिली होती; तिथंही तो प्यायला नव्हता.

चित्रपटशौकिनांना 'नायकन' मधला कमल हसन मरताना जे दुःख होतं, त्याचा प्रत्यय मी वरदच्या मृत्यूच्या नुसत्या बातमीनं त्याच्या कितीतरी आधी घेतला होता!

ही अशी माणसं जवळून पाहायला मिळत असतानाच लौकिकार्थानं खूप मोठ्या असलेल्या व्यक्तींनाही ओल्या पार्टीच्या निमित्तानं पाहता आलं. ए. आर. अंतुले मुख्यमंत्री असताना मुंबईच्या प्रश्नांवर चर्चा करण्यासाठी दहा-बारा निवडक लोकांची एक पार्टी 'ओबेरॉय'मध्ये आयोजित केली होती. त्याची व्यवस्था डॉम मोरायस आणि डॅरिल डिमॉंटे पाहत होते. त्या दोघांना मदत करण्याची जबाबदारी माझ्याकडे होती. त्या पार्टीला जे.आर.डी. टाटा हजर होते.

'आपण काय घेणार,' हा प्रश्न संपायच्या आत त्यांचं उत्तर तयार होतं...

"शँपेन!"

नेमकी तिथं शँपेन नव्हती. अर्थात तिथल्या चलाख बारमननं केलेल्या धावपळीमुळे अल्पावधीत शँपेन हजर झाली होती.

मोरारजी आणि दारूबंदी यांचं नातं सर्वश्रुत आहे. याच मोरारजींच्या घरातल्या कार्या वेळी मी पाहिलेला प्रसंग मोठा गमतीदार आहे.

मोरारजींच्या नातवाचा साखरपुडा 'रिट्झ'मध्ये आयोजित करण्यात आला होता. माझे परमस्नेही मनू देसाई हे मोरारजींचे पुतणे. त्यांच्या आमंत्रणावरून मीही या वाङ्‌निश्चयाचा साक्षीदार होतो.

शंतनुराव किर्लोस्करांनी तिथं दाखल होताच कांती देसाईना प्रश्न केला...

"कांती, नो ड्रिंक्स?"

त्यावर काहीशा बावचळलेल्या कांतिभाईंनी ती व्यवस्था दुसऱ्या खोलीत केल्याचं सांगून टाकलं.

ती बातमी समजताच मुख्य दालनातली गर्दी त्या दुसऱ्या खोलीच्या दिशेनं सरकू लागली.

एक वेळ अशी आली, की मोरारजींच्या सोबत दोन-चारच मंडळी शिल्लक राहिली!

'एक्सप्रेस'मध्ये होतो, तेव्हाही माझं 'लोकसत्ता'शी काही निराळंच अतूट नातं

होतं. 'लोकसत्ता'च्या अनेक पार्ट्यांना तेव्हाचे संपादक माधव गडकरी मला आवर्जून बोलवायचे.

पंतप्रधानपदाच्या शर्यतीतून शरद पवार बाद झाल्यानंतर गडकरी आणि मी खासदार आबासाहेब कुलकर्ण्यांना भेटायला गेलो होतो. आम्ही त्यांच्याकडं पोहोचताक्षणी काहीही बोलायच्या आत आबासाहेबांनी 'व्हाइट हॉर्स'ची बाटली बाहेर काढली. भज्यांचं फर्मान सोडलं.

पुढं ती बैठक बराच वेळ रंगली. पवारांच्या अपयशाची कारणमीमांसा आबासाहेबांनी अत्यंत तर्कसंगत पद्धतीनं केली.

या अशा गप्पांमधनं मिळालेली माहिती मी खूप वेळा अर्थातच संबंधितांची नावं घेण्याचं टाळून वापरली.

ग्लासाला ग्लास भिडल्यावर माणसं अधिक मोकळेपणानं मनातलं बोलतात, असा अनुभव मी आजवर कैक वेळा घेतला. सुरापान हे त्यामुळंच माझ्यासाठी साध्य कधीच नव्हतं. पत्रकारिता अधिक सशक्त पद्धतीनं करण्याचं माझ्यासाठी ते कायमच एक साधन राहिलं आहे.

साधारणतः हीच धारणा असलेल्या विद्याधर गोखले आणि गोविंद तळवलकर या दोन दिग्गज संपादकांचं सुरापानातलं साहचर्य मिळण्याचं भाग्य मला लाभलं. दारूनं तळवलकरांवर मात केल्याचं सांगणारा माणूस मला अजून भेटायचाय. त्यांना मद्यपान आणि देशोदेशींचे त्यातले प्रकार, पद्धती याची भरपूर माहिती आहे. एखाद्या व्रतस्थ माणसालाही सुरापान भावुक करू शकतं, याचा अनुभव मी तळवलकरांबरोबर घेतलाय.

शरद पवारांना मुख्यमंत्री करण्यास राजीव गांधी राजी नव्हते. त्या वेळी तळवलकरांनी राजीव गांधींच्याकडे पवारांसाठी टाकलेला शब्द पवारांकरता मौल्यवान ठरला होता. पण त्याची जाणीव पवारांनी नंतर ठेवली नाही, याचं शल्य तळवलकरांच्या मनात होतं. ते शल्य अशाच एका बैठकीत त्यांनी मोकळेपणानं सांगून टाकलं होतं.

तळवलकरांचेच जुने स्नेही असलेले विद्याधर तथा अण्णा गोखले हे तर एक अजब रसायन होतं.

पत्रकारितेतला माझा मित्र रमेश गुणे अन् मला अण्णा एकदा प्रेस क्लबमध्ये भेटले. तिथून अण्णांनी आम्हाला बाहेर नेलं. 'चला, तुम्हाला एक वेगळी दुनिया दाखवतो,' म्हणत अण्णांनी थेट काँग्रेस हाऊसजवळच्या एका मुजरेवालीकडे आम्हाला नेलं. त्यांचा हेतू निर्विष होता. त्यांच्यातला रसिक शायर आम्हाला तिथं घेऊन गेला होता. एकीकडं मद्याचा आस्वाद घेत अण्णा काही अनवट चिजा अन् गाजलेल्या ठुमऱ्यांची फर्माईश करीत होते. खऱ्या रसिकानं या गाण्या-बजावण्याकडं

'बाजार' म्हणून पाहायचं नसतं, हे अण्णांनी त्या दिवशी त्यांच्या संयत वर्तनानं आम्हाला शिकवलं.

'रिट्झ' हे माझं आवडतं हॉटेल. सुरापानासाठी, त्यानिमित्तानं लोकांना भेटण्यासाठी अगदी आदर्श. या 'रिट्झ'मधल्या बारशी माझ्या खूप आठवणी निगडित आहेत.

मध्यंतरी अनिल गोटे, मी आणि अण्णा गोखले 'रिट्झ'मध्ये बसलो होतो. कमी खाण्याच्या पथ्याचा भाग म्हणून तुझ्यातला थोडा भात मला दे: माझ्यातली रोटी मी तुला देईन, असं अण्णा हक्कानं सांगत होते. मैफलीवर हुकमत त्यांचीच चालायची. आमची ती मैफल खूप रंगली.

आठवड्याभरातच बातमी आली : अण्णा गेले.

माझ्या घरात जपून ठेवलेल्या मद्याच्या निरनिराळ्या चाळीस बाटल्यांइतकीच अण्णांबरोबरची शेवटची मैफल मी पुस्तकातल्या पिंपळपानासारखी मनात जपून ठेवलीय.

■

# मद्य-मैफलींतल्या मौजा

**रंगनाथ कुलकर्णी**

**प**हिला पेग मी घेतला 'ताजमहाल' हॉटेलातल्या 'बँकेट' कक्षात... फर्निचर कारखानदारांची वार्षिक सभा होती. सदोबा पाटील आपलं मऱ्हाटी-इंग्लिश-हिंदी तोडीत होते :

"गांधीजी के नेतृत्व के नीचे हम ने जो चलवल की- "

मला परवाचे 'पाण्डे जी ने जो विचार माण्डे' ते आठवले!...

माझा मित्र विनायक तिवारी मूठ मूठ खारावलेले, तळलेले काजू खिशात घालीत म्हणाला,

'तू बच्चा आहेस, बेतानं पी!'

मी नेहमीच बेतानं पीत आलो आहे. जनसंपर्काचा पहिला नियम असा आहे की, आपण स्वतः कमी घ्यायचं आणि समोरच्याला जास्त पाजून बोलतं करायचं!

प्रत्येक मद्य मैफलीतून आपलं मन अधिक सुसंस्कृत, उन्नत आणि बुद्धी बहुश्रुत झाली पाहिजे, असा माझा कटाक्ष असतो...

वाट्टेल त्या दर्जाची, वाट्टेल ती दारू, वाट्टेल तिथं बसून पिणाऱ्या बेवडेवाज बैठकांत मी तुम्हाला कधीही दिसणार नाही!

वार्ताहर म्हणून 'पिण्याचे' जे जे प्रसंग झाले, ते टाळूनच आम्ही पत्रकारिता केली.

ऑक्टोबर १९५८ मध्ये मी 'लोकसत्ता' सोडून सोव्हिएत माहिती विभागात 'वृत्तपत्र संपर्क अधिकारी' म्हणून कामाला लागलो.

तिथं माझा रशियन अधिकारी बोरिस यानं तीन गुरुमंत्र दिले.

एक : फक्त दिवसभराचं काम झाल्यावरच श्रमपरिहारासाठी प्यायचं.

दोन : चांगल्या दर्जाची उंची दारूच प्यायची, आणि

तीन : फक्त चांगल्या, दर्जेदार कंपनीतच मद्य चाखायचं!

हे तिन्ही मंत्र मी गेली एकोणचाळीस वर्षं मनोभावे मनाशी जपत आलो आहे.

'लोकसत्ता'चे नावाजलेले संपादक ह. रा. महाजनी, मुंबईतील सोव्हिएत कौन्सल जनरल ताराकानोव आणि मी- अशी तिघांची मैफल चांगलीच आठवते.

कचेरीतल्या कामाचा एक भाग म्हणून रॉयवादी महाजनी आणि सोव्हिएत कॉन्सल जनरल यांची 'मद्य मैफल' मी जमवून आणली...

मुंबईत स्वतःची मोटार असलेला हा पहिला मराठी संपादक परळच्या पोयबावडी नाक्यावर माझी वाट पाहत दहा-पंधरा मिनिटं तिष्ठत राहिला; नव्हे, मी त्याला तसा उभा केला, हे माझ्या मनातल्या एका कोपऱ्यातलं 'हीण'...

मृत्यू समोर दिसू लागला की, माणूस मृत्युशय्येवर फक्त खरं खरंच बोलतो; त्यातला हा प्रकार...

नेपियन सी रोडवरचा कॉन्सल जनरलचा आलिशान हॉल... उंची व्हिस्की, व्होडका... खास रशियन 'मंचिंग'... मस्त जेवण आणि त्याहूनही खरपूस राजकीय चर्चा.

एम. एन. रॉय- लेनिनचे सहकारी... मेक्सिकोतल्या क्रांतीचे एक संघटक... दुसऱ्या महायुद्धात ब्रिटिशांचे दरमहा तेरा हजार रुपये घेणारे युद्धप्रचारक... हिंदी कम्युनिस्टांनी वेळोवेळी केलेल्या चुका... दर दहा वर्षांनी दिलेली पापांची कबुली...

मध्यरात्रीनंतर चर्चा रंगली.

दारू चांगली चढली होती महाजनींना... मला दादर स्टेशनवर निरोप देताना म्हणाले,

"फार पाजली, रे, साल्यांनी!!!"

मी मनात म्हटलं,

त्यांनी कुठं पाजली? आपण आपल्या हातांनी प्यालो–

बोरिस मला एकदा म्हणाला

"तू व्हिस्कीचा पहिला घोट घेतल्याबरोबर इतकं तोंड वाकडं का, रे, करतोस?"

"मला ती कडवट चव कधीच रुचली नाही! पण, हळूहळू नसा सैल होतात आणि आपण जमिनीवरच तरंगू लागतो!"

'किक' ही गोष्ट मला कधीच पटली नाही, आवडत नाही. आपलं विमान हळूहळू वर जाण्याइतका आनंद दुसऱ्या कशात नसेल... .संगीत, नाट्य, चित्र

आणि स्त्रासंग ह्या आनंददायी बाबी असूनही त्यांत किमान दोघांचा संबंध असल्यानं आपला आनंद उणावतो.

चांगली कविता वाचणं, कादंबरी चाळणं आणि सर्वांत झकास म्हणजे चांगल्या गप्पांची मैफल रंगवणं - यांतच मी माझ्या आयुष्याची इतिकर्तव्यता मानतो.

भले आज माझा 'बँक बॅलन्स' नसले; पण जगभर पसरलेले माझे दोनशेहून अधिक मित्र माझ्या खात्यावर जमा आहेत. हीच माझी कमाई...

रशियन मित्रांमुळं गोवा, नागपूर, पुणे आणि मुंबई इथं रंगलेल्या मद्यमैफलीतले 'नग आणि नमुने' यांच्यावर पुढं-मागं, जगलो-वाचलो तर एक स्वतंत्र ग्रंथ लिहू शकेन!

ऑक्टोबर १९७० मध्ये मी 'सोव्हिएत'वाल्यांच्या नोकरीतून मुक्त होऊन 'एकपात्री कलाकार' म्हणूनच जगण्याचा धाडसी निर्णय घेतला... मुला-बाळांना 'सुरक्षितते'ची फसवी बाधा होऊ नये, अशीही मनोमन धारणा होती.

त्या वेळी अनिल हवालदार (माझ्याहून पंधरा वर्षांनी लहान) आणि गजानन जागीरदार (माझ्याहून पंधरा वर्षांनी मोठे) यांनी 'दोन्ही घरचा पाहुणा' या चित्रपटात माझ्यासाठी विमा एजंटाची खास भूमिका लिहून मला दिली.

कृतज्ञता म्हणून एक मोठी संपूर्ण बाटली (आजच्या भाषेत खंबा!) 'रेड लेबल' संपवायला अनिल, जागीरदार, श्रीकांत मोघे आणि मी- आम्ही चौघे बसलो.

त्या मैफलीतच, 'संध्याकाळ' आणि 'पाउलखुणां'त न आलेल्या कित्येक खासगी गोष्टी आमच्या कानांवरून गेल्या...

एरॉल फ्लिन या नटाचं चरित्र 'माय विकेड विकेड वेज' वाचनात आलं. त्यात तो लिहितो :

'I was shooting in Brazil. My manager flew in his own plane, to tell me : that I am bankrupt.'

मी 'एरॉल फ्लिन' पेक्षा हुशार असल्यानं माझ्या मुलालाच माझा मॅनेजर नेमलं आहे- तेव्हा त्याच्या विमानातून फिरताना मला 'प्रॉब्लेम' येणार नाही!

त्या मैफलीत लक्षात राहिलेला एका पाश्चात्त्य नटीचा किस्सा :

काही कारणांनी खटला उभा राहिला. न्यायालयात नटीला वकिलानं विचारलं,

''तुम्ही नेहमी त्यांच्या घरी जात होता, तर त्याच्या बेडरूमपर्यंत जाणाऱ्या जिन्याला पायऱ्या किती होत्या?''

''ते मी सांगू शकणार नाही; पण त्याच्या बेडरूमच्या छताला एक सुंदर झुंबर लटकवलेलं होतं, हे मी शपथेवर सांगू शकेन!''

या मैफलीनंतर जागीरदारांनी जेवण दिलं. ती रात्र पंचवीस-सव्वीस वर्षं आठवणीत रुतून बसली आहे, ती उगाच नव्हे! गजानन जागीरदार हे सभ्य, सुसंस्कृत गृहस्थ होते.

सांगायचा मुद्दा असा की, एक पत्रकारमित्र मोठ्या पत्राचा संपादक झाला, म्हणून एका 'कॉमन फ्रेंड'च्या घरी एक संपूर्ण बाटली आम्ही तिघांनी संपविली. रात्री सुरेख 'सारस्वती' जेवण.

पुढं ते संपादक तीन तीनदा मध्यस्थ मित्राला विचारीत राहिले :

'या पार्टीमागे रंगनाथचा उद्देश काय बरं असेल?'

निरुद्देश असं बरंच काही करण्याचा अव्यवहारीपणा मी आयुष्यभर करीत आलोय, हे त्या 'व्यवहारी' संपादकबुवांना कोण सांगणार? आणि सांगूनदेखील पटेल कसं? चहूबाजूंनी संकुचित स्वार्थ साधण्याच्या आजच्या जमान्यात असली 'तुकारामगिरी..'

'सोव्हिएत कॉन्सुलेट'च्या आलिशान हिरवळीवर ७ नोव्हेंबर आणि ५ मे ('प्रावदा' दिन) रोजी दरसाल दोन मोठ्या ओल्या पार्ट्या होत.

१९६७ साली क्रांतीचा ५० वा वर्धापनदिन म्हणून ७ नोव्हेंबरला त्या वेळचे महाराष्ट्राचे मुख्यमंत्रीदेखील आले होते.

दारू पिण्याविषयी ते प्रसिद्ध होते.

मी 'गेट'पासून त्यांच्याशी बोलत गेलो. ते विराजमान झाले. रशियन अधिकाऱ्यानं त्यांच्यासाठी उंची 'शाम्पेन'चा पेला करून त्यांच्या हातात दिला.

ते म्हणाले,

''मी पीत नाही!''

असं म्हणत त्यांनी तो पेला माझ्या हातात दिला.

''मी पितो!'' असं म्हणून मी तो घशाखाली लोटला.. नाहीतरी, एवढी उंची 'शाम्पेन' आपल्याला कोण, कधी देणार?

माझी महाराष्ट्रावर अकरा वर्षं राज्य करणाऱ्या त्या वैदर्भी मुख्यमंत्र्याची ती 'वैदर्भी' रीती मला खूप काही सांगून गेली.

या प्रसंगानंतर, 'हा फारच आगाऊ आहे!' हे ध्यानात येऊन रशियन अधिकारी माझ्याशी जपून वागू लागले.

पत्रकारानं, जनसंपर्क अधिकाऱ्यानं आगाऊपणा करायचा नाही, तर कुणी? त्यानं काय लाजून मान खाली घालून कोपऱ्यात उभं राहायचं?

दारू पिणाऱ्याला तीन गोष्टी माहीत हव्यात.

आपली स्वतःची प्रकृती

जी दारू आपण पितो, तिचे गुणधर्म; आणि

कोणत्या हंगामात कोणती दारू प्यावी?

नाहीतर, बाहेर 'धो धो' पाऊस पडतोय आणि इकडे हे विद्वान 'बिअर'चे ग्लासवर ग्लास ढोसताहेत... मग, पोटाचा नगारा नाही होणार?

बिअर केव्हा प्यावी?

सोलापूर, जळगावचा, अकोल्याचा कडक उन्हाळा आहे, अशा भर दुपारी जेवणापूर्वी एखाद-दुसरा ग्लास 'बिअर' घ्यावी!

'बिअर' नंतर पाणी मुळीच पिऊ नये.

'धो धो' पाऊस बाहेर पडत असताना, आपल्या दिवाणखान्यात मंद संगीताचा आनंद घेत घेत 'ओल्ड मंक' ही रम घुटक्या घुटक्यानं चाखण्यातला आनंद अनुभवायलाच हवा!

कडक थंडीत, 'डॉक्टर्स ब्रॅण्डी' कोमट पाण्यातून घोट, दोन घोट गटकन घ्यावी आणि डोक्यावरून ब्लँकेट लपेटून झोपी जावं.

सर्दी-खोकला गायब!!!

मी स्वतः ब्रॉंकायटिसचा क्रॉनिक पेशन्ट असल्यानं दौऱ्यावर हॉटेलात किंवा सरकारी विश्रामधामात छानपैकी गरम पाणी मागवतो; माझ्या बॅगेतली 'ब्रॅण्डी' काढतो आणि त्या निर्जन बंगल्यात मस्तपैकी काहीतरी चांगलं वाचीत आराम करतो.

घिसाडघाईनं, कुठंही, काहीही पिणं म्हणणे शरीरावर अत्याचार! निसर्गानं दिलेल्या सुंदर, कार्यक्षम अवयवांची मोडतोड...

बेसुमार आणि फुकट्या पिणाऱ्यांमागे नामवंत असले, तरीही कार्यकर्ते फार तिखट बोलतात!

'तो नाशिकचा नाटककार माझी ऐंशी रुपयांची 'व्हिस्की'ची बाटली संपवूनच गेला!' असे खवचट उद्‌गार १९६८ साली मी बडोद्यात ऐकले आहेत.

लखनौ महाराष्ट्र मंडळाचे कर्तबगार तांबे मला म्हणाले,

"अहो, तो विवेकानंद, प्रभृती झकास उभे करतो; पण प्रयोग नसला की, सकाळपासून जी प्यायला सुरुवात... आणि मुक्काम हलवण्याचं नाव नाही!"

अमेरिकेत तर गावोगावी यजमानांचे 'बार' पालथे घालणारे, 'लाँग डिस्टन्स फोन' लावून बिल वाढविणारे... आणि शिवाय, उसने पैसे मागून ते वेळेवर परत न

करणारे; 'मॉल'मध्ये उचलेगिरी करणारे तथाकथित कलाकार आणि त्यांच्या कहाण्या सांगत बसलो, तर रात्र पुरणार नाही.

या बाबतीत मी काही पथ्यं पाळतो.

पिण्याच्या बाबतीत 'देवघेव' असावी; एकतर्फी मामला नसावा...

'फुकट आहे, घ्या ढोसून!' ही वृत्ती पाहुण्यानं ठेवू नये. मी ठेवीत नाही.

शक्यतो, मी माझ्याच कष्टांच्या कमाईनं पितो... कुणी पाजली, तर आठवणीनं परतफेड करतो.

नागपूरला माझ्याकडे खूप मोठा ब्लॉक होता. तिथल्या हॉलमध्ये अनेक मैफली झडल्या आहेत.

वामनराव चोरघडे मला एकदा म्हणाले,

"फार सोवळे नसाल, तर या संध्याकाळी! दोन दोन पेग मारू, मी तुम्हाला फाटकापर्यंत सोडीन! ...पुढं तुम्ही तुमच्या पायांनी जायचं..."

आम्ही दोघे 'वेस्ट हायकोर्ट रोड' वर राहत असू.

मी त्यांच्याकडे गेलो. ते माझ्या गॅलरीत आरामात जुने अनुभव सांगून गेले. वामनराव म्हणजे बैठकीतला माणूस!

कवी श्रीधर शनवारे यांची आणि माझी मैफल जमायची; अजूनही जमते. मधून शिरीष आमच्यात बसायचा! तो संघ परिवारातला असूनही वैयक्तिक मैत्रीत राजकारण कधी आड आलं नाही.

'अमर्याद' या माझ्या बॅनरखाली तीस-चाळीस लेखक, कवी, कलाकारांच्या मैफली माझ्या लॉ कॉलेज चौकातल्या दिवाणखान्यात रंगायच्या! मी खाण्या-पिण्याचीच नव्हे, तर परतीसाठी वाहनव्यवस्थादेखील करायचो.

शेवटी, एका मेळाव्यात मधुकर अष्टीकर म्हणाले,

"विदर्भ साहित्य संघ करू शकत नाही, ते हा एकटा माणूस करू शकतो!"

त्या वर्षी ते वि. सा. संघाचे अध्यक्ष होते.

एका खासगी बैठकीत 'ग्रेस' आणि नारायण कुलकर्णी, कवठेकर येऊन गेले...

अकोल्याच्या 'देशोन्नती' दैनिकाचा मी संपादक होताच, नारायणनं नागपूरची परतफेड अकोल्यात केल्याचं लक्षात आहे.

'दारू प्याल्यानं अंगात दहा हत्तींचं बळ येतं!'
'बेहोश झाल्याने माणूस वाटेल ते बरळतोय'
यह सब बकवास है ।

पिणाऱ्याला 'पीने का बहाना चाहिए', तसाच बेताल बोलण्यासाठी त्याला 'बहाणा' हवा असतो, बस्स!

नऊ-नऊ पेग पोटात रिचवल्यावरही,

'काल रात्री मी काय बोललो, ते शब्दशः दुसऱ्या दिवशी तुम्हाला सांगू शकेन!'

याचा अर्थ त्या मद्यलहरींवर आम्ही पोहतो, त्यांना आमच्यावर 'स्वार' होऊ देत नाही. जी गोष्ट आनंदासाठी, उन्नयनासाठी, तीच जर दुःखाला, कष्टाला, आजाराला आणि वैराला आमंत्रण देणार असेल, जर हे विकतचं दुखणं हवंच कशाला?

याचा अर्थ मी कधीच मर्यादेबाहेर गेलो नाही, असं नाही. मी संत नाही!

मीही माणूस आहे.

Indian Institute of Mass Communication च्या सहा आठवड्यांच्या रिफ्रेशर कोर्ससाठी १९७६ मध्ये मला 'कोळसा प्राधिकरणा'नं दिल्लीला पाठवलं.

त्या काळात 'इंडियन एक्सप्रेस'नं पत्रकारांना आणि आम्हा पी. आर. ओं.ना एक जंगी पार्टी बहादुरशहा जफर मार्गावरील त्यांच्या बिल्डिंगच्या हिरवळीवर दिली.

'भांडवलदाराला लुबाडा' – Expropriation of the expropriretor या तत्त्वाला जागून त्या रात्री मी बेसुमार प्यालो... 'ग्रीन पार्क'भागातल्या फॅमिली प्लॅनिंग होस्टेलवर अपरात्री कसा पोचलो, आठवत नाही...

दुसऱ्या दिवशी, त्या होस्टेलची संचालिका कमल कुमारी अहलुवालिया नाश्त्याच्या वेळी मला बहिणीच्या अधिकारानं दटावीत म्हणाली,

''दादा! शराब उनकी थी, पर पेट तो आपका था ना?''

माझ्या मितपानालाही नित्यनेमानं प्रकट विरोध करणाऱ्या घरच्या प्रेमातल्या मंडळींच्या वारंवार मिळणाऱ्या आसुडापेक्षाही, हा आपुलकीचा, मायेचा- स्नेहाचा कोमल बोल माझ्या कविमनावर कायमचा दीपस्तंभ लावून गेला.

माझे चुकतही असेल

पण

चुकणाऱ्या आपल्या माणसाला आपण सावरून नाही घेतलं, तर 'आपला' आणि 'परका' यांत फरक काय राहिला?

मी अव्यवहारी असेन

बेहिशेबी असेन,

पण मी बेताल कधीही नसतो!

'दारू वाईट आहे, की चांगली?' या प्रश्नाला 'साखर, बटाटा चांगला, की वाईट?' अशा प्रतिप्रश्नानं मुँहतोड जवाब देता येईल.

खरं उत्तर असं-

'अतिरेक, मग तो कशाचाही असो, तो वाईट!!... सद्‌गुणांचाही...'

तुम्हाला किंवा मला काय चांगलं आणि काय वाईट, ते आपण आपल्या अनुभवातून, डॉक्टरांच्या सल्ल्यानुसार ठरवायचं असतं.

जगात निरपेक्ष काही नसतं :

मग, एकटं 'मद्य'च तेवढं अस्पृश्य का?

आज हे लिखाण करताना, मद्याचा अतिरेक करून इहलोक सोडून गेलेले अनेक गुणी कलाकार मला डोळ्यांसमोर दिसताहेत : संजीव कुमार, शैलेंद्र, सतीश दुभाषी, गणेश सोळंकी, बबन प्रभू, शशिकांत निकते, काशिनाथ, सुरेश फाळके, गजानन जोशी - किती नावं सांगू?

ॲरिस्टॉटल म्हणतो :

'कलाकाराचं शरीर हेच वाद्य, आणि तो स्वतः वादक!'

He is the fiddle & fiddler both!!

मग, हे वाद्य मोडून तोडून फेकून द्यायचा आपल्याला अधिकार काय? समाज आपल्या गुणांची खणखणीत रोख पावती तर देतोच, पण शिवाय हशा-टाळ्यांच्या रूपानं कधीही न संपणारा 'बोनस' पण देत असतो ना?

आत्मघात करून घेण्याचा अधिकार कुणाही कलाकाराला समाजानं दिलेला नाही! पण, सामाजिक जाणीव असलेले कलाकार आजच्या व्यक्तिकेंद्रित जमान्यात विरळाच...

चांगल्या लेखण्या हस्तिदंती मनोऱ्यात बंदिस्त झाल्या की, जेवढं दुःख होतं, तेवढंच गुणी कलाकारानं अकाली आत्मघात करून घेतला, की मला होतं.

साहित्य, रंगभूमी यांचं यांना काहीही सोयरसुतक नाही?

स्थळ : सान फ्रॅन्सिस्को

भूषण केदारची बायको किचनमध्ये काही चमचमीत पदार्थ करायला गेली, तशी तो मला, 'शिवास रीगल'चा आणखी एक 'पेग' ओतीत विचारतो कसा,

'अण्णा, आम्ही सगळे नाटकवाले 'अण्णा'- पार किर्लोस्करांपासून गोखल्यांपर्यंत- 'हनीमून' संपला, हे कसं ओळखायचं?'

म्हटलं,

"गड्या, आमच्या पिढीला स्वयंपाकघरात झोपायचं, मधल्या दाराला फाटक्या लुगड्याचा पडदा... आई, भाऊ, बहिणी मोरीवर जाण्यासाठी केव्हा पडदा सारून येणार! आम्हाला कुठला 'हनी' आणि कुठला 'मून''

"मी सांगतो!"

"सांग..."

''लग्न झाल्यानंतर साधारण महिन्याभरानं नवऱ्याचा रात्री अकरा-साडेअकराला फोन येतो : 'डार्लिंग, मला उशीर होईल हं... तू जेवून घे- ''..? मध्यरात्रीनंतर तो बेल वाजवतो, ती जांभया देत-देत दार उघडते आणि सांगते : डियर, अन्न फ्रिजमध्ये आहे, ते गरम कर आणि खाऊन घे!... त्याला उमजतं : अन्न फ्रिजमध्ये आहे आणि बायको 'डीप फ्रिजमध्ये आहे!!... असं झालं की, हनीमून संपला अस समजावं...'

भूषणनं खूप ब्रॅण्डस् विकत आणले होते, पण मला 'क्रॉस' करायला आवडत नाही. एकच 'शिवास रीगल'... तसे आपण पहिल्यापासून एकनिष्ठ, एकपत्नीव्रत पाळणारे आणि एक मद्य चाखणारे...

'पुरवणी' रंगीत आहे, म्हणून घरात घेतली, तर घरची 'मैफल' बिघडते!' हा रामदास फुटाण्यांचा 'जोक' मला आवडलेला आहे.

इंदौरला प्रयोग केल्यानंतर 'मेडिकोज'बरोबरची बैठक आठवते. अमेरिकेत 'ह्युस्टन' आणि न्यूजर्सीच्या रंगलेल्या मैफली लाजवाब!... भडगावच्या सरकारी गेस्ट हाऊसमध्ये स्थानिक पुढाऱ्यांचीदेखील मी भरपूर करमणूक केली आहे. गेल्या एकतीस वर्षांतल्या अशा सगळ्या आठवणी सांगत बसलो, तर... 'मद्य-महाभारतच होईल.

'For Men only' अशा अनेक गोष्टी माझ्या स्मरणिकेच्या पोतडीत आहेत. 'इंडियन एक्सप्रेस'चा चीफ रिपोर्टर बी. एस. व्ही. राव यानं सांगितलेली 'चूहा', अप्पा पेंडसे यांनी ए. सी. केळुसकरांवर रचलेली 'महंमद, सॅम्पल बताव', सोलापूरचे भाई बेके कथित 'चिकाटी', विनायक तिवारी - विरचित 'मोरारजी ॲण्ड ऑटोमेशन', 'लाल बहादूर-मेनन प्रभातफेरी', बऱ्हाणपूरच्या मित्रांची मंगळावरची युगुले, 'कृषिउद्योग' मधल्या गुरव यांचा 'सरडा साक्षी'... कितीतरी!

तुमचे दोन तास इतके मजेत जातील, की आयुष्यात तुम्ही मला विसरणार नाहीत!

आचार्य अत्रे सांगत असत की, 'हत्तीण आणि माकडाचं पिल्लू? देखील अशीच जबरदस्त कथा आहे.

'पहिला पेग' घेताना मन हलकं असतं.

मग, 'एकच प्याला' जन्माचा सोबती बनतो! जो त्या 'अजगराचा विळख्यातून' सुटू शकतो, तो माझ्यासारखा एखादाच पराक्रमी आणि भाग्यवान!

लेख आवडला नाही, तर उत्तमच... पण जर आवडला, तर घरी कळवू नका... आमच्या घरी...

असो!

■

**'दा**रू' आणि 'दारू'च्या परिसाने भारलेला परिसर या विषयावर काही बोलावे, असे संपादकांना कबूल तर केले; पण त्यावर काही बोलावे आणि त्याहून त्या बोलण्याचेच पुढचे पाऊल म्हणून लिहावे, हे अवघडच वाटत आहे. किंबहुना हे बोलणे म्हणजे अवघड जागीचे दुखणेच सांगावे, तसे भासत आहे. एक बरे आहे, की 'दारू'चा एक लोकमान्य अर्थ 'स्फोटक' असाही आहे. तर हा विषय तसा 'स्फोटक'च आहे.

आरंभ माझ्या स्वतःच्या कवितांतल्या ओळी घेऊनच करतो. 'दारू' हा विषय माझ्या कवितात प्रकट आणि अप्रकट अशा स्वरूपात आला आहे. आठवतात, अशा गेल्या दहा-बारा वर्षांतल्या तीन कवितांत तो आहे. तो असा :

# पिणाऱ्याचा हात नको रे, धरू

**सतीश काळसेकर**

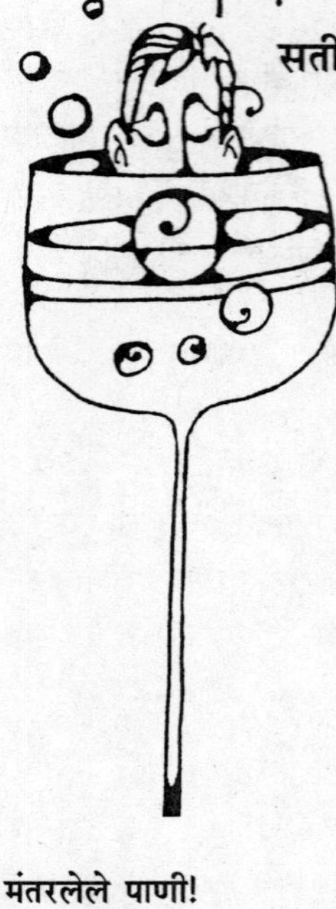

**'ते तिघे'**

*ते तिघे गुत्त्याच्या कलकलाटात*
*तळपायांवरचे व्रण उघडून पाहतात*
*घेतात सोलून तळहातांवरले फोड*
*आणि आठवणींच्या अग्रावर*
*एकाग्र होतात*

*ते बोलतात त्या समग्रतेत*
*एकाकी असल्यासारखे*
*निमित्तास दारू*
*अन्यथा त्यांना बोलायचेच असते*
*कवितेवर, आयुष्यावर, मित्रांवर*

*संतापतात, कोवळे होतात*
*ते होतात सुकोमल लावण्य*

*सगळी पाशवी वजनं उलथवत*
*धुराने भरल्या धूसर अंतराळात*
*झळझळीत*

*मोकाट नागवं व्हावं*
*म्हणून ते टाकतात*
*एकेक स्मरणाचं वस्त्र*
*आणि*
*कानाशी बोलावं, तसं ऐकतात*
*परस्परांचं म्हणणं*
*गुत्त्याच्या कलकलाटात.*

आता यानंतर 'दुरून संवाद करणं ज्वाळांशी' या कवितेतल्या काही ओळी :

*'रात्र चढत जातेय गहिरी*
*काळोखाहून*

*दारू उतरतेय माथ्यातून*
*डोळ्यांतून काळजात*
*वाढतायत शब्द धारदार'*

आणि आणखी एका कवितेतल्या या ओळी :

*'रुपयाची किंमत हवी होती आपल्याला फक्त रुपयाच*
*न अधिक, न उणी*
*दारूला म्हणायचं होतं फक्त दारूच*
*कशालाच जोखायचं नव्हतं काही कमी-जास्त*
*वावरताना वावरायचं होतं*
*नुकताच जन्म घेतल्यासारखं.'* ('असं तर व्हायला नको होतं')

या तिन्ही ठिकाणी माझे दारूविषयीचे वाचन आले आहे. आपण दारू का पितो, कशी पितो, दारू पिण्याने होते काय आणि आपण दारूला काय समजतो, यांविषयी या माझ्या ओळी बोलतात. 'दारूला म्हणायचं होतं फक्त दारूच' हे माझ्यासाठी महत्त्वाचे आहे. साधारणमानाने आपल्या अवतीभवती वावरणारी मंडळी दारूला आजकाल 'ड्रिंक' असे संबोधतात. काही थोडे-फार 'मद्य' असेही म्हणतात. पण एकूणातच 'दारू'ला 'दारू' म्हणायचे मंडळी टाळतातच. 'दारू' म्हणणे हे तसे शिष्टमान्य नाही. 'मद्य' हा तसा जरा भारदस्त शब्द आणि 'ड्रिंक' म्हणजे तर तुमचे समाजातले वरचे स्थान निर्देशित करणारा शब्दच.

'मराठीतील 'मद्य' हा शब्द संस्कृतपासून उसना घेतलेला, वस्तूचा स्पष्ट निर्देश टाळणारा, अवघडलेला असा शब्द आहे. प्रा. ना. सी. फडके यांचे देखणे, खिलाडू, विलासी नायक हेच बहुधा हॉटेलात जाऊन उघडपणे 'मद्य' पिणारे पहिले महाराष्ट्रीय. मद्यासाठी व्यवहारात वापरण्यात येणारा शब्द म्हणजे 'दारू'; आणि दारू ही हीन, अशुद्ध, माणसाची अवनती करणारी वस्तू आहे, ही दारूविषयीची धारणा आपणास परिचयाची आहे. मद्यपानाविषयी काही 'टॅबू - निषेध आहेत, तसे ते 'दारू' या शब्दाविषयीही आहेत.

माझ्या काही समकालीन मित्रांनी मात्र हा निषेध झुगारून 'दारू'ला दारूच म्हटले आहे. मला वाटते, आमच्या आचारविचारांतल्या सद्यःस्थितीच्या अनेक निषेधांतला हाही भाषिक निषेध आमच्या वृत्तीचा रोख सांगतो. मनोहर ओक, जयंत नेरूरकर, विवेक मोहन राजापुरे या आता आमच्यांत नसलेल्या कविमित्रांच्या कवितांतून हे पाहता यावे. मनोहर ओकच्या एका कवितेचे नावच आहे : 'देवः दवः दारू' ती

पूर्ण कविताच वाचावी, अशी. त्याच्या 'आयत्या कविता' या संग्रहात ती आहे. तर त्यातल्या या ओळी :

*'थोडा थंड सोडा*
*बघा ग्लासातील तारांगण*
*सपुर जाळिदार अंगरखा घालतो ग्लास'*

आणि त्यातल्या शेवटच्या ओळी :

*'हे पवित्र सांडपाण्या, तू आमचा उद्धार कर*
*हे कचऱ्यासारख्या पवित्र दंवा*
*तू आम्हाला कोमेजून देऊ नको*
*हे टिन्पाट देवा, तू माझ्या ठोकरीसमोर येऊ नको.'*

असा सगळा मोकळा व्यवहार. यात कुठलाच बुरखा नाही. मनोहर ओक, जयंत नेरूरकर, शशी प्रधान अशी दारू पिणारी दादा माणसे आमच्यासोबत होती. काही आजही आहेत. त्यांच्यासोबत आम्ही दारूचे धडे गिरवले. त्यामुळे 'रुपयाची किंमत ही रुपयाच असायला हवी' ही समजही अंगी आली.

आमच्याआधीही मराठीत या विषयावर अनेकांनी लिहिलेच असणार. राम गणेश गडकरी यांचे 'एकच प्याला' हे तर गाजलेले नाटकच. त्यात मात्र बऱ्याच वेळा 'दारू'ला 'दारू'च म्हटले आहे. पण त्याचेही एक कारण हेच असावे, की त्यात 'दारू'ला सुधाकराच्या सर्वनाशाचे कारण म्हणून सांगायचे आहे. एक प्रकारे अवमूल्यनच असल्याने तो शब्द वापरला असावा. पण एक दारूला केंद्रस्थानी घेणारे नाटक मराठीत आहे. एक भोळीभाबडी कविता कविवर्य केशवसुतांची आहे. 'स्फूर्ति'तल्या या काही ओळी :

*'काठोकाठ भरू द्या पेला, फेस भराभर उसळूं द्या!*
*प्राशन करितां रंग जगाचे क्षणोक्षणीं ते बदलूं द्या!*
*अमुच्या भाळीं कटकट लिहिली सदैव वटवट करण्याची,*
*म्हणेल जग आम्हांस मद्यपी, पर्वा कसली मग त्याची!*
*जिव्हेचीं बंधने तर ढिलीं करा तीव्र या पेयानें*
*यदुष्णतेनें द्यावापृथ्वी द्रवुनि मिसळती वेगाने!'*

कवी केशवसुतांच्या कवितेचा विषय मद्य हा नाही, हे खरे आहे. ‘स्फूर्ती’साठी मद्याच्या उत्कट भावस्थिती निर्माण करण्याच्या शक्तीचा संदेश त्यांना अभिप्रेत असावा. पण हा कल्पनाविहारच. ऐकीव माहितीच्या आधारावर केलेला असावा. नाहीतर ‘फेंस भराभर उसळूं द्या’ची संगती कशी लावावी. आता ही कविता मनोहर ओकच्या ‘दारू’च्या थेट अनुभवासमोर ठेवून पाहिल्यास खूपच मजा यावी. त्यांनी मात्र ‘मद्यपी’ असाच शब्द वापरला आहे. कदाचित ‘पद्य’ला जवळचाही म्हणून ‘मद्य’ शब्द असावा. तर असो. आणखीही चांगले कवी आणि चांगल्या कविताही मराठीत असाव्यात. बा. भ. बोरकर, श्रीकृष्ण पोवळे, मनमोहन, सगळे शाहीर कवी-संतांचेही शोधायला हवे; यांनी आपल्या लेखनात हा विषय आणला असणार.

‘नवभारत’ मासिकाने मे १९७८ आणि जून १९७८ अशा दोन अंकांतून ‘मद्यपान’ या विषयावर खूप अभ्यासपूर्ण माहिती दिली आहे. मराठीत हा असा गंभीर प्रयत्न पहिलाच असावा. वरचा एक अवतरणातला उतारा हा त्यांच्याच संपादकीयांतून घेतला आहे. त्याच संपादकीयातला आणखी एक उतारा देतो.

‘-आदिम समाजापासून आतापर्यंत इतिहासात जे समाज होऊन गेले, त्यांच्यांत आणि आज अस्तित्वात असलेल्या बहुतेक सर्व समाजांत मद्य हा अन्नाइतकाच आहाराचा एक भाग मानण्यात आला आहे. ख्रिस्ताने अखेरच्या भोजनाच्या वेळी आपल्या शिष्यांना भाकर वाटली, तसेच मद्यही वाटले. पाण्याच्या घोटाबरोबर भाकरीचे घास गिळावे लागणे, ही सर्वत्र दुःस्थिती मानण्यात येते. भाकरीबरोबर मद्य पाहिजे आणि मांसही हवे. उमरखय्याम जेव्हा तरुतळी भाकर, सुरेची एक सुरई आणि कवितेची एक वही यांची मागणी करतो, तेव्हा चैन करण्याची अनुज्ञा मागत नसतो किंवा भ्रष्टाचारासाठी मोकळीक मागत नसतो. माणसाच्या किमान भौतिक गरजा भागवणाऱ्या अतिशय साध्या राहणीवर आपण तृप्त आहोत, असे त्याला सांगायचे असते. इस्लाममध्ये मद्यपानाचा पूर्णपणे निषेध केला आहे; पण ही गोष्टही काहीशी विलक्षण आहे. ईश्वराने माणसासाठी निर्माण केलेल्या ह्या जगात सर्व सुखद गोष्टी माणसाच्या उपभोगासाठी खुल्या आहेत, अशीच इस्लामची मध्यवर्ती शिकवण आहे.’

‘नवभारत’ने हा मद्यपान विशेषांक प्रसिद्ध करावा, हे सुखद आश्चर्यच आहे. पण ते आहे. या दोन्ही अंकांतून मद्यपानाविषयी फार उद्‌बोधक माहिती आहे. सगळी माहिती तपशीलवार आहे. अनुकूल आणि प्रतिकूल आणि समग्र.

आपल्या प्राचीन भारतीय साहित्यात त्याविषयी आलेली माहिती आणि त्याची समीक्षा तर्कतीर्थ लक्ष्मणशास्त्री जोशी यांनी आपल्या लेखात केली आहे. थेट ऋग्वेद, अथर्ववेद, उपनिषदे, ब्राह्मणे, पुराणे, रामायण-महाभारतासारखे ग्रंथ आणि आयुर्वेदाशी संबंधित ग्रंथ यांतल्या संदर्भांचा आधार घेऊन हे लेखन झाले आहे.

मद्यपान हे आपल्या प्राचीन पूर्वजांना चांगलेच परिचयाचे होते. मद्याचे विविध प्रकार, त्यांच्या बनविण्याच्या पद्धती, त्यांचे परिणाम यांचा त्याही काळी खूप विचार आपल्या पूर्वजांनी केला आहे. ह्या धर्मशास्त्र-विचारात नियमांचा आणि प्रतिबंधाचा, गुन्ह्यांचा आणि शिक्षेचा विचार आहे आणि महत्त्वाचे म्हणजे, चातुर्वर्ण्य व्यवस्थेचा नेहमीचा भरपूर घोळ आहे. ह्याला अपवाद आहे, तो आयुर्वेदाशी संबधित संशोधन ग्रंथाचा. त्यातल्या सुश्रुत, चरक, अष्टांगहृदय, अष्टांग संग्रह या वैद्यकाशी संबंधित ग्रंथांत धर्मशास्त्राला बाजूला ठेवून 'मद्या'च्या शारीरिक आणि मानसिक परिणामांचा, लाभहानीचा, गुणदोषांचा, उपचार पद्धतींचा संशोधनावर आधारलेला अभ्यास आहे. मद्याचे पन्नासांहून अधिक प्रकार त्यात येतात. भारतात जैन, बौद्ध यांनी मद्यपान संपूर्णपणे त्याज्य मानले आहे. हिंदूंतल्या देवीपूजक, शिवपूजक, गणेशपूजक यांत मद्य देवाच्या नैवेद्याच्या पातळीवर आहे. शाक्त, शैव मदिरापान हे उपासनेच्या परिघातही आणताना आढळतात. सीतेने गंगा आणि यमुना या नद्यांना नवस बोलताना सहस्र सुराघटांनी त्यांची पूजा बांधण्याचे म्हटले आहे. हे तपशील मुळातून वाचावेत, असेच आहेत. 'नवभारत'च्या वर्तमान संपादकांनी खरे तर, या अंकातील लेखांचे पुनर्मुद्रण करून ते ग्रंथरूपाने प्रकाशित करावे, इतके हे साहित्य मोलाचे आहे. चरकसंहितेतला एक श्लोक देऊन पुढे वळावे :

*'किंतु मद्यं स्वभावेन यथैवान्नं तथा स्मृतम् ।*
*अयुक्तियुक्तं रोगाय युक्तियुक्तं यथाऽमृतम् ॥'*

(चरक चिकित्सा अध्याय २४)

मराठीत - परंतु स्वभावतः जसे अन्न, तसे मद्य होय; असे सांगितले आहे. ते अयोग्य रीतीने घेतल्यास रोगकारक, व योग्य रीतीने घेतल्यास ते अमृत होते.

इस्लामचा मद्यपाननिषेध हा कडवा असतानाही इस्लामच्या जवळ असलेल्या साहित्यात मात्र मद्यपानाचा गौरव भरपूर सापडतो. गालिब तर थोरच माणूस, तो हाती पैसे आले, की मागचा-पुढचा काहीच विचार न करता आधी मद्यच खरेदी करायचा. बेगम अख्तरने आपल्या रसील्या आवाजात अशा कितीतरी गीतांना, गझलांना अविस्मरणीय केले आहे. त्यांतल्या दोन ओळींनी तर मला हे लेखन करण्याची हिंमत दिली. त्या ओळी अशा :

*'यह मयखाना है, बज्म-ए-जम- नहीं है*
*यहाँ कोद्रे किसीसे कम नहीं है? ॥'*

मराठीत असे : हा दारूचा गुत्ता आहे, राजदरबार नव्हे. इथे कुणीही कुणाहीपेक्षा लहान नाही.

बेगम अख्तरच्याच आवाजातल्या फैजच्या ओळी आहेत:

*‘आये कुछ अब्र, कुछ शराब आये*
*उसके बाद आये, जो अजाब आये*
*बामे-मीना से माहताब उतरे*
*दस्ते साकी मे आफताब आये’*

(काही ढग भरून येवोत, काही मद्य येवो, त्यानंतर काय यायची ती दुःखं येवोत. सुरईच्या काठावरून चंद्र येवो आणि साकीच्या हातात सूर्य)

आता या पार्श्वभूमीवर मी माझ्या दारू पिण्याच्या अनुभवांकडे वळतो. दारू पिणे मला फार उशिरा परिचयाचे झाले. बालपण गावात गेले. प्राथमिक शाळेत शिकवणाऱ्या शिक्षकाचा मुलगा. त्यामुळे कुटुंबाच्या आसपास दारू नव्हती. गावात दारू त्या काळी देवाच्या भीतीने बनवत तर नव्हतेच; पण पिणाऱ्यालाही प्रतिष्ठा नव्हती. क्वचित गावाच्या सीमेबाहेरून कुणी पिऊन रस्त्याने बरळत जायचा. ते कानांवर यायचे. आमच्या गावात ताडी-माडीही तेव्हा बनत नव्हती. नंतर कधीतरी नीरा मिळू लागली. पण गावात दारू उपलब्ध नव्हती.

नंतर मुंबईत आलो. आठवीचे एकच वर्ष १९५५-५६ साल असावे. वय वर्ष बाराच्या आसपास. परळला राहत होतो. एक चुलत आजोबा दारू घ्यायचे. ते मला सोबत घेऊन प्रभादेवीच्या गणपतीच्या देवळापर्यंत न्यायचे. त्या वेळी प्रभादेवीचा गणपती ‘सिद्धिविनायक’ नव्हता. साधे, कौलारू, लहान देऊळ. शांत परिसर. पलीकडल्या अंगाला माडाच्या वाड्या होत्या. त्या वाड्यांतून भंडारी वस्ती होती. तिकडे घरांतून हातभट्टीची दारू मिळत असावी. आजोबा मला देवळात बसवायचे. एक चणे-शेंगदाण्याची पुडी मिळायची. काळोख होता-होता आजोबा परतायचे. अडखळत बोलत एलफिन्स्टनचा पूल पार करून घरी परतायचो. दारूचा परिचय हा असाच होता. दूरचाच.

आठवी झाल्यावर पुन्हा गावी. मॅट्रिकपर्यंत. पण गावात फार बदल नव्हता. जाहीरपणे तर दारूबंदीचेच दिवस.

मॅट्रिक झाल्यावर मुंबईत कॉलेजचे शिक्षण. पण त्याही काळात दारू कॉलेजपर्यंत

आली नव्हती. गिरणगावात राहत्या वस्तीत दारू पिणारी मंडळी असायची; पण ती विशेषतः कामगार वर्गातलीच. दारूबंदी असल्याने उपलब्ध दारू हातभट्टीच्या लघु-उद्योगातली. तिला प्रतिष्ठा नव्हती. मध्यम वर्गात तर पिणारे नसावेतच. श्रीमंत मंडळींत आपली जा-ये नसल्याने त्याविषयी अनुभव नाही.

आता हे लिहिताना मागचे दिवस आठवून पाहतोय तेव्हा पहिली दारू शशी प्रधानबरोबर आग्रीपाडा भागातल्या एका आँटीच्या घरात घेतल्याचे आठवते. गोव्यातून मुंबईत चोरटी दारू यायची. पहिल्या दारूचा स्पर्श हा गोव्याच्या रमचा होता. रम त्या पहिल्या वेळी डोक्यात फार भिनली नव्हती. शशी प्रधान- त्याला आम्ही केसरी म्हणायचो- हा राजकीय कार्यकर्ता, 'मराठा'त संपादकीय विभागात होता. त्या काळी आजच्यासारखे सुनियोजित अंडरवर्ल्ड नव्हते; पण दादागिरी असायची. संयुक्त महाराष्ट्राच्या आंदोलनकाळात पोलिसांना चुकविण्यासाठी केसरी या घरात लपायचा. ते घर दाखविण्यासाठी त्याने मला नेले होते. त्याचे घरातल्या प्रत्येकाशी जिवाभावाचे नाते होते. केसरी यांच्या घरचाच होता. मुंबई- महाराष्ट्रात दारूबंदीच्या त्या काळात पिण्याचे जवळजवळ सगळे अड्डे या गोवावाल्या मंडळींच्या घरांत असायचे.

त्यानंतरही काही प्रसंगी मी दारू पिण्यासाठी अशाच धोबीतलाव, खारदांडा, कुलाबा, माहीम, पोर्तुगीज चर्च अशा गोव्याच्या ख्रिश्चन कुटुंबांत गेलो. त्या कुटुंबाच्या उपजीविकेचा हा व्यवसाय काही भाग असला, तरी त्यात खानदानी रुबाब असायचा. गिऱ्हाइकाला लुटण्याची प्रवृत्ती नव्हती. दारूतही भेसळ नसायची. मनोहर ओक तर सांगायचा, की पिणाऱ्यांच्या आरोग्याची काळजी घेण्यासाठी दारूला पेलतील, अशी हरडा-बेहडा-आवळा यांसारखी त्रिफळा मिश्रणेही तीत वापरली जायची. एक गोष्ट मात्र अनुभवाची आहे, की त्या पिण्याने कधी फार त्रास झाल्याचे आठवत नाही. हे पिणे मुंबईत दारूच्या विक्रीची सरकारमान्य सुरुवात होईपर्यंत मात्र साठीषण्मासीच व्हायचे. विशेषतः बँकांची सहामाही हिशेबांची समाप्ती होण्याच्या एक-दोन रात्रींत. माझे दोन-तीन ख्रिश्चन मित्र माझ्यासोबत बँकेत होते. त्यांना दारू पिणे हे आमच्यासारखे कौतुकाचे नसायचे. त्यांच्या सोबतच आमची वरात निघायची आणि परतायची. पण कधीही कामाची तक्रार या मित्रांनी केली नाही. आम्हा उरलेल्या नवशिक्यांचे सगळे काम ते आनंदात करायचे. शिवाय आमची सगळी देखभालही. हा भ्रातृभाव हाही फक्त त्या काळातच होता की काय, असेही वाटते. सहकर्मचारी हे काही साहित्यातले नव्हते. तेव्हा गप्पा या नेहमीच्याच असायच्या. हे दारू पिणे तसे अंगवळणी पडलेच नव्हते.

डोंबिवलीत राहायला गेल्यावर मात्र दोन विलक्षण मित्रांची भेट झाली. दोघेही

कवी दारूचे खानदानी रसिक. शरद साटम अणि अनंत तावडे. तावडे आता जिवंत नाहीत. शरद आता पीत असला, तर त्या वेळसारखी नक्कीच पीत नसणार. शिवाय हातभट्टीची बेकायदा, देशी सरकारमान्य आणि नंतर देशी बनावटीची विदेशी असाच त्याचा प्रवास. माझाही प्रवास तसाच आहे; पण मी मधूनच सरकारमान्य देशी आणि अस्सल देशी पीत असतो, कारण जठराने आणि यकृताने त्या सवयी विसरू नयेत आणि त्यांचे भलते लाड करून त्यांना नाजूकही होण्याची संधी देऊ नये, म्हणून. पण त्या काळी डोंबिवलीत विशेषतः शरद साटम खोपटीतून पिऊन बाहेर येईपर्यंत मी बाहेर नुसताच उभा असायचो किंवा प्रसंगी दारूला स्पर्शही न करता त्याच्यासोबत बसायचो. शरद साटम आणि अनंत तावडे यांच्याशी होणाऱ्या गप्पा मात्र मराठीतल्या साहित्यावर असायच्या. शरदला आणि तावड्यांना कविता चांगली कळायची. शिवाय शरदचे मराठी आणि मराठीतर कवितेचे वाचनही साक्षेपी होते. त्यातूनच मराठी कवितेतल्या काही चोऱ्या त्या काळी चव्हाट्यावर आल्या. दारू पिण्यात सहभागी न होता हे खूप काळ चालले. दारूशिवाय प्रवास, पिकनिक, डोंगरदऱ्या असे सगळे व्यवस्थित होते.

मात्र त्याच काळात डोंबिवलीत एका कोजागरी पौर्णिमेच्या निमित्ताने आमच्या घरमालकाने त्याच्या होड्यांवर आम्हां सगळ्या भाडेकरूंना निमंत्रित केले. तांदळाच्या भल्यामोठ्या भाकऱ्या, झणझणीत मटण आणि गावठी खास बनविलेली पहिल्या धारेची दारू, असा बेत होता. दारू एकदम टाळक्यातच शिरली. काय जेवलो, कसे परतलो, होडीवर किती काळ होतो, काहीच आठवत नाही. आठवते ते इतकेच, की नंतरचे दोन दिवस अख्खी चाळ गरगर फिरत होती. काहीच स्थिर नव्हते. मालकांच्या म्हणण्याप्रमाणे मी आदिम उत्साहात खूपच प्यालो. उलट्या, मळमळणे असला त्रासही खूपच झाला. दारूची पहिली सणसणीत आठवण हीच.

चवीने खावे, चवीने घ्यावे आणि चवीने चांगले जगावे, यावर माझा नेहमीच आग्रह आहे. प्रत्यक्षात समजुतीच्या आणि स्वबळावर उभारलेल्या पस्तीस वर्षांत- साधारण वय वर्षे २० ते ५४- मी तसे जगतही आलो. त्यामुळे आयुष्य चांगलेच मस्तीत गेले. भारताच्या सगळ्या दिशांतून केलेला भरपूर प्रवास याच मस्तीतून केला. आर्थिक चणचण फार टोकाला गेली नाही. साठवताही आले नाही. कारण तो विचारच नव्हता. त्यामुळे या प्रवासात खाण्यातली त्या त्या जागेची विविधता अनुभवली. कशालाही नकार न देता काहीही खाल्ले. अट फक्त एकच होती- ते माणसांनी खाल्लेले असावे. आता अर्थातच हेच दारूच्या बाबतीतही म्हणायला हवे. त्यामुळे मीही जागोजागची उपलब्ध दारू कुठलाही विधिनिषेध न पाळता भरपूर

प्यालो आहे. प्राचीन भारतीय साहित्यात सांगितल्यासारख्या विविध धान्यांपासून, फुलांपासून बनविलेल्या. तांदळापासून तर भारताच्या विविध भागांत दारू बनवतात. खजूर, गूळ, जांभूळ, पेरू, काजू, द्राक्षे, संत्री, मोसंबी, नारळ ह्या फळांपासून. केशर, मध, मोहाची फुले, बडीशेप याहीपासून दारू बनवितात. विदेशी दारूंत स्कॉच, कोनॅक, शेरी, व्होडका, रम, वाईन, शांपेन, ब्रँडी, जिन या परदेशांतून आलेल्या आणि आपल्या देशी बाजारातल्या अशा सगळ्यांच्या चवी चाखल्या आहेत. पण या विदेशी मद्यांत माझी आवडती दारू नेहमीच रम राहिली आहे; आणि देशी मद्यांत चांगली काजू फेणी आणि भेसळ नसलेली मोहाची दारू ह्याच आवडत्या दारू आहेत. रुपयाची किंमत रुपयाच, ही खूणगाठ बांधल्याने दारूची किंमत ही मला कधीच महत्त्वाची वाटत नाही. चांगली दारू- मग ती महाग की स्वस्त, हे बिनमहत्त्वाचे. माझ्या जिभेला भेसळही तशी बरी कळते. त्यामुळे मी बाह्य देखाव्याने भाळत नाही. त्यामुळे महागड्या हॉटेलात दारू पिण्याचे मला कौतुक नाही. पिण्याची जागा वातानुकूलित असण्यापेक्षा खेळत्या हवेची आणि भरपूर प्रकाशाची, त्यातही नैसर्गिक सूर्यप्रकाशाची असावी, असा माझा प्रयत्न असतो. बारमध्ये बसायचीच वेळ आली, तर मी शक्यतोवर एअरकंडिशन्ड बार टाळतो. पिताना शांतपणे घ्यावी. वखवखल्यासारखी पिऊ नये. दारूसोबत खायचे, ते तेलकट असू नये. फार अरबट चरबट खात दारूची मूळ चव बाटवू नये, असाही माझा प्रयत्न असतो. आणखी एक शाळ्यांत मूलभूत महत्त्वाचे. आपण काय पितो, कोणत्या जागी पितो, यापेक्षा कोणाबरोबर पितो, हे सर्वाधिक महत्त्वाचे असते. अर्थात कोणत्या जागी पितो, यावरही दारूची खूप मजा अवलंबून असते. हा माझा अनुभवही आहे. दारू पिताना मेंदू अधिक तल्लख होतो, निदान पिण्याच्या बैठकीतल्या आरंभीच्या काळात, मनावरची विविध दडपणे शिथिल होतात, बोलण्यात मोकळेपणा आणि सडेतोडपणा येतो. त्याचे फायदे आणि तोटे असतात. पण पिताना केलेल्या गंभीर विषयांच्या चर्चा या बऱ्याच प्रसंगी नंतर विस्मरणात जातात. बोललेले काहीच आठवेनासे होते. त्यामुळे तशा चर्चा करायच्याच असतील, तर सोबतीला दारू पिणे असू नये, असे वाटते. आता ह्या वाटण्याचा वास्तवात फारसा उपयोग होत नाही; आणि पिता पिता गप्पांचे वळण अनेक प्रसंगी गंभीर चर्चांकडे सरकते.

तर आता काही व्यक्ती, प्रसंग, जागा, काळ यांच्या संदर्भात दारूच्या आठवणीने आळवण्याचा प्रयत्न करतो.

मुंबईत आणि महाराष्ट्रात दारूबंदी संपल्यावर दारूचे उत्पादन हे विक्रमी झाले आहे. भाव वाढवूनही त्यात काही बदल होत आहे, असे दिसत नाही. इतर राज्येही

ह्या उत्पादनात मागे नसावीत. पण महाराष्ट्रात दारूची उलाढाल खूप असावी, असा माझ्या भारतभरातल्या भटकंतीनंतरचा अनुभव आहे. मुंबईत आणि काही प्रमाणात महाराष्ट्राच्या इतर लहान-मोठ्या शहरांतही दारूची दुकाने, देशी दारूचे बार, विदेशी दारूचे बार, हॉटेल्स यांचे प्रमाण डोळ्यांत खुपावे, इतके जास्त आहे. औषधाचे दुकान सापडणार नाही; साधा चहा आणि कमी खर्चातले खाण्याचे पदार्थ देणारे उडप्यांचे हॉटेल सापडणार नाही; पण दारूचे बार आणि लुटणारी चंगळवादी हॉटेल्स सहज पावलापावलावर, हे मुंबई आणि पुणे, औरंगाबाद, नगर असल्या शहरांचे आज घडीचे रूप आहे. महाराष्ट्राबाहेर मात्र परिस्थिती याहून निराळी आहे. दारूची दुकाने सरसहा सताड उघडी नसतात. खिडक्या, जाळ्या यांतून जेमतेम हातच आत सरकतो. देशी दारूचे बार कमी असतात. बार हॉटेल असला जोडधंदा काही विशिष्ट भागांत आणि तोही कमी प्रमाणात असतो. दारूच्या दुकानात मालही कमी प्रमाणात असतो. या सगळ्याचा एकत्रित परिणाम पिणाऱ्यांच्या संख्येवर आणि पिण्याच्या प्रमाणावर होतच असणार.

एक पोर्ट ब्लेअरची अगदी नजीकच्या काळातली आठवण सांगण्यासारखी आहे. पोर्ट ब्लेअरमध्ये सध्या दारूविक्रीची परवानगी असलेली दोन किंवा तीनच विक्री-केंद्रे आहेत. मागणीइतका पुरवठा होतच नाही. जहाजाच्या फेऱ्या, बंदचे दिवस, उघडण्याच्या वेळा यांचे गणित जुळत नाही. त्यामुळे टंचाई कायमच. (लष्कराच्या कोट्यातून काही दारू निसटते, ती वेगळी) एका संध्याकाळी वेळ जमवून केंद्रावर गेलो. तर तिथली झुंबड, ढकलाढकली पाहून दारू घेण्याऐवजी मी त्या प्रसंगाचेच फोटो काढले. नंतर दारू संपली आणि दुकानेही बंद. कलकत्ता, दिल्ली याही शहरांतून परिस्थिती थोड्याफार फरकाने अशीच आहे. तर सांगायचे असे, की दारू पिण्याचे आपल्याकडचे प्रमाण आणि त्याची काही मान्यता ही जरा अधिकच आहे.

गोवा आणि दमण ही दारूसाठी आधीपासूनच प्रसिद्ध आहेत. पण पंचवीस वर्षांपूर्वी दमणमध्ये दारू पिण्यात मजा असायची. गोव्यात तर ती नेहमीच होती. आता दमणमध्ये अवतीभवतीच्या सुरत, बलसाड, भडोच ते थेट अहमदाबाद-बडोद्यापर्यंतच्या मुबलक पैसा हाताशी असलेल्या धनवानांचा सुळसुळाट वाढला आहे. त्यांच्या गरजा ओळखणारे व्यवसायही वाढले आहेत. त्यामुळे दमणची मजा गेली.

अंदमानच्या प्रवासात प्रचंड जहाजावर- बोट हा चुकीचा शब्द आहे- एक चमत्कारिक सूचना असायची. 'दारूच्या देवाण-घेवाणीस बंदी; विक्री-खरेदीस बंदी' अशा अर्थाची. पण या सूचनेनंतरही उगीच त्रास नको, म्हणून मी भीतभीतच पीत असे. नंतर जरा भीती कमी झाली. पण प्याल्यावर मोकळ्या डेकवर, अंधाऱ्या आणि

चांदण्या रात्रीत समुद्र न्याहाळताना मिळणारा आनंद अवर्णनीयच होता.

जवळपास दर वर्षीच पहाडात प्रवास करत असल्याने या पहाडी पायपिटीत डोंगरदऱ्या, खळाळत्या नद्या आणि दाट जंगले किंवा भोवतीचे प्रचंड कातळी पहाड, तर कधी बर्फाची दूरवर दिसणारी शिखरे यांच्या सान्निध्यात आणि रसिक मित्रांच्या सहवासात शांतपणे दारूचे घुटके घेताना आपण कमालीचे उत्कट होतो. या पायपिटीत शहरातले तणाव नसतात. संध्याकाळी वेळ निवांत असतो. पुरेसा थकवा असतो. यांतल्या अगदी अलीकडच्या दोन बैठका खास लक्षात आहेत.

एक आहे देवप्रयागची. देवप्रयागला गढवाल विकास नियमवाल्यांचे विश्रामगृह आहे. जागा निवडून घेतलेली. समोर पहाड. एका अंगाला अलकनंदा. समोरचा विशाल हिरवा परिसर नजरेत न मावणारा आणि वातावरणात हिमालयातली शांतता. सोबत आवडते दोस्त, आत्माराम वैद्य, वसंत आबाजी डहाके आणि काही नेहमीचे हिमालयात येणारे भटके. या विश्रामगृहाच्या आवारात भोजनकक्ष आहे संपूर्ण देवदाराच्या लाकडांतून बनविलेला. चारी अंगांना काचा. त्यामुळे त्या दिवशी दुपारचे जेवण संध्याकाळीच झाले. खूप दारू रिचवली. गप्पा रंगल्या.

आणि दुसरा प्रसंग गेल्या वर्षीचा. यम्नोत्री करून परतताना हनुमानचट्टीवरून निघाल्यावर काही अंतरावरच पावसाने रस्ता खचला होता. पहाडांवरून दगड घसरत खाली येत होते. पुढचा रस्ता बंद झालेला. पाऊसही थांबत नव्हता. शेवटी निर्णय घेतला. त्या जागीच थांबायचं. पालीगाढ गाव खाली होते. फक्त रस्त्यावर काही टपऱ्या आणि अडल्या यात्रेकरूंसाठी कोकणात मांगर असतो, तसे बांधकाम. छोटी खोली. त्यातच लाकडी खाटा. सगळे मावणार कसे, हा प्रश्न. काही अधिक जागेचे ठरवावे, तर तोवर नव्याने आलेल्या यात्रेकरूंनी अवतीभवतीच्या सगळ्या जागा अडवल्या. पण त्याही स्थितीत टपरीत जेवणाची ऑर्डर देऊन आम्ही सरंजाम मांडलाच. सगळी मंडळी साहित्यातली. त्यामुळे चर्चा अधिकच गरम झाल्या. आग्रह, भूमिका, खंडन, मंडन सगळे उफाळून आले. वातावरणातली शांतता पार तापून निघाली. पाऊस आणि पहाडी थंडी चर्चा आणि दारूच्या गरमीने नाहीशी झाली. दुपारचे जेवण रात्रीसाठीच आले. पुलाखालून वाहणारी यमुना, पुलावरचा काळोख, भवतीचा पहाडी प्रदेश, सततचा पाऊस या सगळ्यांनिशी ती संध्याकाळ आठवणीत राहिली. नंतर कोण, कुठे झोपला, कोण बाहेर टपरीवर, कोण आत, काहीच समजले नाही. सकाळी वातावरण खूपच निवळले होते, इतके मात्र खरे.

पहाडी प्रदेशात बहुतेक ठिकाणी तांदळापासून आंबवून बनविलेली ताडी-माडीच्या जातीची दारू असते. त्यांतले एक मनालीचे नाव आता आठवते. ते 'लिंगू'. अशी तांदळापासून बनविलेली विविध नावांची आणि तितक्याच विविध

चवींची दारू मी कालिमपॉंग, मनाली, लेह (लडाख), यन्मोत्रीच्या वाटेवर जानकीचट्टी, जोशीमठ, पिठोरागढ अशा जागी प्यालो आहे. त्यात लेह आणि मनालीच्या खास आठवणी आहेत. मनालीकडून व्यासकुंडाच्या दिशेने जाताना वाटेत एका नेपाळी टपरीवजा जागेत आम्ही काही मित्र ही दारू पीत असताना दारू देणारी बाई विलक्षण देखणी होती. डोळे खिळवून ठेवावेत, असे मोकळे केस आणि शक्तिदेवताच वाटावी, अशी चेहऱ्याची ठेवण आणि आर्जवी डोळे. त्या दिवशी तिचे दर्शन हे एखाद्या शुभचिन्हासारखेच वाटत होते. तिने अगदी आग्रहाने खास दारू पाजल्या. त्यांतल्या एकीचे नाव होते 'लिंगू'. तेही आज आठवते, याचे कारण त्या दिवशी तिच्या सौंदर्याने आम्ही सगळेच भारले असलो, तरी आमचा एक मित्र अधिकच भारला होता. त्याला त्यानंतरच्या सगळ्या प्रवासात आम्ही 'लिंगू' याच नावाने हाका मारायचो. पुन्हा त्यानंतर मनालीत गेलो, तेव्हा तिची ती टपरी शोधूनही सापडली नाही. पण तिचा चेहरा आजही डोळ्यांसमोर ठसठशीत आहे. लेहची आठवण राहण्याचे कारण निराळे आहे. लेहमध्ये असताना माझ्यासोबत भाऊ पाध्ये होता. भाऊला माझ्यासोबत प्रवासात खूप उत्साह असायचा. आमच्या जवळ आमची रम होती. पण मला कळले, की लेहमध्ये खास तांदळाची दारू बनते; आणि काही पहाडी लडाखी स्त्रिया ती चोरून विकतात. त्यांच्या पाठीवर दारूची पिशवी असते. रस्त्यातून चालता-चालता पोलिसांची नजर चुकवून ती दारू त्या विकतात. असल्या साहसात मला उत्साह असतो. भाऊची साथ होती. आम्ही एका बोळातून जात असताना मी एक अशी बाई अचूक हेरली आणि तिच्याकडून एका दुकानाच्या आडोशाला उभे राहून भराभर प्यालो. दारू ताडीला जवळची असल्याने भराभर घेता आली. नंतर ती संध्याकाळ आम्ही त्या दारूच्या तारेतच लेहचे रस्ते धुंडाळत घालवली.

दारूसाठीच्या आठवणीत बदलापूरचे आत्माराम ऊर्फ छोटा वैद्यचे कम्यून ठळक आहे. काही वर्षांपूर्वी वैद्यच्या जागेत आम्हा मित्रांच्या अनेक सुट्या साजऱ्या व्हायच्या. आधी त्यांची पोल्ट्रीफार्म होती. नंतर ती गेली. पण त्यांच्या लहानशा अडगळीसारख्या घरात छोटा वैद्य वय त्याही वेळी साठीच्या आसपास, त्यांची पत्नी मालती वैद्य- तिचा दम्याचा जीवघेणा आजार, त्यांच्याहून वयाने अधिक असलेले पणशीकर आणि आणखी एक असेच वृद्ध मास्तर अशी चार स्थायी माणसे तिथे वस्तीला असत. त्यांचे परस्परांवरले प्रेम हे नजर लागावी, असे. वैद्यांचे हे कुटुंबीय परस्परांना समजून घेत. त्यांच्या या कम्यूनवर सुटीच्या दिवशी मुंबईतली अनेक नवशिकी तरुण कार्यकर्ती मंडळी एकत्र येत. सगळ्यांची सगळ्या कामांत भागीदारी. फक्त आलेल्या स्त्रियांनी कामाला हात लावायचा नाही, ही अट असायची. जेवण

साधेच, पण खमंग असायचे. पणशीकर सगळे पदार्थ, ग्लासासहित पोटॅशियम परमँगनेटच्या पाण्याने शुद्ध करीत. त्यांच्या हाताला विलक्षण चव असायची. वातावरणात साधेपणा, कमीत कमी गरजा आणि भरपूर राजकीय चर्चा. आमच्या राजकीय आयुष्यातला तो सगळ्यात जोमाचा काळ होता. चर्चेत राजकारणाबरोबर साहित्य असे. पणशीकरांची अविस्मरणीय क्रांतिगीते असत. सोबत दारू असायची. खर्च फार नसायचाच. त्यांच्या या कम्यूनने कम्युनिस्ट पक्षाला चांगले गुणी कार्यकर्ते पुरविले. तिथल्या बैठकी रात्र रात्र चालत. खूप डास असायचे. केव्हाही झोपायला मोकळीक असायची. परस्परांची सोय पाहायची. त्यावर काही बोलायचे नाही. इथेच साहित्यिक मेळावेही झाले. लांबून लांबून मित्र सहभागी झाले. तिथल्या दारू पिण्याला या सगळ्या वातावरणाची चव असायची.

पहाडातल्या एका दारूची चव आत्ता आठवली 'थुंबो' किंवा अशाच नावाची. ही बांबूच्या ग्लासातून लाकडी जारसारख्या नळीने प्यायची. मधूनमधून आत नव्याने गरम पाणी घालायचे. वरती आंबवलेल्या धान्याचा चोथा असायचा. गंगटोकमध्ये उतरल्याबरोबर मी हॉटेलमधल्या पोराशी संधान बांधून त्याला ह्या स्थानिक पेयांविषयी विचारले. त्याने अडखळत-अडखळत माहिती पुरवली. गंगटोकच्या बाजाराचा तो खालचा भाग होता. बकाल वस्ती. पत्नी पुढे यायलाच तयार नव्हती. पण माझा उत्साह उतू जात होता. चौकशी करत-करत एका कुबट वासाच्या अंधाऱ्या कळकट गुत्त्यात प्रवेश केला. कसेबसे पत्नीला मुलांना समजावत शेजारी बसविले. साकीने सर्व सरंजाम समोर आणला. आजूबाजूला सगळी गरीब मजूर माणसे आणि त्यांत आम्ही बाजूला पडलेले प्रवासी. दारू देणाऱ्या बाईलाही माझे खूप कौतुक वाटत होते. तिने दिलेल्या सूचनेबरहुकूम मी नळीतून वर हवेतच ती दारू प्यालो. उकळते पाणी सावकाश सावकाश त्यात ओतत ते खूप हळूहळू घ्यायचे होते. पण सोबतच्या कुटुंबाला ते जड जात होते. हॉटेलवर काही व्यवस्था करता येईल का, याचीही विचारणा केली; पण त्यात खूप अडचणी होत्या. जितक्या ठाय लयीत ती जिरवायला हवी होती, ती लय साधली नाही. तिथे पुन्हा जाता आले नाही. पुन्हा गंगटोक कधी घडणार, माहीत नाही. असल्या जागा गुलहौशा प्रवाशांना सांगता येत नाहीत. त्या सांगून सापडणारही नाहीत. 'तेथे पाहिजे जातीचा' हेच खरे असते.

तर अशा अनेक जागी मी बसलो आहे. मला त्यात जराही अवघडल्यासारखे वाटत नाही.

ज्या मित्रांसोबत दारू पिण्यात रंगत आली, त्यांत अनेक मित्र आहेत काहीविषयी बोलायला हरकत नाही. कमलेश्वर प्रसिद्ध हिंदी लेखक हा माझा असा ज्येष्ठ मित्र.

आता तो मुंबईत नाही. पण एकेकाळी 'सारिका'चा संपादक आसताना 'समांतर साहित्या'च्या चळवळीच्या निमित्ताने आम्ही खूप वेळा एकत्र असायचो 'ओल्ड मॉंक' रम ही आमची आवडती दारू. संध्याकाळी सातनंतर त्याच्या पेडर रोडवरल्या आलिशान घरी जमायचे. त्याच्या बैठकीच्या खोलीत गालिच्यावर मांड्या दुमडून बसायचे. साहित्यातल्या कळीच्या प्रश्नावर चर्चा करायची. भूमिका ठरवायची. निर्णय घ्यायचे. त्याच्या अंमलबजावणीच्या नोंदी करायच्या. कधी हे आधी आणि नंतर रम, तर कधी आधी रम, नंतर जेवण आणि त्यानंतर चर्चा. हे सारे संपेपर्यंत रात्र खूप व्हायची. मग त्या रमच्या आणि चर्चेच्या धुंदीतच मोटरसायकल हाणायची. सांताक्रुझ स्टेशनजवळ माझा पानवाला होता. एकदा रात्री बारानंतर पानाच्या ठेल्यावर पोचलो. मागल्या सीटवर दया पवार होता. पानवाल्याने मला प्रेमाने पण जोरदार झापले. पण तो काळ निराळा होता. झपाटल्यासारखे दिवस जात होते. कशाचीच पर्वा नव्हती. कमलेश्वर पिण्यातला दर्दी होता आणि साहित्याशी त्याचा संबंध फार खोलवर होता. दलित साहित्याला भारताच्या नकाशावर नेण्यात त्याचा मोठा वाटा आहे. त्याच्या पेडर रोडवरच्या घरी, सातबंगल्याच्या घरी अशा कितीतरी बैठका झाल्या. मुंबईबाहेरही अनेक. एक श्याम मोकाशीच्या घरी लोणावळ्याला. त्या काळातल्या चर्चा दारूच्या धुंदीतही नेहमीच गंभीर निर्णयापर्यंत नेणाऱ्या असायच्या.

कमलेश्वरसोबत राजगीर (बिहार), भूज (कच्छ), छिंदवाडा (मध्य प्रदेश) अशा समांतर साहित्य परिषदांत मी भाग घेतला. हा सहभाग केवळ वाङ्मयीन नव्हता. त्यामागे राजकीय भूमिका होती. ती आम्हा दोघांनाही प्रिय होती. यात सहभागी होताना कमलेश्वरमधला साधा माणूसही खूपदा दिसायचा. सगळ्यांना सोबत घेऊन जाण्याची हातोटी त्याला साधली होती. राजगीरमधल्या परिषदेचा शेवटचा दिवस होता. परिषदेला आलेले प्रतिनिधी सर्वहारा वर्गातले. लेखक असले, तरी पांढरपेशे नव्हते. गरीब, मोलमजुरी करणारे. परिषदेचा खर्च कसाबसा निघाला होता. थाटमाट नव्हता. पण काही करण्याची उमेद निर्माण करणारा कारभार. शेवटच्या दिवशी सगळ्यांनी एकत्र दारू पिण्याचा निर्णय झाला. खिशाला परवडतील तितके पैसे प्रत्येकाने टाकायचे. चार-आठ आण्यांपासून जमवाजमव. कुणीतरी फरसाण आणले. ते थाळ्यात पसरले. गावातून हातभट्टीची दारू गॅलनमधून आली. कप, ग्लास, वाट्या- मिळेल त्यांतून सगळे दारू पीत होते. फरसाण संपवत होते. चांगला दोन-तीन तासांचा खडा कार्यक्रम. तावातावाने केलेल्या चर्चा, खूप काही करू, असा आत्मविश्वास सगळ्यांसोबत होता.

साहित्यिक परिषदांचा असला माहौल नंतर कधी पाहता आला नाही. त्या उत्साही वातावरणात, सग्यासोयऱ्यांसारख्या साहित्यिक मित्रांत वावरताना दारू

कोणती, यावर कुणाचेच कधी अडले नाही.

एके काळी पावसात माथेरानला जाणे हमखास असायचे. सुधाकर बोरकर, प्रताप भोसले, प्रकाश विश्वासराव या मित्रांबरोबरच आणखी एक मित्र उगवायचा. देविदास मानकर. तो अचानक यायचा. त्याचा आवाज दर्दभरा. कितीही दारू प्याला, तरी आवाज लागायचाच. माथेरानच्या पावसात गच्च काळोखात, छपराच्या पत्र्यावर माकडे उड्या मारायची. कधी पावसाची तडतड असायची. आत अंधार. मेणबत्तीचा अपुरा प्रकाश, सगळीकडे ओल, भूतबंगल्यासारखे अंगावर काटा आणणारे वातावरण आणि त्या वातावरणात मानकर एकाग्र होऊन लताची गाणी म्हणायचा. सोबत देशी दारू असायची. गाण्यांनी सगळ्यांच्या काळजांत कालवाकालव व्हायची. प्रेमाच्या हळव्या आठवणी निघायच्या. वातावरणातली कातरता अधिकच वाढायची. ते सुखाचे दिवस होते. खूप चणचणीचे. जेमतेम देशी दारू पिता यावी, इतक्या आधाराचे. पण त्या दारूची सर आता स्कॉचलाही येत नाही.

'दारू' पिण्याची ही पंचवीस वर्षे आणि त्याबरोबरच मैत्रीही जवळपास तितकीच वर्षे असे घडलेला माझा मित्र शांताराम पारपिल्लेवार याच्यासोबत खूप चांगल्या आठवणी निगडित आहेत. शांतारामला घर ही गोष्ट चांगली लाभत गेली. मूळचा शांताराम तेलंगणाचा; पण त्यांच्या कित्येक पिढ्या हा नागपुराच्या परिसरात वाढल्या. विणकर समाज हा कष्ट करणारा समाज. आधीच्या पिढ्यांत गरिबीही असावी. त्याच्या आईच्या हातचे खूप पदार्थ मी खाल्ले आहेत. माझ्या आईची सतत आठवण यावी, असा त्या आईचा सुगरण हात. तिने दगडांची आमटी केली असती, तरी ती सुरेखच झाली असती. गरिबीत स्वयंपाक करणाऱ्यांना हाताशी असेल, त्यातूनच सोन्यासारखे जेवण तयार करण्याची कला अवगत होत असणार. पुन्हा कष्टांची कामे करावी लागत असतील, तर आहे त्यातच भरपूर श्रमांची तयारी देणारी आणि कमी किमतीची वस्तू वापरायची कुशलताही संपादन करावी लागणार. शांतारामच्या आईजवळ हे कौशल्य भरपूर होते. बकऱ्याची आतडी ही तशी पांढरपेशांच्या नजरेत टाकाऊ वस्तू. बकऱ्याची वजरी-कोथळा खाण्यापर्यंतच माझ्या गरिबीची मजल. पण शांतारामची आई बकऱ्याच्या आतड्यांचे मटण बनवायची. भरपूर मेहनत घेऊन आतडी साफ करायची आणि त्यांच्या छोट्या छोट्या तुकड्यांचे मटण. चवळीच्या शेंगांसारख्या त्या मसाल्याने भरायच्या, हे मोठ्या कष्टांचे काम. पण ते मटण लाजवाब बनविण्याचा तिचा हातखंडा. तिच्या हातची पुरणपोळी म्हणजे निदान पाव इंच जाडीच्या पुरणावर पातळ दिसेल, न दिसेल, असा पिठाचा पापुद्रा असणारी. तिची रुची जन्मभर जिभेवर रेंगाळेल, असे नाना पदार्थ. शांताराम

रेल्वेत अधिकारी आणि वास्तू नेहमीच धार्जिणी. त्यामुळे तो मोठ्या घरांतच राहिला. सायनला मुंबईतही त्याचे घर म्हणजे मोठा वाडाच. परिसरात, मुंबईत असल्याचे कळू नये, असे प्रचंड वृक्ष. त्याचे हरद्याचे घर किंवा वरोऱ्याचे घर हेही मोठे वाडेच. त्या घरातल्या पाहुणचारात दारूही सहजपणे यायची. दारूला जराही नाक मुरडणे नाही, अशा त्या कुटुंबातल्या कितीतरी आठवणी आहेत.

वाढत्या रक्तदाबाच्या एका आजारानंतर मी त्याच्याकडे हरद्याला विश्रांतीसाठी गेलो. सोबत ज्येष्ठ मित्र मुरलीधर पवार. संध्याकाळी घरी पोचलो, तर दारात स्वागतासाठी बेगम अख्तरचा घनघोर आवाज :

हम तो समझे थे कि बरसातमें बरसेगी शराब ।
आई बरसात, तो बरसात ने दिल तोड दिया ।।

पण नंतरच्या पंधरा दिवसांत विविध प्रकारच्या शराबची बरसात. पहिली मोहाची अस्सल दारू मी त्या घरातच चाखली. रोज जेवणात नवा पदार्थ असायचा. संध्याकाळी स्वच्छ अंघोळ करून ताज्या दमाने सावकाश दारू घ्यायची. मेवालाल सगळी सरबराई संभाळायचा. मेवालाल त्याच्या घरचाच होता. दिवसभर माझा स्वभाव ओळखून मला सांभाळायचा. मीही त्याच्याबरोबर त्याच्यासारखाच व्हायचो. पिताना आवडीची गाणी रेकॉर्डप्लेअरवर असायची. कधी एखादा जवळचा कव्वाल कव्वाल्यांसाठी, तर कधी एखादा लोककलाकार लोकगीतांसाठी. पिणे फार रात्रीपर्यंत चालायचे. धीम्या लयीत. त्यानंतर रुचकर, पौष्टिक जेवण. सकाळी गोड थंडीत रजईत लोळायचे. कसलीच घाई नसायची... असे ते जवळपास पंधरा दिवस.

नंतर पुन्हा पुन्हा हरद्याला गेलो. भरपूर मित्रांना घेऊन- मनोहर ओक, शरद साटम असल्या घरंदाज पिणाऱ्यांना घेऊनही. पण त्याने कधीच कशाची कमी जाणवू दिली नाही. हरद्याला माणिक वर्मा, बाळासाहेब नाईक यांच्या घरीही मैफली झाल्या. सगळा खानदानी मामला. एकदा बाळासाहेब नाईकांच्या घरी जाताना आधी 'मधुर मनुका' नावाच्या भांगेच्या गोळ्या घेतल्या होत्या. भांगेवर नाईकांच्या घरी पुन्हा खास रमचा आग्रह. नाईक त्या वेळी कॅन्सरच्या आजाराने शेवटच्या घटका मोजत होते. ते मला माहीतही नव्हते. त्यांनीही जाणवू दिले नाही. पिताना मी भांगेच्या तारेत टोमॅटोचे रसभरित वर्णन करत होतो. शांताराम हादरलेला; पण गप्पच. नाईकांच्या त्या खानदानी वागण्याची आठवण आजही आहे. आता नाईक नाहीत.

हरद्याला असताना हंडिया, ओंकारेश्वर ही नर्मदाकाठची गावे फिरलो. निघताना शांताराम, मेवालाल सगळ्या तयारीने निघायचे. दुपारचे यथास्थित भोजन दारूसहित. माझा उत्साह पाहून हरद्याजवळच खिरकिया या जंगलातल्या गावी सहल निघाली.

सोबत मित्रांचा ताफा. असंगा नावाचे आदिवासी शिक्षक व्यवस्था पाहायला. रात्री माळावर मोहाच्या झाडाखाली मुक्काम होता. शेकोटीची ऊब, पोटात मोहाची कडक दारू आणि मांसाहारी जेवण. रात्रभर धिंगाणा सुरू होता. मध्यरात्री केव्हातरी मला शेकोटीवर भाजलेली कोंबडी खाण्याची इच्छा झाली. धावाधाव करून कोंबडी आणली. शेकोटीवर भाजली. किती खाल्ली, आठवत नाही. गाववाले पहाटेपर्यंत आमच्यासाठी आदिवासी नाचगाणी करत होते. आता आठवून हसू येते. पण त्या वेळी हे असे आदिम ऊर्जेच्या कैफात घडले. शांतारामबरोबर आज मुंबईतही अशा बैठका होतात; पण हरद्याची सरू नाही.

भीमाशंकरला कर्जतमार्गे जाताना एकदा रात्रीचा मुक्काम डोंगराच्या पायथ्याशी खांडस गावात होता. पोचलो, तेव्हा गाव झोपी गेलेले. कसाबसा रात्रीच्या निवासासाठी जनावरांचा दवाखाना मिळाला. बाहेर भरपूर पाऊस. प्रकाश विश्वासरावाने एक एक करत रात्रीचे जेवण आणि दारूचीही व्यवस्था केली. सोबतही साठा होता; पण तो संपवायचा नव्हता. गाववाल्याने डाळ-भात-भाकरी असा जेवणाचा साधा प्रकार केला आणि दारू आणली. हातभट्टीची पहिल्या धारेची. पेटती. बोटावर घेऊन त्याला काडी लावली. दारू पेटली, पण बोटाला इजा नाही. त्या पेटत्या दारूवर भर पावसात ओल्या जागेत डाळ-भात-भाकरीचे जेवण मेजवानीहून थोर होते.

राजस्थानच्या प्रवासात एकदा आत वाळवंटात आकाशाच्या छताखाली मुक्काम केला. बिकानेरच्या टूर एजंटने व्यवस्था पाहिली. माझ्या मित्राचा लग्नाचा वाढदिवस आणि दुसऱ्या दिवशी माझा वाढदिवस एकत्र साजरा केला. पताकांपासून सगळे वाळवंटात हजर होते. सोबत होती भारी व्हिस्की. वाळवंटाच्या शांततेत उघड्यावर जेवण. खास राजस्थानी. सोबतीला सुका मेवा आणि असलेच भारी पदार्थ. माझ्या दारू पिण्याला दाद म्हणून टूरिस्ट एजंटने दुसऱ्या दिवशी राजस्थानी बनावटीची- सातशे रुपये एक बाटली- खास दारू- काढली. मी प्याल्यात दारूवर पाणी टाकले. तो उदास झाला. नंतर पुन्हा कोरा पेग भरून दिला; चव कळावी म्हणून, मेहेरगढ असे काहीतरी नाव. खास त्या गढावर महाराजांसाठीच बनते. पाकक्रिया माहीत असलेला फक्त एक म्हातारा. तो नंतर आपल्या मुलाला सांगणार. फार अल्प उत्पादन.

राजस्थानातच जयपुरात असताना 'केशर कस्तुरी' ही अशीच राजस्थानी दारू चाखली. थेट मस्तकात भिनणारी. आता 'केशर कस्तुरी' तशी मिळत नाही.

ज्यांच्यासोबत दारू पिण्याचा आनंद घेतला, त्यांतले तीन मित्र नितीन दादरावाला हा संयमी. कमी पिणार आणि इतरांची व्यवस्था पाहणार. त्याच्या हातच्या कॉकटेल्स ब्लडी मेरी, पंच अशा चाखता आल्या. कॉकटेल्स बनवायच्या आणि इतरांना पुरवायच्या, यासाठी लागणारा संयम नितीनजवळ आहे; आपल्यापाशी नाही. अशोक बांदिवडेकर याचे दुसरे टोक. त्याच्याइतकी दारू मीही प्यालो नाही. पण त्याला घाई असते. खूप तहान आणि त्या काळी तरी त्याच्या पिण्याला पूर्णविराम नसायचा. त्याच्या आत्मचरित्राचे नाव आम्ही आधीच ठरविले आहे : 'आखिरी पचास'. तिसरा मित्र पाशा- निशिकांत पिंपळापुरे. सावकाश, सगळ्यांत शेवटी संपवणार आणि सगळी भांडी पुढ्यात घेऊन मनसोक्त जेवणार. त्यानंतर त्याचा 'झोर्बा डान्स.' त्याला घरी बोलवायचे, तर जयप्रकाश सावंतसारखे तळमजल्यावरच घर हवे. नाहीतर खालच्या मजल्यावरच्या लोकांना तापच. भाऊ पाध्येही प्यायल्यावर सुंदर नाचायचा.

पिण्याची एके काळची मुंबईतली खास जागा म्हणजे सुधाकर बोरकरचे प्रभादेवी मंदिराच्या कठड्याला लागूनच असलेल्या सिद्धिविनायक सोसायटीतले घर. त्या घराला भल्याभल्यांचे पाय लागले. त्याच्या शेजाऱ्यांनी बिचाऱ्यांनी काय काय अत्याचार सहन केले असावेत, त्यांना सीमा नाही. पण आता सुधाकर आम्हा मित्रांना दारू पिण्यासाठी घरी उभे करत नाही. तेही बरेच. बाबू ऊर्फ नित्यानंद चव्हाण याच्या मामाची वर्सोव्याला वाडी होती. शिवाय ताडी विक्री केंद्र. वर्सोवा आतासारखे गजबजले नव्हते. छोटे टुमदार वाडीवरचे घर. आवारात झाडे. हाकेवर समुद्र. तिथे त्याला मित्रांना बोलवायची भारी हौस असायची. तिथल्या एका उत्तररात्रीच्या मैफलीनंतर आम्ही मित्र समुद्रावर गेलो. कशावरून तरी वाद होत नारायण बांदेकर आणि भीमराव शिरवाळे हे अंगांना भिडले. वाळूत झोंबी. भीमरावच्या नाकातोंडांत वाळू. पण असले हातघाईचे प्रसंग फार नाहीत. कधीतरी अपवादानेच...पण झाले आहेत.

पिण्याच्या मैफली सजतात, तशा बेरंगही होतात. या उत्तरायुष्यात आता त्या तशा बिघडू नयेत, याची काळजी घ्यावी लागते. सोबतीचे मित्र ठरवावे लागतात. माणसे टाळली, तर दुखावतात; सोबत घेतली, तर त्यांची हमी घेता येत नाही. माझ्यासारख्याचे हाल तर अधिकच असतात. कारण ज्या दोघांचे परस्परांशी जुळणार नाही, त्या दोघांचेही माझ्याशी जुळत असते. हा धोका ओळखून मी आता पुढाकारच घेत नाही. बैठकाही फार होत नाहीत. एखादा अपवाद सोडता सगळेच आपल्याआपल्या कुटुंबात रमत चालले आहेत. पिणे आपापल्या घरीच होते. त्यांच्या घरच्यांनाही हे रुचत असावे.

पिण्याच्या वेळी काही अतिप्रसंगांनाही सामोरे जावे लागले आहे. कधी बाहेर बारमध्ये, कधी रस्त्यावर, कधी स्वतःच्या घरी, कधी परक्यांच्या घरी. तगड्या लेखक मित्रांबरोबर बसल्यावर हे साहित्यिक वाद अधिक उफाळून येतात. एकदा मनोहर ओक खास त्याच्या नेहमीच्या सवयीने चपला मागे ठेवून निघून गेला. एकदा भाऊ पाध्ये आयोजित मैफलीतही वाद असेच विकोपाला गेले. सगळेच माझे जिवलग असतात. तेव्हा वेदना अधिकच होतात. पण हे आता तसे अटळही आहे. तरीही भालचंद्र नेमाडे, दिलीप चित्रे, चंद्रकांत पाटील, भाऊ पाध्ये, रवींद्र किंबहुने, तुलसी परब, अशोक शहाणे अशा ज्येष्ठांबरोबरच्या बैठकीत खूप मोलाचे कानांवर पडते, हेही खरे आहे.

एका अतिप्रसंगाची आठवण जरा मजेशीर आहे. फोर्ट विभागातल्या एका देशी दारूच्या गुत्त्यात बसायची आमच्या काही मित्रांची सवय होती. एकदा पावसाळ्यात असेच बसलो होतो. बाहेर मुसळधार पाऊस. गाड्या वेळेवर नव्हत्या. बैठक रात्री बारापर्यंत सुरू होती. या देशी दारूच्या बारमध्ये समोर एक पारशी स्त्री बसून पीत होती. आम्ही बाहेर आलो. तीही बाहेर. ती भर पावसात माझ्या अंगाला भिडूच लागली. मित्र मजा बघतायत. मी वेगवेगळ्या उपायांनी दूर होण्याचा प्रयत्न केला. पण खूप त्रास झाला. ती पिऊन तर्र होती, हेच त्याचे कारण असावे. त्यानंतर त्या देशीच्या बारकडे मी वळलो नाही.

गेली कितीतरी वर्षे मित्रांना घेऊन, मी हिमालयाची वारी करतोय. आपल्याकडे एक प्रथा आहे. यात्रेवरून आल्यावर गंगाजलाची पूजा करायची. त्याला गंगापूजन म्हणतात. आमच्याही प्रवासात गंगा येतेच. प्रवासावरून परत आल्यावर सगळे एकत्र येतात. प्रवासाच्या आठवणींची उजळणी होते. हा कार्यक्रम एखाद्याच्या घरी असायचा. यासाठी आमचा परवलीचा शब्द आहे 'गंगापूजन'. पण यात गंगाजल कुठेच नसते. असते दारू आणि नंतरचे जेवण.

पहिल्या काही वर्षांत हे गंगापूजन हटकून व्हायचेच. आता हळूहळू त्याची जुळवाजुळवी जमेनाशी झाली आहे.

जुहूच्या प्रताप भोसलेच्या घरी अशाच एका गंगापूजनात सगळ्यांनाच दारू आणि त्याहूनही प्रतापच्या प्रेमळ वहिनीच्या आणि आईच्या जेवणाने खूप आनंद मिळाला. अशोक बांदिवडेकरने सगळ्यांच्या नजरा चुकवून खजुराहोहून एक खास पॅनेल सोबत आणले होते. ते त्याचे गुपित त्या गंगापूजनाच्या भल्या प्रसंगी त्याने सर्वांसमोर खुले केले. नंतर तो दारूच्या मोहात ते पॅनेल प्रतापच्याच घरी विसरून आला.

सगळ्यांत अलीकडचे 'गंगापूजन' डहाकेच्या घरी. पण मित्र सगळे नव्हतेच. कॉम्रेड छोटा वैद्य आता ऐंशीच्या पार आहेत; पण उत्साह जबरा आहे. त्यांना अजूनही गंगापूजन हवेच असते. प्रवासाहून परतलो की, त्यांची चौकशी सुरू. पण आता गंगापूजन पहिल्यासारखे सुव्यवस्थित आखता येत नाही.

काही वर्षांआधी आर्थिक चणचण ही आजच्यापेक्षा अधिक तीव्र होती. काहींची आर्थिक चणचण संपली होती आणि काही संयमी मित्र फारच कमी वेळा आणि फार कमी घ्यायचे. माझ्या घरी येणाऱ्या-जाणाऱ्यांची संख्या मात्र खूप होती. घरी आलेल्यांना विदेशी दारू पाजणे काही नेहमीच शक्य व्हायचे नाही. मी स्वतः बिनधास्त सरकारतर्फे उपलब्ध होणारी देशी दारू आणायचो. त्या काळात साधारण रमच्या रंगाशी आणि चवीशी जवळ असणारी एक देशी दारू मिळायची. अशोक बांदिवडेकर आणि मी यांचा खास ब्रॅन्ड होता. मी ती दारू घरी आणल्यावर ओल्ड मॉंक रमच्या बाटलीत बदलायचो. काही खास मित्र असायचे. त्यांना रम चालतच नसे. त्यांना त्यातली थोडी 'रम'ही पुरेशी व्हायची. ज्यांना थोडीफार अधिक लागायची, त्यांच्यासाठी ही 'रम' चालायची. तर हा 'विदेशी' बाटलीतला 'देशी' मामलाही बराच काळ चालला आणि त्याचा स्वाद अनेक मित्रांनी विदेशीच्या थाटात घेतला.

दक्षिण भारत आणि लक्षद्वीपच्या प्रवासाला निघालो होतो. सोबत राजन बावडेकर आणि भाऊ पाध्ये होते. शिवाय सासूसहित घरची मंडळी. पुणे स्टेशनवर भेटायला अरुण गवळी हा कविमित्र आला. त्याने येताना सोबत वसंतदादांच्या सहकारी कारखान्याची देशी दारू सोबत आणली होती. माझ्या नकळत ती त्याने भाऊ पाध्येच्या स्वाधीन केली. प्रवासासाठी शुभेच्छा आणि भेट म्हणून. लक्षद्वीपसाठी 'भारत-सीमा' जहाजावर होतो. सोबतच्या सहप्रवाशांत कोट्टायमच्या कॉलेजमधली पाच प्रोफेसर मंडळी होती. पिकनिकला बाहेर पडावीत, तशी. सोबतच्या सामानात केरळात बनणाऱ्या विविध देशी दारू आणि सोबत चकणा म्हणून नाना प्रकारचे वेफर्स. केळ्या, बटाट्यांपासून कारल्यापर्यंत आणि विविध कंदांपासून बनविलेले आणि सुकवून भाजलेल्या माशांचे तुकडे. बाकी सामान नाही.

माझ्यासोबत वडीलधारी मंडळी असल्याने बिचकत-बिचकत ते आम्हाला त्यांच्या मैफलीत गुपचूप ओढायचे. जहाजावरल्या सगळ्या चार दिवसांच्या प्रवासात आम्ही त्यांच्याजवळचीच पीत होतो. आमच्याजवळ दारू नाही, हा माझा समज तोवर कायम होता.

एका दिवसाचा कदमत बेटावरचा मुक्काम होता. त्या दिवशी त्या बेटावर सरकारी अधिकारी आल्याने सगळा सेवक वर्ग त्यांच्या सरबराईत गुंतला होता.

आम्ही पायीपायी भटकत असताना सगळ्या माडांवर भरपूर नारळ दिसत होते; पण प्यायला शहाळ्याचे पाणी मिळेना. प्रोफेसर मंडळींच्या हे ध्यानात आले. संध्याकाळी प्रवासी विश्रामधामात त्यांनी आम्हाला त्यांच्या जागेत आमंत्रण दिले. भाऊ पाध्येंनी अनमोल खजिना असावा, तशी देशी दारूची बाटली बाहेर काढली. त्यांच्या जागेत पोचलो, तर सगळी तयारी होतीच. आम्ही ही खास मुख्यमंत्र्यांच्या साखर कारखान्यात बनलेली दारू त्यांना पाजत असल्याचे जाहीर केले. तेही खूश. दारू ग्लासात ओतली. पाण्याचे जार भरलेलेच होते. पाणी ओतण्यासाठी जार घेतला, तर पाण्याऐवजी ताज्या शहाळ्यांचे पाणी. त्यांनी आमची मागणी ओळखून चक्क खिडकीसमोरच्या माडावर चढून शहाळी काढली होती. प्रेमाची अजब तऱ्हा. प्रोफेसर महाशयांच्या मांड्यांना पडलेले काच नंतर काचतच होते. त्यांवर मलमपट्टी करावी लागली. त्या दिवशी देशी दारू अमूल्य स्कॉचसारखी सगळ्यांनी रिचवली. प्रवासात फक्त दारूच्या भरपूर बाटल्या आणि दारूसोबत लागणाऱ्या वस्तूंचाच साठा घेऊन प्रवास करणारे हे सहप्रवासी अजबच होते. आमच्यातर्फे त्यांना 'पाच पांडव' असा किताबही आम्ही दिला. भरपूर पिऊनही त्यांच्यातल्या एकालाही कधी काही त्रास झाल्याचे दिसले नाही.

ग्रेट निकोबारहून सेंहनेल जहाजाने अंदमानला परतत होतो. सोबत काटे निकोबारवरली आदिवासी मंडळी खूप संख्येने होती. सगळा डेक त्यांनीच व्यापला होता. कोणाच्या अध्यातमध्यात नाही; आपण, आपलं कुटुंब आणि आपली देशी दारू आणि फावल्या वेळात पत्ते, असा त्यांचा कार्यक्रम असायचा. ते सतत गॅलन उघडून त्यातली दारू घ्यायचे. मला राहवेना. शेवटी एकाला गाठलाच. माझ्या आणि त्याच्यामध्ये दोरीचे कुंपण होते. जहाजाच्या कठड्याजवळची अडचणीची जागा आणि खाली अथांग पाणी. संपर्कासाठी भाषेची अडचण. पण मी संपर्क साधलाच. त्याचे फोटो घेतले. पत्ता घेतला. फोटो पाठवण्याचे मान्य केले. आणि नंतर तो काय पितोय, त्याची चौकशी. त्याने 'पिणार का?' विचारल्यावर 'होय' म्हणालो. त्याने लगबगीने प्लॅस्टिकचे गॅलन आणि त्याचेच उष्टे ग्लास आणले. थोड्या अंतरावरून हे सगळे पाहणारी माझी पत्नी त्रासलेल्या मुद्रेने उभी. मी सरळ त्याच्या ग्लासातून दारू प्यालो. आपल्या ताडीमाडीसारखीच हळुवार चढणारी. त्याच ग्लासातून पुन्हा तो प्याला. नंतर पुन्हा मी. असे काही वेळा चालूच होते. दोघांचे बरे जुळले. नंतर खूप गप्पा झाल्या.

मैत्रीसाठी तंबाखू आणि दारू खूप वेळा उपयोगी येते.

एकदा कर्जतजवळ भालीवडी या गावातल्या शेतमळ्यावर मित्रांची सहल गेली

होती. दुपारच्या जेवणात खास तांदळाच्या भाकऱ्या, कोंबडीचे मटण असे एकसे एक पदार्थ होते. पण जेवणाआधी मित्रांनी दारू पिण्याचा सरंजाम मांडला. मला दारूपेक्षा त्या जेवणात अधिक रस होता. पिता-पिता दारू डोक्यात चांगलीच भिनली. माळावरचे रणरणते ऊन होते. विराग भेदी या मित्राने छोटी छऱ्यांची बंदूक सोबत आणली होती- गंमत म्हणून. चढलेल्या दारूत नेमबाजी सुरू झाली. माझ्यातले एनसीसीचे जुने अचूक नेमबाजीचे दिवस जागे झाले. त्याचे प्रात्यक्षिक म्हणून मी एका कावळ्यावर नेम धरला आणि कावळा खाली आदळला. कावळ्याच्या तोंडात घास होता. त्याला त्याच्या घासावरून मी उठवला होता. घडले, ते बरे नाही, हे जाणवले. मी उदास झालो. त्या दिवशी दुपारचे जेवण मलाही लाभले नाही. प्यालेली दारू अधिक झाली असावी.

पण मला आजही तो कावळा, त्याच्या तोंडातला घास आणि त्याचा तडफडाट आठवला, की पोटात कालवाकालव होते. त्याचा शापच आठवतो.

जयपूर मुक्कामी 'केशर कस्तुरी' घेतली, ते दिवस कडक उन्हाळ्याचे होते. आधी सकाळी भांगेची गोळी झाली होती. दुपारच्या उन्हात 'केशर कस्तुरी'च्या शोधात बाहेर पडलो. दुपार होती किंवा 'बंद'चा दिवस असावा. सगळी दुकाने बंद. प्रताप भोसले सोबत होता. आणखीही मित्र होते. शेवटी एकदाची एका ठिकाणी व्यवस्था झाली. मोडकळीला आलेली भंगार सामानाची गॅरेजसारखी जागा होती. पंखा नाही. मोकळी हवा येण्यासाठी खिडक्या नाहीत. बाहेर कडक उन्हाच्या झळा. सगळे आवार तापलेले. पण 'केशर कस्तुरी'चा मोह जबरदस्त होता.

बाटली संपवून बाहेर उन्हात आलो. विश्रांतीला जागा नाही. समोर एक बाग होती. सावली होती आणि हिरवळ. बसल्याबसल्या सगळे गाढ झोपी गेले.

कधीतरी जाग आली. एका मित्राच्या खिशातले पत्र खाली पडले होते. एकाने सहज पाहिले, तर ते त्याने आपल्या कधीकाळच्या प्रेयसीला लिहिले होते. ते पुन्हा जाग्यावर ठेवले.

त्याला आम्ही पत्र पाहिल्याचे कळले असावे. पण त्यानेही आणि आम्हीही त्याचा उच्चार नंतर केला नाही.

आठवणी तशा तर खूपच आहेत. कडू आणि गोड. गोड मात्र अधिक. दारू पिणे बरे की वाईट; तर तसे ते दोन्हीही. 'चरक संहितेत' उल्लेखिलेल्या श्लोकासारखे. 'नवभारत'च्या विशेषांकातला एक उतारा पुन्हा देण्याचा मोह आवरत नाही.

'आज एक 'टॅबू' म्हणून मद्यनिषेध टिकूच शकणार नाही. त्याचा असा आग्रह कुणी धरला, तर तो हास्यास्पदच ठरेल. संयमाला मानवी जीवनात नेहमीच स्थान

राहील; पण भारताच्या आजच्या परिस्थितीत संयमापलीकडे जाऊन उपभोगाला कठोर मर्यादा घालणारी जीवनवृत्ती सर्वांनी पत्करणे नैतिकदृष्ट्या अटळ आहे. पण ह्या मर्यादा सर्वच भोगांना घेतल्या जातील, केवळ मद्याला नव्हे; आणि ह्या मर्यादांत ज्या उपभोगांना मोकळीक असेल, त्यांच्यात जीवनाचा निरागस आनंद खुलविणाऱ्या मद्याला स्थान नाकारायचे काहीच नैतिक कारण नाही.'

शांताराम पवार या मित्राची कविता 'सत्यकथे'च्या अंकात काही वर्षांआधी प्रसिद्ध झाली होती. तीतल्या ह्या ओळी :

*'पिणाऱ्याचा हात नका रे, धरू*
*लाट आली, तर नका मग पळू*
*काळोख नि उगवतीचे मिथुन नका पाहू'*

'पिणाऱ्याचा हात नका रे, धरू,' ही विनंती मी आपणासाठीही करतोय.

आता या उपसंहाराच्या भरतवाक्याकडे वळतो. दारू पिण्यासाठी सगळ्यात चांगली जागा आपले स्वतःचे घर असते. आपल्या आवडत्या अनेक गोष्टींनी ओतप्रोत भरलेले 'आपले घर', चांगली आवडती गाणी, हवी असलेली ग्रंथसंपदा आणि ज्यांना आहे, त्यांना त्यांची आवडती स्त्री. स्त्री-पुरुष समानता वैचारिक पातळीवर स्वीकारणाऱ्यांनी ती आचरणातही आणावी. स्त्रियांनीही दारूला बुजण्याचे कारण मला तरी दिसत नाही. अर्थात हा माझा आग्रह नाही. वयात आलेल्या मुलांच्याही बाबतीतही तेच. तेही नेहमीच पाळता येते, असे नाही. पण पाळता आले, तर चांगलेच असते. असो.

निळू फुलेच्या 'माझ्या नशील्या आठवणी' ह्या १९८४ साली प्रसिद्ध झालेल्या 'दिनांक'च्या दिवाळी अंकातल्या आठवणीने लेखाचा शेवट करतो.

'आपण हातभट्टीची पिऊ शकतो. मी दोन-तीन रुपयांत चांगली मोहाची दारू कशी बनवायची, याचं शास्त्र शिकून ठेवलंय. आता तीस रुपयांची बाटली घेणं नाय शक्य होणार, तर स्वस्तातली मोहाची दारू बनविणे, बिड्या चांगल्या कशा वळायच्या... आपण सगळं शिकलोय. मला वाटतं, आपण खरे गांधीवादी.'

मी अजून तरी असा गांधीवादी झालो नाही, इतकेच.

■

# 'रम'ले मी

रेखा सबनीस

**'ओ** हो, मी पृथ्वीला कधी इथं फेकीन तर कधी तिथं; मी सोमरस प्यायलो नाहीये का?'

'पृथ्वीला कधी अन्तरीक्षात टोलवीन, तर कधी स्वर्गात; कारण मी सोमरस प्यायलो नाहीये का?'

''सांग बघू हे, कुणी म्हटलं ते?'' मी माझ्या मावशीला विचारलं.

''आणखीन कोण? दारू पिऊन पृथ्वीचा चेंडू करणारा दुसरा कोण असणार, कोणीतरी तुमचा आजचा नवकवी सोडून?''

'दारू पिणं' या विषयावर माझा आणि माझ्या धार्मिक, पापभीरू आणि पारंपरिक मतं असलेल्या मावशीचा नेहमीचाच वाद.

लहानपणी 'एकच प्याला' पाहून मावशीनं आणि तिच्या पिढीनं दारूचे दुष्परिणाम निश्चित केले होते. त्यातून त्या काळातलं मध्यमवर्गीय बेळगावी सारस्वत ब्राह्मणांच्या एकत्र कुटुंबातल्या घरातलं सनातनी वातावरण. मावशीच्या सासरी घरात चहासुद्धा निषिद्ध होता. नुकतीच कॉलेजात जाऊ लागलेली तिच्या दिराची मुलं मित्रांबरोबर चोरून चहा पीत; तेसुद्धा कुठं? हॉटेलात जाऊन? छे, अब्रह्मण्यम्! चांगल्या घरातली मुलं काय, पुरुषसुद्धा हॉटेलात जात नसत. कुणी तरी पाहिलं, तर? ते चहापानदेखील जपानी चहापानाच्या विधीपेक्षा कमी नसायचं. घरातल्या मोलकरणीला

हळूच चहाची पत्ती देण्यात यायची. ती आपल्या झोपडीत चहा बनवायची. मग तो घरातून लपवून आणलेल्या चांदीच्या पेल्यातून घोटघोटभर प्रत्येकानं घ्यायचा (चांदीच्या पेल्यातून घेतल्यानं चहातलं विष बाधत नाही, अशी समजूत) आणि काहीतरी भयंकर धाडस केल्याच्या समाधानात सर्वांनी घरी पळायचं.

चहाचं सोडा; पण दारू? तो शब्द उच्चारण्यानंदेखील जीभ विटाळते. फक्त खालची, अशिक्षित, असंस्कृत माणसं दारू पिऊन तर्रर होतात आणि जनावरांप्रमाणे गलिच्छ वागतात. आणि अर्थात, इंग्रज- ते तर काय म्लेंच्छच!

माझ्या लहानपणी माझे वडील आम्हा मुलांना सर्दी-पडसं वगैरे झालं, की एक चमचाभर ब्रँडी देत. (आजही ब्रँडी म्हणजे मला औषध वाटतं.) मावशीला अर्थात हे अजिबात पसंत नव्हतं. पण बाबा पडले डॉक्टर, तेव्हा ते जर दारूला औषध म्हणतात, तर ती बिचारी त्यावर काय म्हणणार!

पुढं माझ्या एका मावसबहिणीचं लग्न गोव्यात झालं. गोव्यात दारू म्हणजे काय, पाणीच! प्रत्येक रोगावरचं रामबाण औषध म्हणजे काजूची फेणी. तान्ह्या बाळापासून ते मोठ्यांपर्यंत- अपचन, बद्धकोष्ठता, भूक मंदावणं, सर्दी, पडसं, खोकला, उचकी, निद्रानाश, जुलाब वगैरे प्रत्येक व्याधीवर काजूची फेणी पाजण्यात यायची. मावशी थक्क! पण तरीही, दारू औषध म्हणूनच घेतली जायची, तोपर्यंत ती मूग गिळून गप्प बसायची.

पुढं तिच्या दुसऱ्या मुलीचं लग्न कायस्थ प्रभू मुलाशी झालं. आता मात्र मावशीनं हात टेकले. आतापावेतो औषध म्हणून कशीबशी स्वीकारलेली दारू, हळूहळू बदलत्या काळानुसार कधीमधी पुरुष माणसांनी गंमत म्हणून थोडीशी घेतली, तर दुर्लक्ष करण्याइतपत मावशी पुढारली होती. पण बायका? चक्क सुसंस्कृत, सुशिक्षित, घरदांज घराण्यातल्या बायका, 'नथ वर करायला' जातात, हे ऐकून मावशीची बोलतीच बंद.

पण खरंच, तुम्ही कल्पना करू शकता का? मला तरी असा प्रसंग फारच रोमांचकारी आणि नाट्यमय वाटतो :

एका सुसंस्कृत महाराष्ट्रीय घरातल्या एकत्र कुटुंबाला रात्रीच्या जेवणाचं आमंत्रण दिलं गेलंय- हा अर्थात १९१०-२० या काळातला प्रसंग- घरातली सगळी माणसं ठेवणीतले कपडे घालून तयार होतात. तलम धोतर, शेरवानी आणि पगडी घातलेले पुरुष, तर जरीकाठी नऊवारी नेसलेल्या, मानेवरच्या आंबाड्यांवर वेण्या माळलेल्या, अंगभर दागिन्यांनी मढलेल्या, लफ्फेदार नथ ओठांवर रुळतेय... अशा बायका सर्व

मंडळी नटूनथटून आमंत्रित घरी पोचतात. दिवाणखान्यात चकचकीत पितळेचा कर्णा असलेल्या ‘फोनो’वर गंधर्वांच्या नाट्यगीतांच्या तबकड्या वाजताहेत. पुरुष माणसं बाहेर, हंड्या-झुंबरं लावलेल्या दिवाणखान्यात, तर बायका आतल्या खोलीत बसतात. सोड्याच्या बाटल्या फुटतात. सोनेरी विलायती मद्य ग्लासात ओतलं जातं आणि पुरुषांचा कार्यक्रम सुरू होतो.

आता जरा खोलीत डोकावू या. तिथंदेखील तेच पेय; फक्त चांदीच्या पेल्यांतून, प्रत्येकीच्या हातात आहे. डाव्या हातानं ओठावरची नथ नाजूकपणे उचलून पेले ओठांना लावले जाताहेत. हास्यविनोदाला ऊत आलाय. सर्व हेवेदावे विसरले गेलेत आणि मैफलीला मस्त रंग चढलाय.

हे चित्र कुणीतरी एखाद्या चित्रपटात चित्रित केलं पाहिजे.

असो. परत सुरुवातीच्या- मावशीच्या मते नवकाव्याच्या- पंक्तीपाशी येऊ या.

“बरं का मावशी, तुझा अंदाज साफ चुकीचा आहे. हे कुणा दारूड्या नवकवीचं काव्य नाहीये, तर ऋग्वेदाच्या दहाव्या मंडलातल्या ११९व्या सूक्तात सोमरस पिऊन तर्रर झालेला देवांचा राजा इंद्र हे म्हणतोय....”

मर्त्य माणूस स्खलनशील असतो, ही वस्तुस्थिती अनुभवातून स्वीकारलेल्या माझ्या मावशीला मात्र या देवादिकांच्या गोष्टी, माझ्या व्यसनी गुन्ह्यांचं समर्थन करण्यासाठी मी रचलेल्या नास्तिक भाकडकथा वाटतात.

पण मला आश्चर्य वाटतं ते या गोष्टीचं, की ज्या आर्य संस्कृतीत, यथेच्छ सोमपान केल्याशिवाय कुठलाही यज्ञ-याग वैदिक काळात पुरा होत नसे, आणि नंतर पौराणिक काळात शंकराच्या भांग पिऊन झिंगलेल्या अवस्थेत केलेल्या नृत्याच्या गोष्टी, किंवा महाभारतातदेखील, राज्य कारभार कृष्णावर सोपवून आपली पत्नी रोहिणी हिच्या संगतीत दिवसभर मद्याच्या नशेत मश्गुल असणारा बलराम, यांच्या कथांचं बाळकडू मिळूनदेखील आपण मद्यपान म्हणजे एक गुन्हा, एक पाप का मानतो?

सुदैवानं मावशीची पिढी मागे पडली. आज मद्यपान ही एक सामाजिक औपचारिकता मानली जाते. मावशीच्या तरुणपणी माणसं एकमेकांकडे संध्याकाळी चहा-फराळासाठी जात. आजच्या पिढीला चहा घ्यायला बोलावलं, तर ती हसेल. वैदिककाळात पुरोहित जसे इंद्र, अग्नी, मित्रादी देवांना यज्ञात सहभागी होण्यासाठी आमंत्रण देताना मुबलक सोमरसाचं आमिष दाखवत, तसंच आज जेवणाचं आमंत्रण देताना आधी कॉकटेल्स / ड्रिंक्सची लालूच दाखवावी लागते.

आमच्यासारख्या नाटकी लोकांना- ज्यांना माझा एक मित्र 'दारू डे- ॲण्ड- नाईट कंपनी' म्हणतो, चौथ्या अंकात थोडंसं 'रम'ल्याशिवाय नाटकाची तालीम किंवा प्रयोग पूर्ण होत नाही. सहा ते आठ तास सपाटून तालीम केल्यानंतर जेव्हा बैठक जमते, तेव्हा घोटाघोटाबरोबर सगळे ताणतणाव गळून पडतात, माणसं सैल-ढैल होऊन मनातल्या शंका-कुशंका मोकळेपणी बोलून पोटातली मळमळ बाहेर फेकतात आणि मैत्रीचे संबंध सांधले जातात. वाद-विवादातून, चर्चेतून नवीन कल्पना, विचार प्रकट केले जातात. नाटकातले प्रसंग, व्यक्तिरेखा अधिक समृद्ध, अधिक गहिरे होण्यास मदत होते.

मी मात्र 'सज्जड पिऊ शकणारी बाई' अशी उगीचच कुप्रसिद्ध झालेय (परिणामी हा लेख लिहिण्यासाठी दिलं गेलेलं निमंत्रण). पण माझ्या मते ही अतिशयोक्ती आहे. शेवटी आमची पिढीदेखील आज 'मागची पिढी' झालीये. आजची तरुण मंडळी ज्या बिनधास्तपणे दारूच्या पार्ट्या करतात, तेवढा बिनधास्तपणा आमच्या पिढीत, विशेषतः बायकांत नव्हता. त्यामुळे मद्याच्या पार्ट्यांना बायका हजर राहत; पण ग्लासातल्या अर्ध्या पेगशी खेळण्यात सारी संध्याकाळ घालवत. त्यामुळे मी पुरुषांच्या बरोबरीनं पिऊ शकते, याचंच जरा अधिक 'कौतुक'(!) व्हायचं.

'ए, रेखाची बरोबरी करू नकोस हं. ती जाईल स्वतः ड्राइव करत; तू मात्र टेबलाखाली झोपलेला असशील,' वगैरे उपदेशाचे बोल ऐकवले जायचे. एवढंच नाही, तर माझ्या पिण्याच्या कुवतीवर बऱ्याच आख्यायिका रचल्या गेल्या होत्या. मी कसं कसं, कुणा कुणा उस्तादांना पिण्यात हरवलं, आणि शेवटी त्यांना धड चालताही येत नाही, अशा अवस्थेत सुखरूपपणे त्यांच्या घरी नेऊन पोचवलं वगैरे वगैरे.

एकदा तर मी काविळीनं आजारी पडले असताना, ही बातमी माझ्या एका दोस्ताच्या कानांवर पडली. त्यावर त्याची काय प्रतिक्रिया झाली असेल?

"कावीळ? रेखा चुकून पाणीबिणी घ्यायली, की काय?"

तर आमचे दुसरे मित्रवर्य उद्गारले-

"अशक्य! कावीळ व्हायला लिवर शाबूत असायला लागते."

आजकाल तर आमच्यासारख्या मद्यप्यांना राजरोस दारू पिण्यासाठी वैद्यकीय परवानगी मिळाली आहे. आज वैद्यकीय शास्त्रानुसार दिवसाला दोन-तीन वाईनचे ग्लास, किंवा दोन- अडीच पेग घेतल्यानं हार्ट-ॲटॅक येत नाही आणि ब्लडप्रेशर पण काबूत राहतं.

काळ कसा बदलतो, पाहा. लहानपणी मावशी मला सांगायची,

'साखरेचं खाणार, त्याला देव देणार,' आज साखर खाऊ नये, म्हणतात.

मावशीच्या मते 'मीठ खाल्यानं रक्तशुद्धी होते.' डॉक्टर म्हणतात, 'मीठ सोडा, रक्तदाब वाढतो.' मावशी म्हणायची- 'खावे तुपाशी,' डॉक्टर म्हणतात, ' तूप म्हणजे सर्व रोगांना आमंत्रण.' मावशी म्हणायची- 'दूध म्हणजे पूर्णअन्न.' आज डॉक्टर म्हणतात- 'पाच वर्षांनंतर दूध म्हणजे विष. त्याची शरीराला गरज नसते.' मावशी म्हणायची- 'दारू म्हणजे विष-' आज म्हटलं जातंय- 'दारू म्हणजे औषध.' आनंद आहे!

पण आमच्या एका अमॅच्युअर- अभिनेता मित्रानं पूर्वीच म्हणून ठेवलं होतं, की दारू पिणं ही एक फार चांगली सवय आहे आणि ज्याला ती लागलीये, त्यानं ती फार काळजीपूर्वक जपली पाहिजे. त्यांची थिअरी अशी- जे काही केल्यानं आपल्याला आनंद मिळतो, तृप्ती मिळते, ते केल्यानं आयुष्याची पाच मिनिटं वाढतात. सिगारेट किंवा दारू पिण्यानं आयुष्याची दोन मिनिटं कमी होतात, हे (पूर्वीचं) वैद्यकीय शास्त्राचं म्हणणं जरी खरं मानलं, तरी प्रत्येक सिगारेटबरोबर आणि दारूच्या पेगबरोबर जो आनंद मिळतो- त्यामुळं पाच वजा दोन, म्हणजे आयुष्याची तीन मिनिटं वाढतात. तेव्हा दारू अवश्य घ्यावी. आजचं वैद्यकीय शास्त्र याच्याशी सहमत आहे.

मद्यपानावर माझी पूर्ण श्रद्धा असण्याचं एक जबरदस्त कारण म्हणजे, माझे आजोबा. पंच्याऐंशी वर्षांपर्यंत दररोज ऑपेरा हाऊस ते हँगिंग गार्डनपर्यंत पायी जाऊन येणारे, दिवसभर आपल्या सॉलिसिटर्स फर्ममध्ये काम करून झाल्यावर संस्कृत साहित्यात बुडलेले, संध्याकाळी योगासनं आणि सूर्यनमस्कार घालून झाल्यावर, जेवणापूर्वी एक व्हिस्कीचा पेग नियमित पिणारे माझे आजोबा यांनी शेवटी शेवटी माझ्या सनातनी आजीलादेखील सुरापानाचं महत्त्व पटवून दिलं.

मी माझ्या वडिलांचं एकमेव अपत्य. मी मुलगी- म्हणजे वंशाची वेल माझ्याबरोबर खुंटणार. त्याशिवाय, आपल्या मरणोत्तर मृताग्नी, श्राद्धादी विधी करण्यासाठी कोणी नसणार, याचं आजीला नेहमी वाईट वाटायचं. आजोबा- ज्यांचा स्वर्ग-नरक, पाप-पुण्य, शास्त्र-विधी-वगैरेवर विश्वास नव्हता- तिला समजवायचे.

"हे बघ, नातवाच्या हातून श्राद्ध वगैरे करून तरी काय साधणार होतं? त्यामुळं स्वर्गात गेलो असतो, एवढंच ना? आणि स्वर्गात कशासाठी जायचं, तर अप्सरांच्या सहवासात सुरापानाचा आनंद लुटण्यासाठी, हो की नाही? मग तो आनंद मी या पृथीवरच लुटतोय, तोदेखील तुझ्या सहवासात; अप्सरांच्या नाही. आता यापेक्षा अधिक चांगला योग स्वर्गातदेखील शक्य आहे का?"

यावर आजी काय बोलणार?

-आणि यावर मावशी तरी काय म्हणणार?

बिच्चारी मावशी!

असो, आपण 'काठोकाठ भरू द्या प्याला, फेस भराभर उसळू द्या' या कवितेच्या ओळीप्रमाणे आपापले ग्लास उंचावून मावशीला 'चिअर्स' म्हणू या.

■

**मा**झ्या आई-वडिलांनी, अनेक नातेवाइकांनी आणि तळागाळातील असंख्य लोकांनी अठरा विश्वे दारिद्र्यामध्ये आपलं आयुष्य कसं घालवलं असेल, असा प्रश्न माझ्या मनात ज्या ज्या वेळी येतो, त्या वेळी माझ्या अंगावर काटा उभा राहतो.. त्या लोकांना मौजमजा कधी करता आली नाहीच आणि त्यांना कोणतीही भौतिक सुखं उपभोगायला पण मिळाली नाहीत. पंचपक्वान्नं, चांगली उंची वस्त्रं, सोनं-नाणं, देवळं, तीर्थक्षेत्रं, प्रेक्षणीय स्थळं, शिक्षणाची केंद्रं, प्रवास-पर्यटन, इत्यादी सर्वांपासून तर ते लोक शेकडो, हजारो योजने दूर होते. (एक योजन म्हणजे चार कोस आणि एक कोस म्हणजे सुमारे दोन मैल आणि एक मैल म्हणजे एक किलोमीटर व सहाशे मीटर. अर्थात एक योजन म्हणजे सुमारे तेरा किलोमीटर. यावरून वाचकांनी कल्पना करावी.)

फक्त दोन वेळा भात व भाकरी किंवा नुसती भाकरी व चटणी मिळविण्यासाठी त्यांना जिवाची आटाआटी (दगदग) करावी लागत असे. तसंच, त्यांना गावात व सर्वत्र समाजात मान व प्रतिष्ठाही नव्हती. उलट, त्यांची उपेक्षा व अवहेलना होत होती. अशा दुःखमय व कष्टमय आयुष्यात जर कुणी दारू प्यायले नाहीत, तरच ते नवल! पण माझ्या लहानपणी मला वाटत असे की, हे सर्व दारिद्र्य या बये (दारू) मुळं आलं आहे. म्हणून मला दारू पिणाऱ्या माणसांचा भयंकर राग येत असे; आणि त्या रागाच्या भरात मी त्या लोकांना ओरडत असे आणि कधी कधी माझ्या आई-वडिलांशी भांडतही असे. इतकंच नव्हे, तर वडिलांनी घरात आणलेली दारूची-गावठी दारूची बाटली व ग्लास लपवून ठेवत असे. तसंच, गावोगावच्या लोकांना सांगत असे की,

# फक्त कधीतरी एक नवटाक किंवा पावशेर!

**माधव कोंडविलकर**

'दारू व माडी पिऊ नका. तिच्यापासून दूर राहा.'

(माझे आई-वडील व नातेवाईक आणि जातिबांधव दारूला केवटी म्हणत. त्यांची ही भाषा सांकेतिक होती.)

माझे वडील दररोज रात्री अगदी प्रमाणात फक्त एक पावशेर (म्हणजे सुमारे दोनशे मिलीग्रॅम) दारू पीत असत. या प्रमाणाच्या बाहेर ते कधीच पीत नसत. किंवा एखादा पाहुणा वा त्यांचा मित्र त्यांना भेटला वा आमच्या घरी आला आणि तो त्यांना सकाळी दारू पिण्याचा आग्रह करू लागला, तरी ते ती घेत नसत. इतकंच नव्हे, तर माझ्या वडिलांचा दारू घ्यायल्यावर कधी तोल गेला नाही किंवा ते कधी जमिनीवर पडले नाहीत आणि ते दारू पिऊन गावात कुणाशी भांडलेही नाहीत. ते फक्त घरात बडबड करीत- अर्थात मला व आईला जोरजोरानं ओरडत.

वडील दारू का पितात, हे मला कालांतरानं समजू लागलं. म्हणजे मला समज वा अक्कल आली, तेव्हापासून मी त्यांच्या दारू पिण्याच्या आड कधी गेलो नाही किंवा त्यांच्यावर कधी रागावलो नाही. अर्थात त्यांना मी स्वतःच्या पैशांची दारू पाजली नाही.

आई-वडील मला अनेक वेळा म्हणत की, थंडीच्या व पावसाच्या दिवसांत थोडीशी दारू घेतल्यावर शरीरात ऊब येते, म्हणून थोडी दारू घ्यावी. पण मला ते पटत नसे आणि दारू आवडतही नसे. त्यामुळं मी दारू वा माडी कधी पीत नसे.

देवाचं गोठणं या गावातील ज्या वाडीत माझ्या आईवडिलांचं घर आहे, त्या सोगमवाडीतील मुस्लिम लोक नेहमी हातभट्टीची दारू तयार करीत असत. त्यांनी पाडलेली, गाळलेली, तयार केलेली दारू फार प्रसिद्ध होती. तिथं दूरदूरचे लोक दारू घ्यायला येत असत. इतकंच नव्हे, तर ती दारू तालुक्याच्या गावी, राजापूर शहरात आणि इतर गावोगावी विक्रीसाठी नेत असत.

त्या मुस्लिम वस्तीच्या अगदी जवळच माझ्या आई-वडिलांचं घर आहे आणि त्या वस्तीत माझे अनेक मित्र राहत असल्यामुळं मी वारंवार त्यांच्याकडं जात असे. त्या वेळी ते (मित्र) मला दारू पिण्याचा आग्रह करीत असत, पण तरी मी त्यांच्या आग्रहाला कधी बळी पडत नसे.

माझ्या मुंबईत राहणाऱ्या दोन्ही मोठ्या बहिणींच्या आणि चुलतभाऊ लक्ष्मण (भारतीय जनता पार्टीचे कार्यकर्ते श्री. संदेश कोंडविलकर यांचे वडील) तसंच इतर अनेक नातेवाइकांच्या घरात हातभट्टीच्या दारूविक्रीचा व्यवसाय होता. मोठ्या बहिणीच्या घरात तर हातभट्टीवर दारू पाडली-गाळली जात असे. त्यामुळं ते नातेवाईकही मला दारू पिण्याचा खूप आग्रह करीत असत. पण त्यांनाही मी नकारच देत असे. अगदी

क्वचित प्रसंगी एक-दोन वर्षांनी कधीतरी नातेवाइकांच्या शब्दाला मान देत असे.

तीस-चाळीस वर्षांपूर्वी १९५०-६० च्या दरम्यान सातशे-आठशे मिलिग्रॅमच्या एका बाटलीभर गावठी दारूची किंमत तीन की चार रुपये होती. पण तेवढेही रुपये माझ्या वडिलांकडे त्या काळी नसत. म्हणून त्यांनी एकदा स्वतः दारू गाळण्याचा निर्णय घेतला होता. अशी दारू पाडणं म्हणजे गुन्हा आहे, हे त्यांना माहीत होतं आणि असं कोणतंही बेकायदा कृत्य ते कधी करीत नसत. परंतु दारिद्र्यामुळे त्यांचा अगदी नाइलाज झाला होता. म्हणून त्यांनी तीस-चाळीस लिटर पाणी राहील, एवढं लोखंडी पत्र्याचं एक पिंप विकत घेतलं. त्याचं एका बाजूचं झाकण काढून टाकलं. त्याच्या दंडगोलाला एक भोक पाडलं. सुताराकडून एक लाकडी तबकडी बनवून घेतली. ती पिंपाच्या आत घट्ट बसवली. तिला जोडलेली नळी त्या पिंपाच्या भोकातून बाहेर काढली. ते पिंप चुलीवर ठेवल्यावर, त्याच्यात गुळाचं कुजवण ओतायचे. नंतर पिंपाच्या वर एक मोठा हंडा ठेवायचे. पिंप व हंडा यांच्या फटीतून वाफ बाहेर येऊ नये, म्हणून ती फट ओल्या पिठानं किंवा मातीनं बंद करायचे. वरच्या हंड्यामध्ये गार पाणी ठेवायचे आणि चुलीला लाकडं लावून ती पेटवायचे. थोड्या वेळानं आतल्या गुळाच्या रसाची अर्थात कुजवणाची वाफ तयार होई आणि तिची दारू तयार होऊन ती नळीवाटे बाहेर पडायची.

हा ऊर्ध्वपातनाचा प्रयोग आहे, हे वाचकांच्या लक्षात येईलच. सातआठ कि.ग्रॅ. गुळाची दोन-तीन बाटल्या दारू व्हायची.

त्या बेकायदा कृत्यात वडिलांना मीही कधी कधी मदत करायचो. स्वतः हातभट्टी लावायचो; परंतु त्या दारूलाही मी कधी स्पर्श करीत नसे. दारू घ्यावी, तिच्या धुंदीत-नशेत जगावं, असं मला कधी वाटत नसे. तिच्याबद्दल माझ्या मनात संपूर्ण घृणाच होती. मी प्राथमिक शिक्षक होतो आणि शिक्षकांनी दारू व माडी पिऊ नये, असं माझं मत होतं. त्यामुळंही मला दारूची घृणा वाटत असे.

१९७१ साली माझा विवाह झाला, तेव्हापासून अनेक वेळा मला सासुरवाडीच्या अनेक लोकांना दारू पाजावी लागली. मी त्यांना अनेक बाटल्या दारू पाजली; पण तरीही त्या लोकांचं समाधान कधी झालं नाही आणि दारू पिताना माझे मेहुणे व साडभाई मला दारू पिण्याचा आग्रह करीत असत. 'आम्हाला कंपनी द्या! आमच्यासोबत थोडी थोडी घ्या!' असं म्हणत. आणि मी दारू प्यायलो नाही, तर ते माझ्यावर रागावत असत.

'मी दारू पीत नाही,'असं त्यांना सांगितलं, तर ते लगेच म्हणत की,

"अहो, तुम्ही आपल्या आयुष्यात कधीच दारू प्यायले नाहीत का? तुम्ही

अगदी सोवळे आहात का?''

''मी दारू कधीच प्यायलो नाही, असं म्हणत नाही; पण फार क्वचित प्रसंगी प्यायलो आहे!'' मी म्हणे.

''अहो, मग तसंच आज आमच्यासाठी क्वचित प्रसंग म्हणून तुम्ही दारू घ्या! आमच्या आनंदात सहभागी व्हा!''

असं म्हणून ते फार हट्ट आणि कधी कधी माझ्याशी वादविवाद करीत. इतकंच नव्हे, तर माझ्याशी जोरजोरानं भांडत असत. म्हणून त्यांच्यासोबत मला काही वेळा दारू घ्यावी लागली. पण त्या पिण्याचं मला कधी सुख मिळालं वा वाटलं नाही. किंवा मला दारूचं व्यसनही लागलं नाही. मात्र त्या पाहुण्यांचा मला भयंकर राग येत असे आणि त्यामुळंच मी त्यांना नेहमी टाळू लागलो.

माझ्या बहुतेक नातेवाइकांनी मला असं आयुष्यभर छळलं आहे. आणि प्राथमिक शिक्षक म्हणून मी नोकरी करीत असताना काही सहकारी शिक्षक व वरिष्ठ (साहेब) यांनी माझा अनेक वेळा, किंबहुना सतत अपमान व छळ केला. त्यातच नंतर मराठी साहित्य प्रांतातील काही लेखक, कवी व समीक्षक यांनी माझ्याविरुद्ध कट-कारस्थानं केली आणि काही मराठी, हिंदी व फ्रेंच भाषक प्रकाशकांनी माझी ससेहोलपट केली. 'मुक्काम, पोस्ट : देवाचे गोठणे' या आत्मचरित्राचं व माझं ज्या लेखकांनी व मित्रांनी कौतुक केलं, त्यांपैकी काही लोकांना त्याच पुस्तकाचे हिंदी व फ्रेंच भाषांत अनुवाद प्रकाशित झाल्यानंतर द्वेष व मत्सर वाटला, आणि अधिक दुःखाची गोष्ट म्हणजे, ज्या दलित साहित्य वळवळीमध्ये मी स्वतःला झोकून दिलं, त्याच चळवळीनं मला खड्यासारखं निवडून काढून बाजूला- बाहेर फेकून दिलं. त्या वेळी मला कळलं की, ती चळवळ फक्त पूर्वाश्रमीच्या महारांची आहे. त्यामुळं काही काळ मी भयंकर वैतागून गेलो होतो. पण ते कमी झालं होतं, म्हणून की काय, त्याच काळात मी कौटुंबिक कलहानं हैराण झालो. त्यामुळं मी त्या बयेच्या (दारूच्या)- केवटीच्या नादी लागलो. वयाच्या साधारण पंचेचाळिसाव्या वर्षापासून म्हणजे १९८५ सालापासून पुढं पाच-सहा वर्षं प्रत्येक रविवारी, बुधवारी व शुक्रवारी मी दारू प्यायला लागलो. मात्र त्या वेळी दोन गोष्टी कटाक्षानं पाळल्या, त्या म्हणजे पत्नीच्या परवानगीशिवाय दारू कधी प्यायलो नाही. मी प्रत्येक वेळी तिची परवानगी घेत असे आणि दुसरी गोष्ट, दारूच्या दुकानात बसून दारू प्यायलो नाही. वेगवेगळ्या शहरांतील व गावांतील दुकानांतून गावठी, देशी, परदेशी व गोव्याची अगदी आवश्यक तेवढी दारू विकत आणून आणि घरात शांतपणे बसून ती घेत असे. दारू घेताना म्हणजे पिताना कधी बडबड केली नाही. किंवा कुणाशी भांडलो वा तंटलो नाही किंवा दारू पिऊन पडलो नाही. इतकंच नव्हे, तर कुणा नातेवाइकाला वा मित्राला दारू पिण्याचा वा मला

पाजण्याचा कधीही आग्रह केला नाही किंवा दारूसाठी पत्नीकडे वा कुणाकडेही पैसे मागितले नाहीत किंवा पत्नीचे वा कुणाचेही दागिने गहाण ठेवले नाहीत किंवा विकले नाहीत किंवा दारूसाठी माझी पुस्तकं कुणाला विकली नाहीत, त्यामुळं मी दारू पितो, हे माझ्या कुटुंबीयांखेरीज कदाचित कुणाला माहीतही नसेल. पण माझं ते पिणं जेव्हा प्रमाणाबाहेर गेलं, माझं वजन वाढलं आणि चेहरा बेढब झाला, अशक्तपणा आला, तेव्हा मीच स्वतःला सावरलं आणि प्रमाणाबाहेरचं दारू पिणं बंद केलं.

माझ्या आई-वडिलांचा आदर्श माझ्यासमोर होता. दारू फक्त एक किंवा दोन नवटाक म्हणजे एक पावशेरच घ्यायची, असं ते सांगत असत. आणि आयुष्याच्या शेवटी शेवटी त्यांनी ती जवळ जवळ वर्ज्यच केली होती. वडिलांचा तो धडा मी हल्ली गिरवीत आहे. काळ, वेळ, वातावरण, स्थळ व प्रसंग पाहूनच आणि योग्य वाटलं तरच, महिन्या-दोन महिन्यांनी नवटाक वा पावशेर घेतो. प्रमाण व वेळापत्रक यांच्या बाहेर कधी जात नाही. त्यामुळं आता तब्येत-प्रकृती आणि पुरुषत्व, वीर्य, सामर्थ्य उत्तम आहे. साठीच्या जवळ आलो असलो, तरी पंचविशीची शक्ती आहे. त्यामुळं 'गृहस्थानं' करण्याची सर्व कामं मी अजूनही उत्तम प्रकारे करतो. त्या बयेच्या- केवटीच्या नादामुळं माझं नुकसान फारसं झालं नाही; उलट काही थोडे, पण चांगले मित्र व प्रसंग अनुभवाला आले, ते कधीही विसरणार नाही.

त्यांतील पहिला मित्र प्रकाश विश्वासराव! प्रकाशनं मला राजापूर, मुंबई, गोवा, इ. ठिकाणी नेऊन खूप वेळा दारू पाजली आणि त्याच्या सोबत पिताना पुष्कळ मजाही आली.

श्री. मधु मंगेश कर्णिक यांनी १९७७ साली राजापूरच्या शासकीय विश्रामगृहात एकदा पाजली. त्या वेळी प्रकाशही होता. तो प्रसंग मला आयुष्यभर पुरेल, एवढा आनंद व उत्साह देऊन गेला.

त्यानंतर 'मुक्काम, पोस्ट : देवाचे गोठणे' लिहिलं. ते प्रसिद्ध झाल्यावर प्रकाश विश्वासराव, सतीश काळसेकर इत्यादी मित्रांना आनंद झाला. त्याप्रीत्यर्थ त्यांनी सतीशच्या घरात मुंबईत मला दारू व जेवण दिलं. त्या वेळी कविवर्य नारायण सुर्वेही होते. (पण त्यांना तसा आनंद झालेला दिसला नाही.) सतीशनं दारू आणि काळसेकर वहिनींनं सुरमई व पापलेटच्या तळलेल्या तुकड्या आग्रह करकरून वाढल्या. त्या आताच खाल्ल्यासारखं वाटत आहे.

तसंच पिणं व खाणं 'डिंपल पब्लिकेशन'चे अशोक मुळे यांच्या घरात मिळालं. अशोकनं माझं एखादं तरी पुस्तक प्रकाशित करावं, अशी माझी अंतिम इच्छा होती, म्हणून एकदा मी माझ्या एका कादंबरीचं हस्तलिखित घेऊन वसईला त्याच्या घरी गेलो होतो. त्या वेळी त्यानं माझी ती इच्छा पूर्ण केली नाहा; परंतु त्या दाम्पत्यानं खास माझ्यासाठी खाण्यापिण्याचा उत्तम बेत रचला आणि तो पार पडला. त्या वेळी

आमच्यासोबत सुमारे पाच-सहा तास भाऊ पाध्येही होता; पण तो माझ्याशी एक शब्दही बोलला नाही. (भाऊ पाध्ये, नारायण सुर्वे, भालचंद्र नेमाडे, आनंद यादव, ना. धों. महानोर, बाबुराव बागूल, ग्रेस, इत्यादी मोठ्या 'दादा लोकांना माझं साहित्य का आवडलं नाही बरं?) श्री. अशोक मुळे व त्यांची धर्मपत्नी यांनी माझा केलेला तो 'पाव्हनेर' (पाहुणचार) माझ्या हृदयावर कोरला आहे.

माझी अशीच मौजमजा गोव्याचे शंभू भाऊ बांदेकर या गृहस्थांनी केली. त्या काळी ते गोवा राज्याच्या विधानसभेचे उपसभापती होते. त्यांनी एकदा आम्हा चौघांना आपल्या घरी चार-पाच दिवस राहायला बोलावलं, म्हणून आम्ही त्यांच्याकडं गेलो. त्या वेळी त्यांनी गोव्यातील माडाची व काजूची वेगवेगळ्या प्रकारची दारू आणि उत्तमोत्तम मासे खायला घातले. माझ्या पत्नीनं व मुलींनी त्या पेयाला स्पर्श केला नाही; मात्र मी ते यथेच्छ प्यायलो. पण शंभू भाऊ बांदेकर यांचे ते उपकार एकदा मी त्यांना व त्यांच्या चार-पाच मित्रांना आमच्या घरात बोलावून भरपूर व्हिस्की पाजून व मटणासह जेवण वाढून फेडले.

राजापूर येथील प्रसिद्ध नाटककार कै. ना. गं. ढेकणे यांनी अनेक वेळा पाजलेली ब्रँडी व देशी दारू आणि काही वेळा वाढलेलं अन्न माझ्या स्मरणातून कधीच जाणार नाही. मात्र त्या काळच्या माझ्या वाईट परिस्थितीमुळे त्या सन्मित्राला मी फारसं देऊ शकलो नाही. फक्त एकदाच ब्रँडी व मांसाहार दिला.

एकदा चिपळूण तालुक्यातील मालघर नावाच्या गावात राहणाऱ्या एका शिक्षक-मित्राच्या घरी माझा मुक्काम असताना त्यानं आपल्या एका शेतकरी मित्राशी माझी ओळख करून दिली. मी लेखक आहे, असं कळताच त्या शेतकऱ्याला अतिशय आनंद झाला. तो मला म्हणाला,

''सर, तुम्ही आमच्या घरी जेवायला याल का?''

त्याला मी तात्काळ होकार दिला आणि नंतर नियोजित वेळी त्याच्या घरी गेलो. तेव्हा तो शेतकरी व त्याचे कुटुंबीय माझा पाहुणचार करण्यात मग्न झाले होते. त्यांनी ताजे मासे आणले होते आणि एक मोठा गावठी कोंबडा कापला होता. त्या शेतकऱ्यानं माझ्या पुढ्यात गावठी दारूची बाटली आणून ठेवली, तेव्हा मी म्हटलं.

''अरे बाप रे! अहो, एवढी कशाला? मी कधीतरी फक्त एक नवटाक किंवा पावशेर घेतो!'

''सर, तुम्ही आमच्या घरी वारंवार येणार आहात का? आमचं भाग्य म्हणून तुम्ही आलात! तेव्हा ही सगळी संपवा!''

त्या शेतकरी राजाची आज्ञा मी मोडली नाही.

मी त्याच्या अंगणात घोंगडीवर बसलो होतो. सर्वत्र पिठासारखं चांदणं पडलं होतं. त्याच्यातून आजूबाजूचा निसर्ग पाहता पाहता ती बाटली कधी संपली, ते

कळलं नाही!

मी केवटी घेतो (पितो), हे कळल्यानंतर माझा भाऊ तुकाराम आणि बहिणी-बाया व शांता यांचे पती अनुक्रमे अप्पा धामापूरकर व गणेश पावसकर आणि भाचे रामचंद्र वणकर, विजय धामापूरकर व दीपक पावसकर आणि मोठे मामा विश्राम देवळेकर यांनी ताजी माडी, गावठी व काजूची दारू, व्हिस्की, डॉक्टर ब्रँडी, बिअर, रम, इत्यादी मद्य पाजून माझी खूप मजा केली. तसंच, अनेक हितचिंतक व वाचक मित्रांनीही मला काही वेळा दारू पाजला. त्या सर्वांची आठवण काळजात साठवून ठेवलेली आहे.

मात्र मराठी साहित्यिकांचा- विशेषतः नवोदितांचा आणि साहित्य प्रांतातील बुणग्यांचा मला चांगला अनुभव आला नाही. त्यांनी मला खूप त्रास दिला आणि माझा द्वेष व मत्सर केला. त्यांपैकी दोनच प्रसंग इथं नोंदवून ठेवतो.

एकदा महाराष्ट्र साहित्य परिषदेच्या कार्यकारी मंडळाच्या बैठकीला पुण्याला गेल्यावर राजा फडणीस यांनी आपल्या घरी आग्रहानं बोलावलं, म्हणून गेलो. त्या वेळी तिथं कार्यकारिणीतील काही लोक होते.

आमच्यासमोर फडणिसानं बाटल्या व ग्लास ठेवले. मला वाटलं, हे प्रेमापोटी असेल, म्हणून मी त्या मैफलीत सामील झालो; पण बैठक-मैफल संपता संपता फडणीस म्हणाले,

''उद्याच्या कार्यकारिणीच्या बैठकीमध्ये रवींद्र भटांचा राजीनामा मंजूर करायचा आणि त्या पदावर तुम्ही मला संधी द्यायची.''

हे ऐकताच माझी ती दारू सर्रकन उतरली. मी मनात म्हटलं,

खेडवळ लोक एखादा न्याय करण्यापूर्वी सर्वांना चाय (चहा) पाजतात, म्हणून त्याला 'चाय, तिथं न्याय' असं म्हणतात तसाच हा प्रकार नाही का?

दुसरा प्रसंग असा :

महाराष्ट्र साहित्य परिषदेच्या कार्यकारिणीची दुसरी एक बैठक आणि तिला जोडून एक कविसंमेलन लासलगाव, जि. नाशिक इथं आयोजित केलेलं होतं. कार्यकारिणीचा सदस्य या नात्यानं त्या दोन्ही कार्यक्रमांना मी गेलो होतो. शंकर वैद्य, रामदास फुटाणे, अशोक बागवे, नारायण कुलकर्णी कवठेकर, अशोक नायगावकर, प्रकाश होळकर, नारायण सुमंत, इत्यादी जुन्या व नवीन कवींनी कविता वाचल्या आणि गाऊन (व ओरडून) सांगितल्या. बागवे तर अक्षरशः रेकत होता. (रेकणं-म्हशीचं ओरडणं)

जुन्या व नव्या सर्व कवी व लेखकांबद्दल मला नेहमीच प्रेम वाटत असतं; पण त्या कविसंमेलनातील तो प्रकार पाहून व ऐकून मला आश्चर्याचा धक्का बसला.

रामदास फुटाणे याला कवी का म्हणतात आणि त्याला लोक डोक्यावर का घेतात, असा प्रश्नही पडला. लोकांना धाक व दहशत दाखवणं आणि साहित्य प्रांतात चुकीचे संकेत निर्माण करणं, हाच मला तो एकूण प्रकार वाटतो.

असो. त्या लोकांपैकी फक्त अशोक नायगावकर, प्रकाश होळकर व नारायण सुमंत हे नवीन कवी मला सभ्य वाटले आणि त्यांच्या कविताही चांगल्या वाटल्या (त्या कविसंमेलनात एखाद-दुसरी कविता वाचायची माझी इच्छा होती; पण माधव कोंडविलकर कविता करतो, हे त्यांच्यापैकी कुणालाही माहीत नसावं.)

दुसऱ्या दिवशी प्रकाश होळकर मला म्हणाला,

"सर, तुम्ही आमच्याबरोबर चांदवडला येता का?"

त्या नवकवीच्या सहवासात राहायला, गप्पा मारायला व फिरायला मिळणार, याचा मला आनंद झाला, म्हणून मी त्याला लगेच होकार दिला. थोड्या वेळानं आम्ही निघालो.

त्या प्रवासात नारायण सुमंत हा कवी माझ्या बाजूला बसला होता. त्याच्याशी चांदवडला पोहोचेपर्यंत मनसोक्त गप्पा मारल्या. त्याच्या व माझ्या वयात सुमारे पंचवीस वर्षांचं अंतर आहे. आणि तो आर. एस. एस. चा कार्यकर्ता आहे; पण वय व मतभिन्नता आमच्या गप्पांच्या आड आली नाही.

त्या रात्री चांदवडला एका प्राध्यापकाच्या घरात खाण्यापिण्याचा कार्यक्रम पार पडला.

तिसऱ्या दिवशी मी नाशिक-कल्याण मार्गे येत होतो. माझ्यासोबत रामदास फुटाणे, अशोक बागवे, अरुण म्हात्रे वगैरे लोक होते. ते वाटेत अनेक ठिकाणी व गाडीत पीत होते. त्यांनी मला आग्रह केला म्हणून मी बिअर घेतली. नंतर बागवे, फुटाणे व त्यांचा एक मित्र (रेल्वेचा टी. सी.) माझ्याशी कुत्सितपणे वागू व बोलू लागले (मात्र अरुण म्हात्रे अलिप्त होता.) बागवे तर चक्क म्हणाला,

"आत्मचरित्र काय लिहायचं असतं? ते काय वाङ्मय आहे! लिहायच्या असतात फक्त कविता!"

" -आणि गाजवायची व वाजवायची असतात साहित्य संमेलनं!" त्यांचा तो टी. सी म्हणाला.

"अहो कोंडविलकर, तुम्हाला अजून माणसांच्या मैफलीमध्ये बसता व बोलता येत नाही!"

त्या सगळ्यांचे ते प्रलाप ऐकल्यानंतर माझी सगळी दारू उतरली.

असंगांशी संग केल्याबद्दल मी माझीच निर्भर्त्सना केली.

■

**दा**रू ही एक बदनाम वस्तू आहे. माणसाच्या मनात तिच्याविषयी 'लव्ह अँड हेट' प्रकारातील परस्परविरोधी भावना असतात. दारूचे व्यसन हे स्लो पॉयझनिंगसारखे असून, त्यामुळे माणूस जाणीवपूर्वक मृत्युपंथास लागतो. दारूमुळे अनेक आयुष्यांचा अकाली नाश झाला, संसार उद्ध्वस्त झाले. कित्येक महान कलावंतांच्या गळ्याला या बयाबाईचा फास लागल्याचे आपण ऐकले आणि पाहिले आहे. असे असूनही माणसे दारू पीत आली आहेत, पीत राहतील. जेथे म्हणून माणूस आहे, तेथे दारू आहे! स्थळ, काळ, देश, जात व धर्म अशा बंधनांना न जुमानता तिचा सर्वत्र मुक्त संचार असतो. पृथ्वीच्या पाठीवरील नष्ट झालेल्या आणि अस्तित्वात असलेल्या सर्व संस्कृतींचा मद्य हा अविभाज्य घटक आहे. इजिप्तच्या प्रसिद्ध पिरॅमिडमधील ममींजवळ त्या काळातील मद्याचे कुंभ सापडले. रामायणात मद्याचे उल्लेख आहेत. सीतेने गंगेला, 'वनवासातून सुखरूप परत येऊ दे, तुला सहस्त्रघट मद्य वाहीन,' असा नवस केला होता. महाभारतातही मद्य आहे. त्यात त्यातील अनेक महान व्यक्तिमत्त्वांची मद्यधुंद अवस्थेतील वर्णने आहेत.

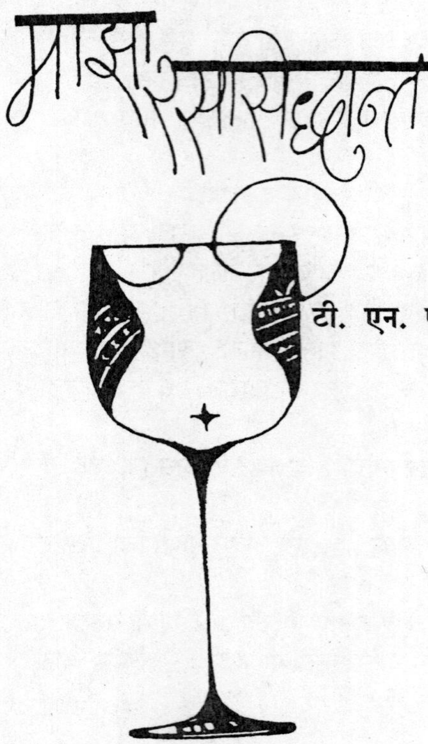

**टी. एन. परदेशी**

दारूच्या व्यसनाने नाश होतो, एरवी अधूनमधून आणि प्रमाणात घेण्याने काही कुणाचा नाश होत नाही. सभ्य, सुसंस्कृतपणे पिणारे व असभ्य-असंस्कृतपणे पिणारे असे दारू पिणाऱ्यांचे दोन वर्ग आहेत. सुसंस्कृत माणूस आपला सुसंस्कृतपणा पिण्यात पाळील, याची खात्री देता येत नाही. माणसाच्या वर्तणुकीची अशी सरमिसळ नेहमीच होत असत्याने मद्यपान हे कॅलिडोस्कोपसारखे अनंत रूपे आणि रंग धारण करून राहिले आहे.

दारूचे व्यसन किंवा सवय सुटण्याची योग्य वेळ म्हणजे पहिला पेला तोंडाला लागतो ती, असं म्हणतात! मी एकवीस वर्षांचा असल्यापासून मद्य घेत असूनही गेल्या पंचवीस-सव्वीस वर्षांत व्यसनाधीन न झाल्याने 'पहिला पेला' घेतलाच नसता तर- असा पश्चात्तापदग्ध विचार माझ्या मनास कधी शिवला नाही. पूर्वी एखाद्या बैठकीत अतिरिक्त मद्यपान झाले किंवा वारंवार बैठकी झाल्या, तर मला मद्य अगदीच सोडून देण्याची हुक्की येत असे. हे वैराग्य महिना, दोन महिने टिकून राही.

उत्तम दर्जाच्या व्हिस्कीत तिच्या साधारण चौपट थंड सोडा टाकावा, एखादा बर्फाचा खडा ढवळावा... माझ्या जिभेला या द्रवाची चव अतिशय आवडते. जगातील यच्चयावत रस, द्रव आणि पेये यांत क्रमवारी लावायची झाल्यास पहिला क्रमांक आंब्याच्या रसाला व त्यानंतर व्हिस्की, हा माझा रससिद्धान्त आहे!

मद्याचा पहिला घोट मी वयाच्या नवव्या-दहाव्या वर्षी घेतला. अर्थातच ते मद्य आहे, याची जाणीव त्या वेळी मला नव्हती. माझ्या पालकांचे पाटील नावाचे तब्येतीने आणि मनानेही पहाडासारखे असलेले एक मित्र होते. त्यांच्या मळ्यात चार-सहा महिन्यांनी बकरे कापले जाई. सगेसोयरे आणि मित्रमंडळी यांच्यासमवेत साजरा केला जाणारा तो एक उत्सवच असे. मी त्या मळ्यात नेहमी जात असे. अशा कार्यक्रमांसाठी तर मला आवर्जून नेले जाई. पाटलांचा म्हातारा बाप जेवणाआधी मोठ्या दोन-तीन पितळी पराती भरून मटणाचा रस्सा पीत असे. त्या वेळी झुपकेदार मिशा त्या रश्शात बुडून जात. मला ते पाहताना मोठी मजा वाटे.

चुल्हाणावर बोकड शिजू लागला, की मोठी माणसं शेजारच्या सपरात जाऊन येत. एकदा पाटील मला तिथं घेऊन गेले.

ॲल्युमिनियमच्या ग्लासातून माणसं काहीतरी पीत होती. ते पेय एका ग्लासात थोडेसे घेऊन, त्यात पाणी टाकून पाटलांनी मला दिले. माणसे हसू लागली. पाटील मोठा वस्ताद! त्यांनी बळजबरीने मला ते घ्यावयास भाग पाडले. मी एक घोट घेतला. त्या कडवट-आंबूस द्रवाने मला जळजळल्यासारखे झाले. मी ग्लास दूर लोटू लागलो. पाटलांनी ऐकले नाही आणि मी घटघटा ते प्यालो! माणसे हसतच

होती. माझ्या छातीत खोलपर्यंत जळजळ होत होती. हळूहळू ती थांबली. मी हवेत तरंगू लागलो.

अशा रीतीने माझ्या मद्यधर्माचा बाप्तिस्मा झाला!

थोडे वेगळे वाटत होते, मन सैल झाले होते. जेवणानंतरही एक-दोन तास तो परिणाम टिकला. माफक प्रमाणातील आणि सौम्य केलेल्या त्या मद्यामुळे माझ्यावर त्या वेळी काही दुष्परिणाम झाला नाही. तो पहिला प्याला माझ्या अजूनही चांगला स्मरणात आहे! तो टाळणे माझ्या हाती नव्हते; त्यात काय आहे, याची जाणही मला नव्हती.

त्याच काळात पाठ्यपुस्तकातील एका धड्यात दारूचे दुष्परिणाम म्हणून असलेल्या भागाचे मी पाठांतर करीत होतो. परीक्षेच्या दृष्टीने कोयनेच्या धरणाइतकाच हा 'आयएमपी' प्रश्न होता! त्या धड्यात एक चित्र होते- खंगलेला एक माणूस आणि त्याच्या पार्श्वभूमीवर हाडे व कवटीचे लेबल असलेली बाटली!

नंतरच्या वाढत्या वयात उमरखय्यामचे चित्र पाहायला मिळाले. एक देखणी तरुणी प्याला भरून देतेय आणि तो कवी झाडाला टेकून आरामात बसलाय. त्याच्या जवळ कवितांची वही! वयाने जरा मोठ्या असलेल्या मित्राने त्या चित्राचा अर्थ सांगितला. धोक्याचे चिन्ह असलेली कवटी आणि उमरखय्याम. मद्याच्या प्रवाहाच्या एका काठाला हे चित्र आहे आणि दुसऱ्या काठाला ते चित्र आहे! त्या वाढत्या वयात लहानपणी त्या मळ्यात आपण नेमके काय प्यायलो होतो, याची जाणीव झाली.

पुढे कॉलेजमध्ये असताना एकदा ताडी पिण्याचा प्रसंग आला. बरोबरीची काही मुले पीत असत. ओढगस्तीच्या परिस्थितीत मी शिकत असल्याने त्यापासून चार हात दूर होतो. औरंगाबादच्या उस्मानपुरा स्टँडच्या मागील बाजूस बांबूच्या तट्ट्याची एक शेड होती. मला तिथे अगदी ओढून नेण्यात आले.

एक ग्लास ताडी प्यालो.

थोडे झिणझिणल्यासारखे झाले, डोके जड पडले. आळस चढला. उत्साहवर्धक असे काही वाटले नाही. मनात ताडीविषयी घृणाच निर्माण झाली.

ताडीविषयी कलुषित झालेले माझे मत पुढे एका प्रसंगापुरते बदलले.

चौदा वर्षांपूर्वी, ऱ्याऐंशी साली आम्ही आठ-नऊ मित्र दक्षिण भारताच्या प्रवासात असताना, जरा वाकडी वाट करून वैभवशाली विजयनगर साम्राज्याचे अवशेष पाहण्यासाठी हंपीला गेलो, तेव्हाची गोष्ट.

विजापूरहून सलग बारा-चौदा तासांच्या प्रवासानंतर हंपीला पोहोचलो, तेव्हा

मध्यरात्र होत आलेली होती. प्रवासाने सर्व जण शिणून गेले होते. गाडीतला स्टॉक संपलेला, सगळ्या बाटल्या रिकाम्या. त्यात भरीला भर म्हणजे तेथे राहण्याची काही सोयच नव्हती.

कुणीतरी सांगितले, की जंगलात एक सरकारी विश्रामगृह आहे, तेथे जागा मिळेल.

त्याने दाखवलेल्या दिशेने निर्मनुष्य जंगलातून वाट काढीत ते विश्रामगृह शोधले. तेथेही जागा नव्हती. हंपीत परतून विरूपाक्ष मंदिराजवळ गाडी लावून, गाडीतच ताणून द्यायचे ठरले.

परत येताना रस्त्यात एक तरुण माणूस दिसला. हातात एक मोठी कापडी पिशवी. त्याने हात केला. त्याला गाडीत घेतले. त्याची कानडी आम्हाला समजेना, आमची मराठी त्याला समजेना. त्याच्या तोडक्यामोडक्या हिंदीवरून त्यालाही हंपीला जायचेय, हे समजले. एरवी आम्ही टगेगिरी करीतच चाललो होतो.

आमच्यापैकी एकाने त्याची पिशवी उचकली. ताडीच्या बाटल्या होत्या. तो पैसे घेईना. 'ले लो. नो प्राईस' असे म्हणत तो आमच्यासमोर बाटल्या नाचवू लागला.

त्या घनदाट जंगलातून जाणाऱ्या गाडीत आमचे सामूहिक ताडीप्राशन सुरू झाले. घटाघटा चार-सहा घोट घ्यावेत व बाटली दुसऱ्याच्या हातात द्यावी; त्याने पुढे सरकवावी, अशा रीतीने दहा-पंधरा बाटल्या संपवल्या. तृप्तीच्या ढेकरा दिल्या. अफलातून पेय होते ते! शुद्ध आणि ताजे.

मने प्रसन्न झाली व शरीरे उल्लसित. दिवसभराच्या प्रवासाचा शिणवटा दूर झाला. शरीरात नुसतेच त्राण आले नाही, तर शक्तिसंचार झाला.

हंपीला गेलो आणि पौर्णिमेच्या त्या टिपूर चांदण्यात उत्तररात्रीपर्यंत तुंगभद्रेच्या काठावर भटकत राहिलो. पठारावरील नद्यांच्या रूपाहून अगदी वेगळे असे ते तुंगभद्रेचे रौद्रभीषण दर्शन होते. 'चांदोबा' मासिकातील फॅण्टसीचा आभास निर्माण करणारी सुंदर चित्रे दृश्य स्वरूपात हंपीच्या परिसरात साक्षात समोर उभी होती. महाकाय शिळांचे पर्वत, घनदाट वनराजी आणि पाहणाऱ्यांच्या तनामनात मृदंगाचा, वीणेचा आणि बासरीचा नाद निर्माण करणारी असंख्य अप्रतिम शिल्पे.

आम्ही सर्वजण त्या रात्री भूतलावर नव्हतोच. जीवनरसाने परिपूर्ण अशा त्या ताडीने आम्हाला हंपीच्या दणकट परंतु स्वर्गीय लावण्याचा आस्वाद घेण्याची तरलतम मनोवृत्ती बहाल केली होती.

त्यानंतर ताडी घेण्याचा प्रसंग कधी आला नाही. आला, तरी मी घेणार नाही. हंपीच्या अरण्यातील ताडीचा तो मृदू अनुभव पुसून टाकण्याची माझी इच्छा नाही!

दक्षिण भारतातली ताडी पूर्वीपासूनच अशी अप्रतिम असली पाहिजे. एका

ताडीबहाद्दरानेच श्रवणबेळगोळच्या बाहुबलीचे अभिजात शिल्प घडवले, अशी दंतकथा आहे. अमानवी वाटणाऱ्या कृतींना नेहमीच अशा दंतकथा लगडून बसलेल्या असतात, गोमटेश्वराच्या पायाशी लगडून असलेल्या नाजूक लता-वेलींसारख्या!

रात्रंदिवस ताडीच्या नशेत असलेला तो कलंदर शिल्पी छोट्या पहाडावर बसून, बड्या पहाडांवरून आकाशात झेपावलेल्या त्या महाकाय सुळक्याकडे बघत बसे.

त्याच्या नजरेत स्वप्न भरून राहिले होते. एका दिव्य कलाकृतीचे.

मेघांनी भरून आलेल्या एका पावसाळी रात्री आकाश फाडून आलेला विजेचा प्रचंड लोळ त्या सुळक्यावर पडला. कलंदरास त्या दिव्य व देदीप्यमान प्रकाशात आपल्या स्वप्नाचा साक्षात्कार झाला. एक तेजस्वी मूर्ती दिसली.

ताडीचे मडके हातातून गळून पडले. मोठ्या पहाडाला साजेलशा व्यक्तिमत्त्वाचे ध्यान सुरू झाले. अपराजित, रिपुमर्दन, सामर्थ्यशाली अशा चक्रवर्ती सम्राट बाहुबलीचे. कडकडीत वैराग्य आणि कठोर तपश्चर्येने मुनिवरांचा आदर्श झालेल्या गोमटेश्वराचे.

दंतकथेची चिरफाड करायची नसते. हा ताडीबहादूर म्हणजे अरिष्टनेमि नावाचा तो प्रसिद्ध शिल्पी, की आणखी दुसरा कुणी... चामुंडरायाने अशा बेवड्यास प्रमुख शिल्पी म्हणून ते कार्य सोपवलेच कसे... असे प्रश्न उपस्थित करून कर्नाटकातील त्या सुंदर रसभरित पेयाचा अपमान करू नये!

माझा बाप्तिस्माच हातभट्टीच्या गावठी मद्याने झाल्यामुळे मला या बाबतीत फार व्हाईट कॉलर्ड राहणे शक्यच नव्हते. उलट, मला मद्याच्या विविध प्रकारांची जिज्ञासाच लागून राहिली. स्वस्त व भेसळ केलेले मद्य विष असते, हे शहाण्या माणसास सांगावे लागत नाही. मद्यपानाच्या बाबतीत वेडाचार न केल्याने भरवशाचे मद्य मिळाले, तरच घ्यायचे, हा नियम ठरवला. खेड्यापाड्यांतील व दुर्गम भागातील कसबी कारागिरांनी तयार केले मद्य आयात केलेल्या विदेशी मद्याइतकेच उत्तम व उंची असते.

त्र्यंबकेश्वराच्या जंगलात फिरताना आम्हाला एक आदिवासी भेटला. आमच्या टोळीतील एकाने त्याला सिगारेटचे एक आख्खे पाकीट भेट म्हणून दिले. गडी पाघळला, अगदी वश झाला. त्याला सांगितले की शुद्ध मोहाची दारू पाहिजे. त्याने अर्ध्यापाऊण तासात जंगलातून पाच लिटरचा कॅन भरून आणला. एकदम अस्सल माल असल्याचे शपथेवर सांगितले. त्या महुव्याच्या मद्याने आम्हा सात मित्रांना पुढे दोनशे किलोमीटरच्या प्रवासात घरी परतेपर्यंत साथ दिली. महुव्याने त्रास होत नाही. दुसऱ्या दिवशी हँगओव्हर येत नाही. जंगलात जर कधी गेलात आणि पिणारे असाल, तर उत्तम मोहाचे मद्य मिळवा आणि चव चाखा. भारतीय मद्यप्रकारांतील हे सर्वोत्तम मद्य आहे.

आदिवासींच्या दृष्टीनं महुआचा वृक्ष हा कल्पतरूसमानच असतो. माकडे महुआच्या झाडाची फुलं खातात आणि मग रानावनात उच्छाद मांडतात. माणसाचा कणा ताठ होऊन तो दोन पायांवर चालू लागण्याआधीपासून त्याची या नशेशी जानपहचान असल्याचा हा पुरावाच की! मांस, मैथुन, महाभूते आणि मद्य यांची साथसंगत माणसाला आदिम अवस्थेपासून लाभलेली आहे.

एकदा एका शेतकऱ्याने त्याच्या द्राक्षबागेत वानवळ्यासाठी बोलावले. मला काही जाणे जमेना, शेवटी त्याने आग्रहाने नेलेच.

बागेत रमतगमत, गप्पा मारीत तो आणि मी त्याच्या शेताच्या पार टोकाला गेलो. त्या कडेला पांद होती, उताराच्या ढाळेने झुडपांची दाटी होती. हिवाळ्याचे दिवस होते आणि मंद वारा वाहत होता. त्या वाऱ्यासंगे येणारा गंध माझ्या नाकाने ताडला.

जवळपास कुठंतरी हातभट्टी होती.

बागायतदारास विचारले, तर म्हणाला, की

'ती काय पांदीच्या पलीकडं.'

मी तेथे जाण्याची इच्छा प्रदर्शित करताच म्हणाला,

''चला, त्यात काय एवढं!''

गेलो तिथे. भट्टी नेहमीप्रमाणेच अडचणीच्या जागी, खोलगटात होती. तात्पुरता आडोसा, त्यात रसायनाचे डबे, गावठी बाष्पयंत्र, रबरी टयूब्ज आणि सटरफटर साहित्य पडलेले. मी तेथील रसायनशास्त्रज्ञास म्हणालो, की

''द्राक्षाची गाळलीस का कधी? जमेल का तुला?''

त्यानं मान हलवली

द्राक्षे आणि गूळ याशिवाय आणखी काही वापरायचे नाही, पाणी विहिरीचे घ्यायचे, डबे गंजके नकोत, बॅटरीचे सेल व नवसागर अशा भानगडी नकोत, इत्यादी सूचना त्यास दिल्या.

बागायतदाराने पिकलेली द्राक्षे देण्याचे कबूल केले.

''बघू, तुझा हात कसा चालतो, ते!'' असे भट्टीवाल्यास म्हणून आम्ही निघालो. तेवढ्यापुरती मजा म्हणून ही गोष्ट मी जवळपास विसरूनही गेलो होतो.

साधारण महिना, दीड महिन्याने माझ्याकडे दोन मोठ्या बाटल्या भरून मद्य पोहोच झाले. पहिल्या धारेच्या बाटल्या असल्याचे बागायतदाराने सांगितले. पहिल्या धारेचे मद्य म्हणजे ऊर्ध्वपातनयंत्रातून प्रथम बाहेर पडलेला द्रव. तो मद्यार्काने संपृक्त म्हणजेच स्ट्राँग असतो. अद्ययावत कारखान्यातील मद्यनिर्मितिप्रक्रियेत असे काही पहिल्या धारेचे असते की नाही, याचे मला ज्ञान नाही. परंतु हातभट्टीत पहिल्या

धारेचा म्हणून काही वेगळा प्रकार असतो. त्याची चव व झटका मी पूर्वी अनुभवलेला असल्याने, तसेच त्या द्राक्षाच्या दारूच्या शुद्धतेविषयी माझे मन साशंक असल्याने पहिल्या दिवशी मी ते मद्य चाचणीदाखल घेतले. तीन-चार दिवसांच्या चाचणीनंतर मी निःशंक झालो.

किंचित जास्त गुळचट चवीचे ते मद्य उत्तम झाले होते. त्रास होत नव्हता; पण ते अंमळसे कडक होते, म्हणून मी पाणी न टाकता वाईन पिण्याचे संकेत बाजूला सारून, त्यात दुपटीपेक्षा जास्त पाणी टाकून घेत होतो. माझ्या एकांतातील त्या वेळच्या पिण्याच्या पद्धतीनुसार ते दीड-दोन पेग मद्य मला संध्याकाळपासून मध्यरात्रीपर्यंत पुरे होई. तेवढ्याच व्हिस्कीच्या दुपटीने त्याचा अंमल होत असे, म्हणून प्रमाण कमी करून एखाद्या कंजूष माणसासारखे ते मद्य मी पुरवून-पुरवून प्यायलो. सरत्या हिवाळ्यात हाती आले ते उत्कट आणि आक्रमक मद्य मी अगदी सौम्यतेने हाताळले.

उत्कट प्रेमासारखा दाहक अनुभव देणारी ती वारुणी जरा जुनी करावी, म्हणून दुसरी बाटली सील करून ठेवली. पुढच्या हिवाळ्यात आणखी धारदार झालेले ते मद्य मी चवीचवीने घेतले. कुठल्याही ख्यातकीर्त वाईनइतकीच चांगली वाईन त्या खेडूत हातभट्टीवाल्यानं तयार केली होती.

वाईन- म्हणजे द्राक्षमदिरा ही जरा कडकच. भारतीय हवामानात ती फक्त हिवाळ्यातच मजा देते. रमचेही असेच आहे. आयुर्वेदानुसार कुठलेही मद्य हे पित्तकारक, उष्ण असेच असते. मग पुन्हा त्यात उष्ण - शीत असे प्रकार कसे? ते आयुर्वेदानेच शोधावे. बिअर शीत असल्याचे सर्वज्ञात आहे; अन्यथा आपल्याकडे तिचा खप उन्हाळ्यात इतका प्रचंड वाढला नसता.

मला मात्र बिअर कुठल्याही ऋतूत चालत नाही. एकतर पोट तुडुंब भरते आणि दुसरे म्हणजे आळस चढतो, देह जड होतो. प्रत्येकाच्या प्रकृतीनुसार ज्याला त्याला वेगळे मद्य चालते, रुचते व पचते.

एका बैठकीत बारा बाटल्या म्हणजे जवळपास आठ लिटर बिअर ढोसणारा सद्गृहस्थ मी बघितला आहे. काडीमोडीचे घोडे होते, फारतर पन्नास किलो वजन असेल. त्याचा हा नित्यक्रम होता. माझी बदली झाली; पुढे त्याचे काय झाले- ठाऊक नाही; पण त्याने हा नित्यक्रम सोडला नसेल, तर तो नक्कीच मेला असेल, हे सांगायला तेथे परत जाऊन पाहण्याची गरज नाही. मात्र तासा-दीड तासाच्या अंतराने एक एक बाटली करीत रोजी आठ-दहा बाटल्या बिअर पिणारा एक पठ्ठ्या गेली वीस वर्षे मी पाहतो आहे. हे सारे यांना जमते कसे, हा प्रश्न अनुत्तरितच.

माझी म्हणाल, तर तोळामासा प्रकृती. आडमाप पिण्याचे प्रसंग त्या मानानं कमी. कोटा म्हणून जे काही असते, त्या बाबतीत मी वरच्या श्रेणीतला होतो एके काळी. पट्टीच्या पिणाऱ्यांनीही हात जोडावेत, अशा अनेक बैठकी.

एकदा गणेशोत्सवात 'भोवरा' नाटक घेऊन गावोगावी प्रयोग करत हिंडत होतो. राहुरीला प्रयोग होता. ऐन वेळी 'धो धो' सुरू झालेल्या पावसाने प्रयोग वाहून गेला. ज्याने प्रयोग लावला होता, त्याने विश्रामगृहावर नेले. तो पट्टीचा पिणारा म्हणून प्रसिद्ध होता.

दोन-तीन राऊंडनंतर बाकीची मंडळी आडवी झाल्यावर आम्ही तिघे उरलो. तिसरा पहाटे दोनला झोपला. उरलो, तो यजमान व मी असे दोघेच.

कुस्तीच्या वेगवेगळ्या डावांनुसार पिण्याचेही डाव असतात. वनस्ट्रोक बॉटम अप आणि कच्ची असे विविध प्रकार करत आम्ही एकमेकांना जोखत होतो. ही शेवटची, म्हणून त्याने कपाटातून एक खंबा काढला. अर्धा अर्धा ग्लास कच्ची पिल्यावर दहा-पंधरा मिनिटांत तो आडवा झाला.

मी त्या बैठकीत एकटा जागा उरलेलो.

बाटली घेऊन उठलो. सगळ्यांना शेलक्या विशेषणांचे हार घातले. यजमानास गदागदा हलवले. त्याच्या पोटात बाटलीने ढोसले. तो गपगार.

मी दार उघडून बाहेर आलो. जाम लघवी लागली. एका हातात बाटली घेऊन उभा राहिलो. रिमझिम पाऊस चालूच. तोल जाऊ लागला. शेजारी झाड होते. आधाराला म्हणून बाटलीच्या हाताने खोड धरले. टपाटपा सडा पडला अंगावर... पानांवर साठलेले पाणी आणि प्राजक्ताची शुभ्र फुले.

च्यामायला, पारिजातकाखाली मुततो काय, रे, टोण्या? म्हणून स्वतःस दटावले. निसरड्या जमिनीवरून हेलपाटत पाऊल टाकले आणि जे सटकलो चिखलावरून म्हणताय! उठलो. ओट्यावर बसलो. बाहेरच्या दिव्याच्या मंद प्रकाशात पाहिले. आतल्या लोकांना चार शिव्या घातल्या.

अपमान करतात दारूचा! ही पहाट, हा गार वारा, ही बाटली आणि आपण! होऊन जाऊ दे!

फुलत्या प्राजक्ताचा मंद सुगंध श्वासांत भरून घेत तांबडे फुटेतोवर ती बाटली मी एकट्यानं संपवली.

हवेतल्या गारठ्यानं चढलेली उतरत होती आणि उतरलेली चढत होती.

एक क्षण असा आला, की मी एकदम नॉर्मल झालो. आत जाऊन कपडे बदलले. अस्ताव्यस्त पसरलेल्या मित्रांकडे पाहिले. चप्पल चढवून फिरायला बाहेर पडलो. नगररस्त्याने मुळा नदीच्या पुलापर्यंत गेलो. मुळेच्या भरून आलेल्या गढूळ प्रवाहाकडे बघत बराच वेळ थांबून परतलो. पाण्याचे सपकारे देऊन मित्रांना उठवले.

यजमानाने कोपरापासून हात जोडले.

त्या रात्रीइतकी परत कधी प्यायल्याचे आठवत नाही.

एक-दोन पेगनंतर तोल जाणाऱ्या माणसांची मला मजा वाटते. शरीराइतकेच मन आपली भूमिका बजावते. मन सुहृद हवे. आत्मबल पाहिजे. मद्यपान हे कुशलतेने केलेल्या अश्वारोहणासारखे असते. मद्य म्हणजे अबलख वारू. त्याच्यावर स्वार होता आले नाही, तर ते घेणाऱ्यावर स्वार होते. नशा करणे व नशाबाज होणे, मद्यपान करणे व मद्यपी होणे यांत मूलभूत फरक आहे. अफू, गांजा, भांग या व तत्सम गोष्टी नशील्या आहेत. मद्य असे नशीले नाही. हे पदार्थही मद्याइतकेच प्राचीन, पण मद्याइतके लोकप्रिय व सर्वव्यापी नाहीत. मद्यामध्ये जी नजाकत आहे, ती या पदार्थांमध्ये नाही. त्यांचाही अनुभव जिज्ञासा म्हणून मी घेऊन पाहिला आहे. त्या अगदी घाणेरड्या, रानटी चिजा आहेत. म्हणूनच बेवडे व पेताड यांच्या जोडीने प्रगत, सभ्य व सुसंस्कृत माणसांशी मद्य पूर्वीपासून संग करून आहे! मद्य हे त्याच्याशी संग करणाराच्या नरडीचा प्रसंगी हिंस्त्र श्वापदासारखा घोट घेते, याचे भान सतत जो राखतो, तोच मद्यपानाचा खरा आनंद भोगू शकतो. भान राखून सुसंस्कृतपणे व सभ्यपणाने केले मद्यपान हा मग जीवनातील पुन्हा पुन्हा भोगूनही अक्षय राहणारा आनंदाचा ठेवा होऊन राहते.

मदिरेच्या जोडीने मदिराक्षी येते. का येते, याचे उत्तर शोधू गेल्यास उर्दू शायरीचा धागा हाती लागतो. जामबरोबरीने साकी आली, ती उर्दू शासकांच्या कालखंडात, सूफी संतांनी त्यांच्या अध्यात्मदर्शनात ही रूपके वापरली. उर्दू शायरांना मदिरेच्या प्याल्याबरोबर कोमलांगीचा सहवास लागतोच! शायरांच्या गोष्टी सोडा, अनेक सामान्यांच्या मनात देहगत वासनांचा हा गुंता होऊन राहिलेला असतो. अर्थात ही मने दुबळी व असंयमी असतात, हे वेगळे सांगायला नको.

एरवी मद्य आणि कामवासना यांचे परस्पर नाते हा शुद्ध बकवास आहे. हळव्या मनाच्या, खूप भावनावश अशा स्त्री-पुरुषांनी मद्याच्या वाटेस जाऊ नये, हे उत्तम. भावनाशील असणे वेगळे व भावनावशता वेगळी. प्रत्येक सुसंस्कृत, कोमल, निर्मितिक्षम मनाच्या पुरुषात एक स्त्री असतेच. स्त्रीचा अंश ज्यात प्रबळ असतो, त्यांच्यासाठी मद्य बाद! म्हणजेच पुरुषांनी मद्य घ्यावे व स्त्रियांनी ते घेऊ नये, हे विधान अधोरेखित करण्याजोगे नाही. पुरुषसापेक्ष फुटपट्ट्या वापरून काढलेली अनुमाने तद्दन खोटी आहेत. काही पुरुष तर स्त्रियांपेक्षाही दुबळ्या व अशक्त शरीराचे असतात. खरी गोष्ट याहून वेगळी आहे. एक आहे नैसर्गिक स्त्रावांची व दुसरी स्त्रीच्या कौटुंबिक स्थानाची, विशेषत्वाने तिच्या मातृत्वाची. खूप उच्चवर्गीय स्त्रिया

वगळता बहुसंख्य भारतीय स्त्रिया मद्यपान करीत नाहीत. त्यांच्या मनात मद्याविषयी घृणाच असते. अतिरिक्त मद्यपान करणाऱ्या व्यसनी पुरुषांमुळे संसार-प्रपंच उद्ध्वस्त झाल्याची खूप उदाहरणे असल्यान, त्याचाही एक सार्वत्रिक परिणाम भारतीय स्त्रीमानसावर झाला आहे. पर्यटनस्थळांवर पाहिले असता, विदेशी पर्यटक स्त्रियांमध्येही मद्यपानाचे प्रमाण पुरुषांपेक्षा कमी असल्याचे दिसून येते. त्या फार तर बिअर घेताना दिसतात.

यास अपवादात्मक छेद आहेतच. एका उच्चवर्गीय, परंतु मध्यमवर्गीय अधिकाऱ्याची पत्नी मद्यपान करीत असल्याचे ऐकून होतो. त्या अधिकाऱ्याने एकदा आग्रहाने भोजनासाठी बोलावले. बाई मध्यमवयीन, उंचेली, गोरी, जरा मजबूत हाडापेराची होती. मुले मोठी होती. आणखी एक गृहस्थ आमंत्रित होते. ते येताच बाईंनी सरंजाम मांडला. चार ग्लासांत लार्ज पेग भरले. सराईतपणे सोडा, बर्फ टाकला. 'चिअर्स' म्हणत तिने ग्लास उंचावला.

मला अवघडल्यासाखे झाले. दोन पेग होताच मी हात जोडले.

मला आग्रह झाला नाही; पण त्या बाईसह तिघांनी पाच-सहा पेग मद्य अगदी सराइतासारखे घेतले! मद्यपान चालू असताना ती स्त्री किचनमधे जात-येत होती. खाद्यसामग्री आणत होती. तिनेच ताटे वाढली, उचलली. तिच्यावर मद्याचा विशेष परिणाम जाणवला नाही. त्या कुटुंबातील मुले मनाने उद्ध्वस्त असल्याचे पुढे दिसून आले.

अशीच तब्येतीने पिणारी एक तरुण मुलगी तिच्या दोन मित्रांसमवेत एका बारमध्ये पाहिली. ते त्रिकूट आले, तसे तासाभरात निघून गेले. मुलगी छचोर दिसत नव्हती, भडक मेकप नव्हता. पदर सावरून बसली होती व पदर नीट घेऊनच गेली! बारवाल्याला मी विचारले, तर म्हणाला, की

"पहली बार देखा है!"

मोठ्या पार्टीतही अधूनमधून एखादी स्त्री पिताना दिसते. एकूण प्रमाण अपवादात्मकच. मोठ्या शहरांमधून- विशेषतः उच्चवर्णीयांत हे प्रमाण वाढते आहे, हे अर्थातच मी महानगरात राहत नसल्याने, ऐकून आहे.

परदेशांत विशेषत: शीतकटिबंधातील देशांमध्ये सर्वच जण पितात, स्त्रियाही पीत असतील. हा हवामानाचा व संस्कृतीचा परिणाम. आपल्या गोव्यातही ही संस्कृती दिसतेच. गोव्याविषयी- विशेषतः तेथील मद्यपानाविषयी खूप गैरसमज असले, तरी तेथील हवामानाचा काही खास परिणाम असावा, हे जाणवते. गोव्याची

फेणी गोव्यातच छान लागते, तीच फेणी इकडे घाटावर अक्षरशः घाण लागते; असे का? अगदी पहिल्यांदा गोव्यास गेलो, तेव्हा भरपूर फेणी प्यालो. हिवाळा होता. सकाळी आठलाच पहिले आचमन आम्ही करीत असू.

नंतरच्या ट्रिपमध्ये मात्र त्या फेणीने ती मजा दिली नाही. फेणी हे काही चवीने व आवडीने घ्यावे, असे मद्य मला वाटत नाही.

कोणते मद्य घ्यावे, किती घ्यावे व कुणाबरोबर घ्यावे, हा ज्याचा त्याचा प्रश्न आहे. सुरुवातीची पाच-सात वर्षे मी या बाबतीत खूप बेशिस्तीने वागलो. नंतर स्वतःपुरते काही नियम आखून घेतले.

कामावर असताना आणि दिवसा घ्यायची नाही, हा पहिला नियम.

ज्यांच्याशी थोडी तरी लय जुळते, अशाच लोकांसमवेत घ्यायची, हा दुसरा नियम.

शक्यतो दोन पेगची मर्यादा ओलांडायची नाही, हा तिसरा नियम.

हे आणि असे सर्व नियम अपवादानेच सिद्ध होत असतात आणि अपवाद अपघातानेच घडतात!

एरवी मी आपला एकटा बसे, संध्याकाळपासून मध्यरात्रीपर्यंत. गाण्यांच्या, गजलांच्या कॅसेट लावायच्या आणि निवांत एकटेपण भोगायचे!

एका गावी मी चार वर्षे होतो; पण चार-सहा जवळच्या मित्रांशिवाय इतरांना, मी पितो, हेही ठाऊक नव्हते.

आणखी एक नियम म्हणजे नियमित व्यायामाचा. तो आजतागायत पाळीत आलो आहे.

जुजबी ओळख असणाऱ्यांबरोबर बसायचे नाही, हा माझा नियम त्याच गावातील वास्तव्यात एकदा तुटला आणि जन्मभर लक्षात राहील, अशी आठवण लाभली.

खूप वेळा आग्रह झाला, म्हणून एका तरुण, पदवीधर सरपंचाच्या घरी जेवणास गेलो. सोबतीला त्याच गावातले एक प्रौढ गृहस्थ होते.

दुपारची वेळ. सरपंचाने सरंजाम मांडला. नको, म्हणूनही माझा उपाय चालेना. पहिला पेग हळूहळू घेत बसलो. सरपंचाने सपाटा लावला. तिसरा माणूसही शांतपणे पीत होता.

मी त्यास खुणावताच त्याने जेवण लावण्यास सांगितले. सरपंचाची तरुण पत्नी ताटं घेऊन आली.

सरपंच पीतच होता. जेवणाचीही शुद्ध नव्हती, नुसता अन्न चिवडीत होता.

मी अस्वस्थ झालो; पटकन हात धुतला.

ताटे उचलायला गृहिणी आली आणि सारा ताळतंत्र सोडून सरपंचाने उठून

तिला मागून कवटाळली. अश्लील हावभाव करीत नको ते बडबडायला लागला.

मी व ते सोबतीचे गृहस्थ जवळजवळ घराबाहेर पळालोच.

लाजेने अर्धमेली झालेली, पांढरीफटक पडलेली ती तरुण मुलगी अजूनही माझ्या नजरेसमोर येते!

माणसांच्या अनेक तऱ्हा आणि त्यांच्या उफाळून आलेल्या विविधरंगी वृत्तींच्या अशा असंख्य आठवणी, कितीतरी सांजवेळा आणि रंगत गेलेल्या रात्री.

एरवी वर्षानुवर्षाच्या संबंधानं ज्यांचा स्नेह जुळून येणार नाही, अशा एखाद्या उमद्या, रसिक, मनस्वी माणसाचा एकाच बैठकीत जुळून आलेला स्नेह.

अनेकदा समोरच्याच्या मनात साठलेल्या भावनांचा, दडपलेल्या आशा-आकांक्षांचा निचरा होतोय आणि मी आपला ऐकतोय.

सकाळी पाहावे, तर त्याचा मुखवटा पुन्हा जागेवर.

अशा आठवणी.

कित्येक मैफलीच्या कित्येक आठवणी.

माझ्यावर संघर्ष येऊन आदळतात. अस्मानी व सुलतानी या दोन्ही प्रकारचे घाले माझ्यावर सतत होतात. माणसे लाभत नाहीत. दारुण अपयश आणि पराकोटीची मानहानी, अपमान व फसवणूक यांनी माझे व्यक्तिगत जीवन ग्रासले आहे. खूप दुःखे आणि अनंत करुणा मी आरपार भोगली आहे; परंतु हे सारे विसरण्यासाठी किंवा त्यावर उपाय म्हणून मी कधीच मद्याचा प्याला जवळ केला नाही. मी एक मस्तमौला आणि अंतर्यामी आनंदी प्राणी आहे. सारे काही त्रयस्थपणे पत्करीत आलो आहे. ज्यावर जिंदगी कुर्बान करावी, असा उत्कट प्रेमानुभव मला लाभला, त्याच्या जोडीने चिरदाहाची अनुभूती देणारा विरहही भोगला. माझ्या मद्यपानाचा आणि या सर्वांचा तसूमात्रही संबंध नाही. मद्यपानानंतर मी कधीही रडलेलो नाही, स्वतःचे रडगाणे बेसूर आवाजात आळवीत बसलो नाही. खासगी आयुष्यातल्या गोष्टी सांगितल्या नाहीत. अगदी क्वचित एखाद्या जिवलग मित्राबरोबर सहवेदना प्रकट केली असेल, तेवढीच. मी सावध, खूप सावध व संयमी राहून मद्यपान केले. चांगले गाणे ऐकताना किंवा वेरूळच्या कैलासातली स्वर्गीय कलाकारी पाहताना, किंवा कन्याकुमारीच्या तीन सागरांची एकत्रित गाज ऐकताना आपल्याला स्वतःच्या आयुष्यातील दुःखकारक गोष्टी तीव्रतेने आठवतात का? मद्यपान हे असे कलात्मकतेने भोगले, तर दुःखाचे अस्थानी कढ येत नाहीत. जगताना सहजभाव ठेवला, की थोडेसे असे जमून जाते.

या पंचवीस वर्षांत ज्या वेळी मद्यपान करून मी तोल आणि ताल सोडला, असे अवघे तीन प्रसंग आहेत. दिवसभर या ना त्या कारणाने उपाशी असणे हे या तीनही

घटनांमागे समान कारण आहे. कारण काहीही असो. ते समर्थनीय नाही. पिण्यातील अशा गोष्टी कुणी गांभीर्याने घेत नाही; परंतु माझ्या मनात मात्र अजूनही त्या तीन रात्रींच्या माझ्या वर्तनामुळे अपराधीपणाची भावना आहे.

व्हिस्कीव्यतिरिक्त इतर मद्यप्रकार मी हाताळले, ते केवळ जिज्ञासा व गंमत म्हणून. एका ज्येष्ठ स्नेह्यांनी थेट फ्रान्समधून आणलेल्या फ्रेंच वाईनच्या बारा प्रकारच्या प्रत्येकी एक पेगच्या लहान बाटल्यांचा सुंदर पॅकिंगमधला सेट मला दिला. स्ट्रॉबेरी, कोको अशा विविध वनस्पतींपासून तयार केलेली ती वाईन मधुर चवीची होती. प्रत्येकीचा परिणाम वेगळा होता. प्रत्येकीला वेगळा असा मंद सुवास होता! चित्तवृत्ती प्रसन्न होण्यापलीकडे त्या मद्याचा अन्य परिणाम नव्हता.

स्कॉच व्हिस्की अर्थातच सर्वोत्तम. तिचा संग क्वचित लाभणारा. भारतीय व्हिस्कीतही काही चांगले ब्रँड आहेत. रुचलेला व पचलेला ब्रँड सहसा बदलू नये.

वयाच्या एकविशीपासून पस्तिशीपर्यंत नियमितपणे घेत होतो. मुलांच्या जन्मानंतर वेगळेच बंध निर्माण होतात, वाढते वय हेही कारण होतेच. मद्य घेतल्याने कुटुंबात- विशेषतः मुलांना जाणवू द्यायचे नाही, असे ठरविल्यानेही खंड पडत चालला. शेवटी शरीराचीही काही क्षमता असतेच; वाढत्या वयात ती कमी होत जाते. चाळिशीनंतर खूप बदल होतात. मनात आणि एकंदरच वैचारिक बैठकच बदलते. अनावश्यक धावपळ कमी होते. त्याहून अत्यंत महत्त्वाची गोष्ट म्हणजे, माणूस चूझी- चोखंदळ होत जातो. मित्र आणि मैत्र यांच्या संकल्पनाच बदलतात. माझे सुदैव, की याच काळात मला मोजकेच; परंतु तेवढेच पुष्कळ होतील, असे मित्र लाभले. आम्ही जमेल तेव्हा, ठरवून किंवा न ठरवता एकत्र येतो. प्रत्येक वेळी मद्य घेतोच, असे नाही; परंतु तरीही अनेकदा घेतो. दीड-दोन महिन्यांनी रंगणाऱ्या या मैफली आता पुरून उरतात. यौवनाचा पुनःप्रत्यय देतात!

■

**प**रतते वेळी मी मॉस्को येथे थांबलो.

हे शहर म्हणजे माझ्या तडीस गेलेल्या स्वप्नांचा जणू आसराच आणि माझ्या काही अगदी जवळच्या मित्रांच्या राहण्याचं ठिकाणदेखील. मॉस्को म्हणजे माझ्यासाठीची जणू मेजवानीच.

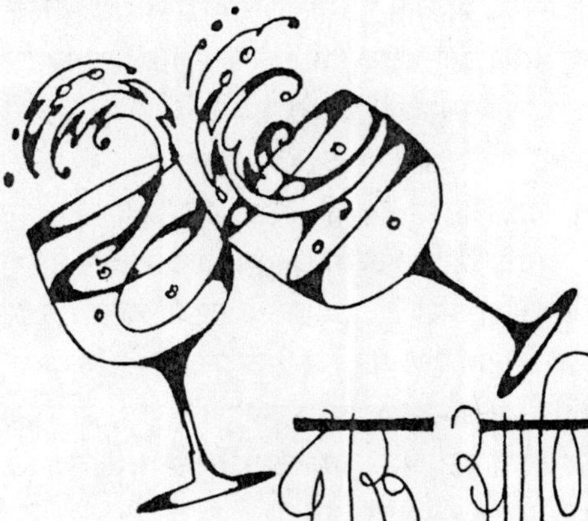

# दारू आणि युद्ध

**पॉब्लो नेरूदा**

तेथे जाताक्षणीच मी एकटाच रस्त्यावर येतो नि मोकळा श्वास घेतो. मी रशियन माणसांच्या चेहऱ्यांकडे पाहतो, स्त्रियांचे डोळे निरखतो नि त्यांची केशभूषा पाहतो. रस्त्याच्या कडेला आइस्क्रीम विकले जात असते. लोकप्रिय अशी कागदी फुले विकली जातात, दुकानांच्या खिडक्या, नवीन वस्तूंच्या मी शोधात असतो. अगदी लहान लहान गोष्टीच आपल्या जीवनाला महत्त्व आणत असतात.

पुन्हा एकदा मी एऱ्हेनबर्गला भेट दिली. माझ्या मित्राने मला पहिलीच दाखवलेली वस्तू म्हणजे नॉर्वेजियन दारूची बाटली : agua vitae त्यावरील लेबलावर प्रवासी जहाजाचे चित्र होते. कुठेतरी त्या जहाजाच्या निघण्याच्या नि परतीच्या तारखा होत्या - म्हणजे ती बाटली ऑस्ट्रेलियाला नेण्याची नि पुन्हा स्कॅन्डिनेव्हियाला आणण्याबाबतच्या तारखा.

आम्ही दारूविषयी बोलायला सुरुवात केली. आमच्या देशातील दारू जेव्हा परदेशी जायची, त्या माझ्या तरुणपणातील दिवसांची मला आठवण झाली. दारू चांगली असल्यामुळे तिला त्या वेळी मागणीही फार असायची. रेल्वेचा पोशाख

घालणाऱ्या नि वादळी बोहेमियन जीवन जगणाऱ्या आमच्यासारख्या माणसांना ती दारू नेहमीच महाग असायची.

प्रत्येक देशामध्ये मी दारूचा माग काढीत जायचो - 'म्हणजे लोकांच्या चरणांशी' जेव्हा तिचं जीवन सुरू व्हायचं, त्यापासून ते तिचं हिरव्या काचेच्या बाटलीत भरेपर्यंत. रिबेरो नावाच्या दारूचा आस्वाद मी गॅलिसिया, स्पेन येथे घेतला. हंगेरीतील अत्यंत मजबूत अशी दारू मला आठवतेय, की जिला बैलाचं रक्त म्हटलं जायचं नि ती चढल्यावर जिप्सींची व्हायोलिन्सदेखील थरथरायची.

माझ्या आजोबांच्या मालकीची द्राक्षांची बाग होती. पॅरल नावाच्या खेड्यात माझा जन्म झाला. तेथील वातावरण अगदी निर्दय स्वरूपाचं होतं. माझे वडील आणि डॉन जोस अँजल, डॉन जोल, डॉन ओसिआ आणि डॉन अॅमो या माझ्या चुलत्यांकडून नवीन दारू आणि गाळलेली दारू या दोहोंमधला फरक ओळखायला मी शिकलो. गावठी दारूबद्दलच्या त्यांच्या आवडीचं मी अनुकरण करणं कठीणच होतं. दारूच्या रुचीतील सूक्ष्म फरक ओळखायला शिकल्यामुळे नि विलासी दारूची चव चाखल्यामुळे अनेक गोष्टींप्रमाणे जुन्याकडे वळणे मला कठीणच होते.

तीच गोष्ट कलेमध्येदेखील घडते.

पॅरिसमधील अत्यंत प्रतिष्ठित घरांत मी प्रतिष्ठित दारूची चव घेतली आहे. दारूचं नाव मॉटन रॉथचिल्ड. अॅरेगॉ नि इस्ला ट्रिओलेचे ते घर होते.

''मला नुकत्याच ह्या बाटल्या मिळालेल्या आहेत आणि मी त्या खास तुझ्यासाठी उघडतोय-'' अॅरेगॉ म्हणाला आणि त्याने मला एक गोष्ट सांगितली.

फ्रेंच सरहद्दीत जर्मन सैनिक आपला पाय रोवीत होते. फ्रान्सचा अत्यंत हुशार सैनिक, कवी आणि ऑफिसर लुई अॅरेगॉ एका विशिष्ट ठिकाणापर्यंत जाऊन पोहोचला होता. शुश्रूषा करण्यासाठी काही पुरुषमंडळी त्याच्या हाताखाली होती. पुढे तीनशे मीटर असलेल्या बिल्डिंगच्या पलीकडे जायचे, असे त्याचे आदेश होते.

तेथील प्रमुख असलेल्या कॅप्टनने त्याला थांबवले. त्याचे नाव होते काउंट आलफोन्स द रॉथचिल्ड, अॅरगॉहूनही तरुण नि उसळल्या रक्ताचा.

''या पॉईंटच्या पलीकडे तुला जाता येणार नाही,'' तो म्हणाला. ''जर्मन सैनिकांच्या बंदुका अगदी जवळच आहेत.''

''त्या बिल्डिंगपर्यंत जाण्याचे मला आदेश आहेत!'' अॅरेगॉने धीटपणे उत्तर दिले.

''तुम्ही तिथं जायचं नाही, असे माझे आदेश आहेत, तुम्ही इथंच थांबायचं आहे,'' तो कॅप्टन म्हणाला.

आणि हे संवाद चालले असतानाच हॅन्डग्रेनेड्सचा वर्षाव झाला. पण तो दहा मिनिटंदेखील टिकला नाही.

एकाएकी रॉथचिल्ड आणि अँरेगॉ यांच्या आश्चर्यचकित डोळ्यांसमोर एक जर्मन बॉम्ब इमारतीवर आदळला आणि त्या इमारतीचे लगेच धुरामध्ये, दगड-विटांच्या तुकड्यांत नि राखेमध्ये रूपांतर झाले.

-आणि अशा तऱ्हेने फ्रान्सचा पहिला कवी वाचला होता.

रॉथचिल्डच्या कणखरपणाबद्दल धन्यवाद.

दर वर्षी त्या घटनेच्या आठवणीत गेल्या युद्धात कॅप्टन असलेल्या काऊंटरच्या द्राक्षमळ्यातून अँरेगॉला दारूच्या अनेक बाटल्या मिळायच्या.

आता इली एऱ्हेनबर्गच्या मॉस्को येथील घरात मी आहे. साहित्य क्षेत्रातील हा थोर गुरीला नाझीवादाला जसा धोकादायक होता, तसा तो चाळीस हजार लोकांच्या तुकडीलादेखील होता. पण तो सुसंस्कृत नि विलासीदेखील होता. जे जे म्हणून काही फ्रेंच आहे, त्या सर्वांवर तो प्रेम करायचा.

युद्धानंतर मॉस्कोहून अशी अफवा पसरली, की काही संशयास्पद फ्रेंच दारूच्या बाटल्या विक्रीला काढायच्या आहेत. बर्लिनकडे चाल करून जात असता लाल सैन्याने गोबेल्सच्या मूर्ख प्रचाराने परिपूर्ण असलेली किल्लेवजा गुहा ताब्यात घेतली आहे; तसेच, फ्रान्सच्या तळघरातून गोबेल्सने कब्जा केलेल्या दारूच्या बाटल्याही आपल्या ताब्यात घेतल्या आहेत. विजयी सेनेच्या मुख्य ठाण्याकडे कागदपत्र नि बाटल्या पाठवल्या आहेत. लाल सैन्याने कागदपत्रे अभ्यासासाठी ताब्यात घेतली; परंतु त्या बाटल्यांचे काय करायचे, हे माहीत नव्हते.

त्या बाटल्या अत्यंत सुंदर होत्या नि त्यांवरील खास लेबल्सवर उत्पादनाची तारीख होती.

समाजवादाचा असा कल दिसला, की विजयानंतर मिळालेल्या या फ्रेंच दारूच्या बाटल्या दुकानात ठेवायच्या नि त्या रशियन दारूच्या किमतीप्रमाणे विकायच्या. त्यावर नियंत्रण म्हणून असे ठरवल गेले, की प्रत्येक खरेदीदाराने काही मर्यादित बाटल्याच खरेदी कराव्यात. यामागे समाजवादाचे हेतू चांगलेच आहेत, पण आम्ही कविमंडळी कुठेही गेलो, तरी सारखीच. आमच्या काही मित्रांनी आपापल्या नातेवाइकांना, शेजाऱ्यांना, मित्रांना ती उच्च प्रतीची दारू अगदी कमी किमतीत खरेदी करण्याचे निमंत्रण दिले; आणि त्या सगळ्या दारूच्या बाटल्या केवळ एका दिवसात संपल्या.

नाझीवादाचा कट्टर शत्रू अशा एऱ्हेनबर्गच्या घरी किती बाटल्या पोहोचल्या, हे काही मी उघड करणार नाही, आणि त्यामुळे आता मी त्याच्या सान्निध्यात आहे,

दारूविषयी बोलत नि गोबेल्सच्या तळघरातून काढलेल्या दारूचा आस्वाद घेत-कवितेच्या सन्मानासाठी नि विजयासाठी.

**अनुवाद : सुधाकर बोरकर**

लुई ॲरेगॉ (१८९७) : अतिवास्तववादी (Surrealism) कलाप्रवृत्तीचा प्रमुख फ्रेंच कवी. कम्युनिस्ट चळवळीशी निगडित.

■

**प**न्नास वर्षांपूर्वीची गोष्ट आहे. तेव्हा दुसरं महायुद्ध सुरू होतं. अमेरिकेचा 'डब्ल्यू. जे. लिडरर' नावाचा नवोदित लेखक, एका युद्धनौकेवर लष्करी सेवेसाठी रुजू झाला होता. त्यांची बोट चीनच्या 'चुंगकिंग' बंदरात थांबली होती. लिडरर त्या बोटीवर ज्यूनिअर लेफ्टनंट होता.

एकदा त्या गावात एके ठिकाणी लिलाव चालू होता.

एक चिनी इसम, त्याच्या समोर ठेवलेल्या एका मोठ्या पेटाऱ्याची किंमत बोलून बोली बोलत होता. त्या सीलबंद पेटाऱ्यात काय आहे, हे मात्र तो सांगत नव्हता.

पेटारा वजनदार लागत होता. पण त्यात नक्की काय आहे, हे कोणालाच कळत नव्हतं! कदाचित त्यात नुसते दगडही असतील. म्हणून त्याच्या बोलीवर कोणी जास्त किंमत बोलेना.

लिडररनं एक संधी घ्यायचं ठरवलं. त्यानं त्या पेटाऱ्यासाठी तीस डॉलर्सची बोली केली.

त्यावर इतर जमलेले लोक लिडररकडे एखाद्या वेड्याकडं पाहावं, तसं पाहू लागले.

तो चिनी इसम फार थांबला नाही. त्यानं तीन वेळा तीस डॉलर्सचा पुकारा केला

**मिलिंद वि. आमडेकर**

आणि तो पेटारा लिडररच्या ताब्यात दिला.

त्या सीलबंद पेटाऱ्यात काय आहे, हे पाहण्याची उत्सुकता लिडररसह सर्वांनाच होती. त्यामुळं लिडररनं तो पेटारा उघडला मात्र; प्रत्येकाच्या तोंडून प्रथम आश्‍चर्योद्‌गार आणि नंतर हळहळ बाहेर पडली.

कारण त्या पेटाऱ्यात दगड नव्हते; तर त्यात होत्या दोन डझन दारूच्या बाटल्या.

त्या अनपेक्षित भेटीनं लिडरर आनंदलाच; कारण त्या वेळी त्या गावात दारूबंदी होती. त्याचा उल्लेख 'झेचुआन ड्राऊट' किंवा 'झेचुआनचा दुष्काळ' असा केला जाई. गावात दारू मिळत नसे. त्यामुळं युद्धकामासाठी आलेले परदेशी सैनिक दारूसाठी आसुसलेले असत. दारू क्वचितच मिळे.

अशा परिस्थितीत लिडररला दारूच्या बाटल्या मिळाल्या, ही बातमी झपाट्यानं तेथील बाजारात आणि अमेरिकन युद्धतळावर पसरली.

जो तो लिडररकडं दारूची एखादी बाटली मिळावी, म्हणून लग्गा लावू लागला. पण लिडररनं कोणालाही ती दारू दिली नाही.

एका सैनिकानं तर एका बाटलीसाठी तीस डॉलर्स देऊ केले; पण लिडरर बधला नाही.

त्यानं त्या बाटल्या त्याच्या युद्धतळावरील खोलीत सुरक्षित ठेवून दिल्या. त्याचा विचार होता, लवकरच आपली या तळावरून बदली होईल. अशा वेळी या दारूनं आपण आपल्या इथल्या मित्रांना चांगली जोरदार पार्टी देऊ.

अशात एक दिवस अचानक प्रसिद्ध अमेरिकन लेखक 'अर्नेस्ट हेमिंग्वे' लिडररला शोधत तळावर आले.

इतका मोठा लेखक आपल्याला भेटायला आल्याचं लिडररला अप्रूप वाटलं. तो अदबीनंच त्यांना भेटला.

तेव्हा हेमिंग्वे त्याला म्हणाले,

"तुला लिलावात काही दारूच्या बाटल्या मिळाल्या आहेत, असं कळलं. त्यांतील सहा बाटल्या मला दिल्यास, तर तू म्हणशील ती किंमत द्यायला मी तयार आहे," असं म्हणत हेमिंग्वेनी खिशातून नोटांची गड्डी काढली.

यावर लिडरर नम्रपणे नकार देत म्हणाला की,

"सर, खरं तर, या बाटल्या मी माझ्या मित्रांना पार्टी देण्यासाठी ठेवल्या आहेत. पण तुम्ही मला गुरुस्थानी आहात. तेव्हा एका अटीवर मी तुम्हाला बाटल्या देईन. चांगलं लेखक कसं व्हायचं, याविषयीचे सहा धडे तुम्ही मला द्यायचे."

यावर हेमिंग्वे म्हणाले,

"भले! ज्या गोष्टी शिकायला मला इतकी वर्षं लागली, त्या गोष्टी मी तुला

अशा सहज सांगून टाकू? हा सौदा थोडा महागच आहे.''

त्यावर लिडरर म्हणाला,

''अशी दुर्मीळ चीज लिलावात मिळायला मलाही बरीच वर्षं लागली आहेत.''

त्यावर हेमिंग्वेनी जरा विचार केला अन् ते म्हणाले,

''ठीक आहे. मला सौदा मंजूर आहे.''

लिडररनं दारूच्या सहा बाटल्या हेमिंग्वेंना दिल्या.

ते खुशीतच गेले.

दुसऱ्या दिवसांपासून ते रोज लिडररला लेखनकलेचे धडे देण्यासाठी येऊ लागले.

लिडरर लिहितो,

''ते उत्तम शिक्षक होते. एखादा विषय समजावून सांगण्याची त्यांची हातोटी विलक्षण होती. शिकवताना मध्येच एखादा प्रासंगिक विनोद करण्याची त्यांना सवय होती.''

चार दिवस झाल्यावर त्यांनी लिडररला विचारलं,

''गुपचूप दारू पिऊन तू किती बाटल्या संपवल्यास?''

यावर लिडरर म्हणाला

''मी अजून एकही बाटली फोडली नाही, तर चव कशी घेणार?''

यावर हेमिंग्वे म्हणाले

''तुला एक खासगी सल्ला देऊ? सुंदर तरुणीचं चुंबन आणि उंची मद्याचा आस्वाद, जितक्या लवकर घेता येईल, तितक्या लवकर घ्यावा. नाहीतर दोन्हींची चव निघून जाते.''

याच वेळी हेमिंग्वेंना तातडीचा संदेश मिळाला, त्यामुळं त्यांना अपेक्षेपेक्षा लवकर 'चुंगकिंग' सोडणं भाग होतं.

दुसऱ्या दिवशीच ते विमानानं निघणार होते. लिडररचे पाच पाठ घेऊन झाले होते.

हेमिंग्वेंना निरोप देण्यासाठी आणि सहावा आणि शेवटचा पाठ घेण्यासाठी लिडर विमानतळावर पोहोचला. त्याला पाहताच हेमिंग्वे म्हणाले,

''माझ्या लक्षात आहे, तुझा सहावा पाठ राहिला आहे ते. तो मी तुला आता चालता-चालता देणार आहे.''

लिडरर हेमिंग्वेंच्याबरोबर चालत विमानाकडं निघाला.

विमानात इतर सामान चढवण्याचं काम चालू होतं.

हेमिंग्वे म्हणाले,

"माणसांबद्दल लिहिण्यापूर्वी तुला सुसंस्कृत झालं पाहिजे. तुला सुसंस्कृत व्हायचं असेल, तर संयम आणि अनपेक्षित बसणाऱ्या धक्क्यांना खिलाडूपणे तोंड द्यायची तयारी ठेव. अनपेक्षित घटनांनी बावचळून जाऊ नकोस, त्या हसून सोडून द्यायला शीक. एखाद्याच्या दुर्दैवावर हसू नकोस आणि जर तुला कधी दुर्दैवाचा प्रत्यय आला, तर ते निभावून नेण्याची तयारी ठेव आणि त्यावर योग्य वेळ येताच मात करायचा विचार कर."

इतक्यात विमान उड्डाणासाठी तयार असल्याचा इशारा झाला.

पळत-पळतच विमानाकडे जाताना हेमिंग्वे म्हणाले,

"पार्टीसाठी मित्रांना निमंत्रण देण्याआधी नवीन मद्याची चव घेऊन पाहा."

लिडरर म्हणाला,

"पण या गोष्टी लेखकासाठी का महत्त्वाच्या आहेत, हे मला कळत नाही."

त्यावर हेमिंग्वे म्हणाले,

"या गोष्टी फक्त लेखकासाठीच आवश्यक नसून, जीवनात तू कोणीही व्हायचं ठरवलंस, तरी त्याला या उपयोगी आहेत," असं म्हणून हेमिंग्वे विमानात शिरले.

त्यांचं विमान काही क्षणांतच दृष्टीपलीकडे गेलं.

लिडरर विचार करतच खोलीवर आला.

मद्याची चव घेण्यासाठी म्हणून त्यानं बाटली उघडली, ग्लास भरला आणि तोंडाला लावला.

त्या दारूची चव कळताच त्याचं तोंड वाकडं झालं.

त्यांन घाईघाईत दुसरी, मग तिसरी, मग चौथी- सगळ्या बाटल्या फोडून त्यांतील मद्याची चव घेतली आणि मग त्याला हेमिंग्वेच्या बोलण्याचा अर्थ कळला.

कारण त्या बाटल्यांमध्ये दारूऐवजी दारूसारखं दिसणारं चक्क चहाचं पाणी भरलेलं होतं.

त्या चिनी इसमानं लिडररला हातोहात बनवलं होतं. पण हेमिंग्वे! त्यांच्या तर हे पहिलाच दिवशी लक्षात आलं असणार आणि तरीही काहीही न बोलता त्यांनी दिलेला शब्द पाळला होता. ते कधी चिडले नाहीत, हसले नाहीत, की त्यांनी कधी आपल्या पाठात कमीपणा येऊ दिला नाही. सुसंस्कृतपणाचा प्रत्यक्ष नमुना त्यांनी लिडररला दाखवून दिला होता.

■

**दा**रू म्हणजे रे काय भाऊ... असा प्रश्न पडणाऱ्या घरात जन्मावं लागलं नाही, हे माझं केवढं सुदैव! एकतर आमच्या घरात दारू म्हणजे एकच प्याला, संसाराची धूळधाण वगैरे समीकरण नव्हतं. पण म्हणून घरात कधी वडिलांनी काही आणून प्यायलंय असंही कधी झालेलं नाही. तरीही या सगळ्याविषयी काहीतरी भयंकर सोवळेपण होतं असंही नाही. मामा-मावश्यांचे नवरे वगैरे कधी लग्न समारंभाच्या निमित्ताने एकत्र जमले की, कुठेतरी बाहेर जात. परत आल्यावर मी त्यांच्या तोंडाकडे बघून त्यांच्या बायका... म्हणजे माम्या, मावश्या तोंड वेंगाडत, पण ते तेवढंच. फार काही कोणी अकांडतांडव केलंय किंवा मामाने त्यानंतर कधी मामीविषयी तोंडाला तोंड नाही... अशी तक्रार केलीय, असेही कधी घडल्याचं आठवत नाही. त्यावेळी एकदा माझा मामेभाऊ कानात कुजबुजला. म्हणाला, "हे सगळे बिअर पिऊन आलेत. माहितीये का तुला?" तेव्हा कळलं होतं, असं काहीतरी असतं ते.

पण एकदा भयंकर गंमत झाली. नववीत असतानाची गोष्ट. मामेभाऊ दोन वर्षांनी मोठा. म्हणजे अकरावीत. त्यावेळी एका मावशीचं लग्न होतं. सगळेच जमलेले. लग्न लागलं. अक्षता पडल्या. नंतर पुढे जेवायला दोन तास तरी होते. मामेभाऊ म्हणाला, 'चल, आपणही बियर पिऊन येऊ.' इतके दिवस हे सगळे जातायत तेव्हा त्यात काही फार वाईट नसणारच. अशी आपली आपणच आम्ही समजूत करून घेतली होती. मामेभावाने त्या आधीही चव घेतली असणार. ते काही तो तेव्हा बोलता नव्हता. मग आम्ही दोघंच निघालो. कार्यालयाजवळच एक बार होता. मामेभाऊ म्हणाला, तिथं नको. घराजवळच्या बारमध्ये कधीच जायचं नसतं. मग आम्ही शोधत निघालो, स्टेशनजवळ एक बार सापडला. 'दुर्गा' नावाचा. हळूच तिथे जाऊन बसलो. मामेभावानंच ऑर्डर दिली. पैसेही तोच देणार होता. बॉम्बे

# मी आणि माझे मद्यपान

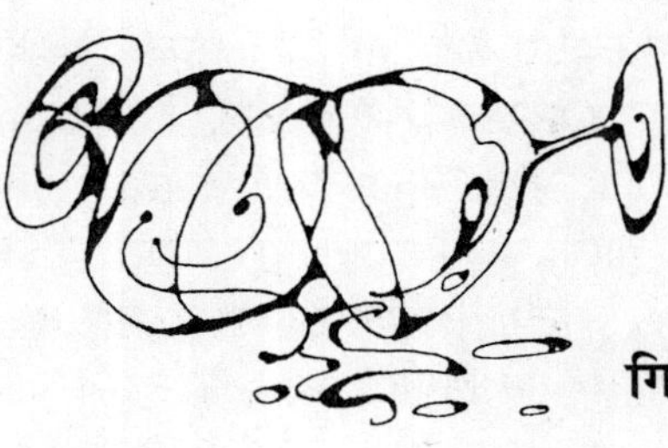

गिरीश कुबेर

बिअर. एकच बाटली. वेटरला आमचं म्हणजे माझं नवशिकेपण लक्षात आलं असणार. त्यानं कशी प्यायची वगैरे मौलिक सूचना केल्या. बिअर तशीच प्यायची असते वगैरे. म्हणजे त्यात काही पाणी सोडा असं काही घालायचं नसतं. भावानं सांगितलं, घोटाघोटानं ती कशी प्यायची ते. पहिली चव अर्थातच आवडली नाही. पण म्हणून पुन्हा काही प्यायची नाही असा पण वगैरे अजिबात केला नाही. एक बाटली संपवली. भला मोठा ढेकर आला. बिलं आलं काहीतरी बावीस रुपये वगैरे झाले होते. निघालो... दारापर्यंत गेलो तर भाऊ उलट फिरला. वेटरला म्हणाला, 'दुसरा दरवाजा आहे का जायला?' तो म्हणाला, 'नाही.' मलाही कळेना काय झालं ते. एका क्षणात उलगडा झाला. दरवाजा उघडल्यावर बघतो तर काय, हाऽऽ जथ्था आत शिरला. मामा, मावशे आणि चक्क वडीलही. आम्हांला कळेच ना, अशावेळी काय करायचं असतं ते. पण गंमत म्हणजे त्यांनाही कळेना काय करायचं ते. दोनचार क्षण असेच गेले. पण खरं सांगतो. आता कोणीतरी आपल्या कानाखाली आवाज काढणार याचा अंदाज येत नव्हता. आमची ही बावचळावस्था पाहून मोठा मामाच शेवटी म्हणाला, 'तुम्हीही इथेच आलात? कमाल आहे! काय, काम झालं का व्हायचंय?'

अशा वेळी उत्तर काय द्यायचं ते मला माहीत नव्हतं. वाटलं, मामेभावाला माहीत असेल. त्यालाही नव्हतं माहीत. मात्र अशी पकडनाट्य पाहण्याची सवय झाल्यामुळे असेल, पण वेटरच म्हणाला, "जादा कुछ नहीं किया इन्होंने... एक बिअर लिया था. वो भी आधाही पिया..."

मामा म्हणाला, "काय, आम्ही आल्यामुळे अर्धवट सोडता की काय..."

आम्ही म्हटलं, "नाही." मग मामा त्या वेटरला म्हणाला, "याचं बिल घेऊ नका. आमच्या बिलात लावा."

मामेभावानं चटकन ते बावीस रुपये परत घेतले. आम्ही बाहेर पडलो. पण जाताना ती मोठी मंडळी म्हणालीही नाहीत की, घरी सांगू नका. आणि आम्ही तसं म्हणायचा प्रश्नच नव्हता. त्या बारमधनं बाहेर पडून उजवीकडे वळतोय. तर भाऊ म्हणाला, "अरे, हे पैसे घेऊन काय करायचं?" मी म्हटलं, "तुझे पैसे, तू ठरव."

त्यावर तो म्हणाला, "अरे, त्यात काय ठरवायचंय? दुसरीकडे जाऊन बिअरच पिऊन टाकू. बिअरसाठीचे पैसे आहेत, दुसऱ्या कारणावर खर्च नको व्हायला." आणि आम्ही खरोखरच तसं केलं. तिथे आता घरातले कोणी येण्याचा प्रश्न नव्हता. लगेचच दुसरी बिअर प्यायल्यामुळे एक झालं; बिअरची नावड तयार झाली नाही आणि दुसरं म्हणजे नंतर आम्हां भावंडांची सणासमारंभात असं बिअरपान करणाऱ्यांची पुढची पिढी तयार झाली. उदात्त परंपरा सुरू होतात त्या अशा!

पुढे पत्रकारितेत आल्यावर अपेयपानांच्या उत्तम संधी असायच्या. संधींची ही उपलब्धता पाहिल्यावर एक नियम केला. तो म्हणजे पत्रकार परिषदात कधीही

काहीही प्यायचं नाही. हा नियम करण्याचं कारण म्हणजे गोवा. झालं असं की, माझी गोव्याला बदली झाली. राहायला घर मिळालं ते पर्वरीमध्ये. तेव्हा मांडवीवर पूल नव्हता. फेरीतनं जावं लागायचं. माझं बस्तान बसेपर्यंत पावसाला सुरुवात झाली होती. गोव्याचा पाऊस तो. नुसता कोसळायचा. अशावेळी घरात बसण्यासारखं दुसरे सुख नसायचं. तर अशाच पावसाच्या संध्याकाळी गोव्यातल्या एका अत्यंत बड्या, म्हणजे अर्थातच गोव्याच्या मानाने उद्योगपतीच्या पीआरओचा फोन आला. गोव्यात आलेले, तहानलेले आणि अर्थातच फुकटे-लेखक, पत्रकार संध्याकाळी त्यांच्या आश्रयाला असायचे. त्यामुळे या पीआरओच्या गप्पाही तशाच असायच्या. परवा त्या अमक्यातमक्या विख्यात लेखकांना घेऊन बसलो होतो, काय सांगू त्यांची अवस्था; असं तर ते त्या दिवशी फोनवर म्हणाले, ''संध्याकाळी साहेबांनी बोलावलंय निवडक पत्रकारांना. जरूर या.'' मी त्यांना म्हटलं, ''जमेलसं वाटत नाही. एकतर खूप पाऊस आहे आणि मुलीलाही बरं नाही. तेव्हा उद्या प्रेसनोट द्या. मी देतो बातमी.''

ते काही त्यांना झेपेना. ऐकायलाच तयार नाहीत. 'या'च म्हणाले, मी बधत नाहीये म्हटल्यावर म्हणाले, ''अहो, असं काय करताय... उत्तम स्कॉच आहे.''

मी त्यांना म्हणालो, ''कोणता ब्रँड आहे?''

त्यांना जॉनी वॉकर ब्लॅक लेबलच्या पलीकडे काहीही माहीत नसणार, याची खात्री होती. अंदाज बरोबर निघाला. ते म्हणाले, ''ब्लॅक लेबल आहे. नाही का म्हणताय?''

मी उलट प्रस्ताव दिला. माझ्याकडे आहे एक बाटली, न फोडलेली. तुम्हीच या घरी. या पाजतो तुम्हांला, या माझ्या प्रस्तावानं तेच गरगरले. असं काही ऐकायची सवयच नव्हती त्यांना. या उद्धटपणामुळे एक झालं. परत कधी वार्ताहर परिषद आणि पिणं ही गल्लत त्यांच्याकडूनच काय, आणखी कोणाहीकडून माझ्याबाबतीत कधीच घडली नाही.

या गोव्यात जी काही पानसत्रं अनुभवायला मिळाली, त्याला मात्र तोड नाही. व्हायचं काय की, गोव्यात 'मटा'चे त्यावेळचे संपादक गोविंदराव तळवलकर यांचं बरंच येणं व्हायचं. आले की, त्यांचा मुक्कामही ठरलेला असायचा. पणजीतलं मांडवी. खोलीही ठरलेली. नदी दिसणारी. खोलीला छोटी बाल्कनी असलेली. दिवसभरात तळवलकरांच्या भेटीगाठी संपल्या की, संध्याकाळी त्यांची मित्रमंडळी जमा व्हायला सुरुवात व्हायची. मी अर्थातच सगळ्यांमधला दुर्री. त्यामुळेच काय हवं-नको ते बघायला असायचो. लेखक प्रभाकर आंगले यायचे. पुणे आकाशवाणीचे माजी संचालक सीताकांत लाड सपत्नीक यायचे. असले तर गोवा हिंदू असोसिएशनचे रामकृष्ण नायकही असायचे. कधी मोहनदास सुखटणकर आणि या मैफलींच्या केंद्रस्थानी असायचे वसंतराव जोशी वास्कोचे. यांचा परिचय सांगायचा तर एकच संदर्भ पुरे. वसंतराव म्हणजे 'तुझे आहे तुजपाशी' मधले मूर्तिमंत काकाजी!

मद्यपुरवठा हा यांचा विभाग. येताना 'शिवास रिगल' घेऊन यायचे. बाटली आणायचा चामड्याचा एक छान पाउच होता त्यांचा. आलेत आणि बाटली काढलीयचे लगेच, असं कधीही व्हायचं नाही. पहिल्यांदा एखादी झकास तिरकी कॉमेंट. मग ते बसणार. दुसऱ्या पाउचमधून पाइप काढणार. एका निवांत आनंदात तो शिलगावणार. तोपर्यंत वर्दी गेलेली असायची, वसंतराव आलेत. त्यामुळे हॉटेल मॅनेजर आलेला असायचा. त्याला ते खास खास पदार्थांची ऑर्डर देणार... आणि मग ग्लास भरायचा. याच्या क्रमात कधीही बदल झाला नाही. गप्पांची काय कला होती त्या माणसाला! तात्यासाहेबांपासनं ते भाई, ते वसंतराव कानेटकरांपर्यंत सगळेच मित्र. त्यामुळे विषयांची कमी कधीच नसायची. झकास रंगायच्या गप्पा. एकदा त्यात श्रीपुही होते. ते आणि सौ. श्रीपु गोव्यात होते. त्यांना कळलं गोविंदरावही आहेत. मग सगळेच जमले.

त्यावेळी मला व्हिस्की जास्त आवडायची की या मंडळींच्या गप्पा, हे नक्की सांगता येणार नाही. बहुधा गप्पाच असाव्यात. कारण इतक्या सगळ्यांच्याबरोबर एकतर मोकळेपणानं पिता यायचं नाही आणि पद्धत ही की, पहिला ग्लास गोविंदराव स्वतःच भरायचे. सगळी मंडळी जमायला एकदा उशीर झाला म्हणून गोविंदरावांनी ऑर्डर केली. म्हणाले, 'सुरू करू या.' गोविंदरावांबरोबर असं काही करण्याची माझी ती पहिलीच वेळ. 'हो' म्हणण्याइतका बनचुकेपणा अंगी यायचा होता आणि 'नाही' तर म्हणवत नव्हतं आणि म्हणायचंही नव्हतं. साक्षात गोविंदराव ग्लास भरून देताहेत, या कल्पनेनंच गहिवरायला झालं होतं त्यावेळी.

पुढे एक बैठक तर थेट समुद्रावरच रंगली होती. मार्टिन्स बीच कॉर्नर नावाची एक मोकळीढाकळी जागा पणजीहून दोना पावलाच्या रस्त्यावर होती. संध्याकाळीच तिच्यात जान यायची. दिवसभर ते बंदच असायचं. तर एका संध्याकाळी गोविंदराव, संजीव साबडे आणि मी असे तिघेच जण. मी आणि संजीव रात्री एकपर्यंत समुद्राच्या साक्षीनं श्रवणभक्तीचा आनंद घेत होतो. ती बैठक आनंदाचा कधीही रिकामा न होणारा पेगच बनून राहिली आहे.

गोव्यातली आणखी एक बैठक आमच्या मनात अजरामर आहे. ती म्हणजे साहित्य संमेलनाच्या वेळची. राम शेवाळकर अध्यक्ष होते, त्या संमेलनाची, संमेलनाचं उद्घाटन वगैरे झाल्यावर रात्री उशिरा हॉटेल 'नोवा गोवा'त एकाच्या खोलीवर बसायचं ठरलं. सहभागी मंडळी धमाल होती. नारायण सुर्वे, विद्याधर गोखले आणि साक्षात् तर्कतीर्थ लक्ष्मणशास्त्री जोशी. गोखले सगळ्यांत पहिले आलेले होते. सुर्वेही आले. कोणीही काहीही प्यायच्या आधीही विद्याधर गोखल्यांच्या रसवंतीनं मुक्तछंदाचं वळण घेतलं होतं. थोड्या वेळानं ग्लास भरले गेल्यावर या मुक्तछंदाचा गिअर बदलला. सुर्वे आणि गोखले ही दोन भिन्न माणसं एका बैठकीत

ऐकणं हा अवर्णनीय आनंद होता. काही न घेणारे होते. वेग मंदावला की, ते पिना मारायचं काम आनंदानं करायचे. थोड्या वेळानं तर्कतीर्थही आले. तेव्हा पुढचं अपेयपान आपण उभं राहूनच करावं, असं केवळ त्यांच्या येण्यानंच वाटून गेलं. शास्त्रीबुवा आपलं 'तर्कतीर्थपण' सहजपणे बाजूला ठेवून तीत सामील झाले. त्यांची या संबंधींची मतं माहितच होती. पण त्यांच्याबरोबर बैठकीत सहभागी व्हायची संधी तोपर्यंत आली नव्हती. त्या बैठकीत मद्य या विषयावर त्यांनी जे काही निरूपण केलं– आता वाटतं– रेकॉर्डच करायला हवं होतं. आणखी एकजण येणार होते तिथे. त्यांना झाला उशीर. खरं तर त्या गप्पांचा ओघ अडवून त्यांची आठवण काढायची काही गरज नव्हती. पण ती चूक झाली त्या बैठकीत एकाकडून. ते अमुकतमुक का आले नाहीत, असं तो मध्येच म्हणाला. त्यामुळे तर्कतीर्थांचा आणि त्याहीपेक्षा आमचा रसभंग झाला. तेव्हा त्यावर विद्याधर गोखल्यांनी जी काही कडकडीत, करकरीत शिवी घातली त्याला... की बस्स. अरे अडाण ळळळ मर्कट ळळळ या शब्दांत त्यांनी जो उद्धार केला त्याचा की, तो ऐकून त्यालाच काय त्याच्या मातापित्यांनाही धरणी दुभंगून पोटात घेईल तर बरं, असं वाटलं असतं. इतकी दमदार शिवी त्यानंतर अजूनपर्यंत कधी मला ऐकायला मिळालेली नाही. नंतर काही काळ चर्चा, शिव्यांचा उगम वगैरेकडे वळली. तीर्कतीर्थ आपली नेहमीची मात्रा झाल्यानंतर थांबले. तेवढाच काय तो खंड पडला. नंतर गोखलेही निघाले. पण एव्हाना सुर्वेंची मशागत झाली होती. छान फुलले होते ते. मग आम्ही उठलो आणि अल्तिनोत दुसऱ्याच्या खोलीवर जाऊन बसलो. पुन्हा पहिल्यापासून सगळ्याला सुरुवात. ही मैफल इतकी रंगली की, उगवतीची किरणं पाहिल्यावरच ती थांबली.

वास्तविक मावळतीचं अर्घ्य उगवतीच्या किरणांना द्यायचं ही सवय लागली ती 'मटा'मध्ये. त्यावेळी मटाचा शुक्रवार महत्त्वाचा असायचा. रात्रपाळीचा शेवटचा दिवस. शनिवार सुट्टी. त्यामुळे शुक्रवारची रात्र बरंच काही घेऊन यायची. त्यात जोजफ नऱ्होना हे चीफ सब असतील तर बघायलाच नको. नऱ्होना एरवी आठवडाभर झोळणं घेऊन यायचे. यांच्या हाताखाली काम करणं म्हणजे आनंददायी भाषा-शिक्षण असायचं. स्वच्छ उच्चार आणि भाषेतील सूक्ष्मातिसूक्ष्म भेद समजावून सांगण्याची विलक्षण हातोटी. शुक्रवारी त्यांच्या हातातल्या झोळण्याची जागा ब्रीफकेस घ्यायची. त्यात बाटली असायची. छान नॅपकिनमध्ये गुंडाळलेली. बाळाला प्रवासात कसं गुरगटून गुंडाळतात तशा निगुतीनं गुंडाळलेली. बॅगेत शेजारी एक चपटा डबा. त्यात कापलेलं सॅलड. दोनेक काचेचे ग्लास. बाऊल. तसेच सुरक्षित गुंडाळलेले. दुसऱ्या डबीत चेणेशेंगदाणे वगैरे. पण त्यांनी फरसाण वगैरे भरताड खाणं कधीही आणलं नाही. तर रात्री लेट सिटी एडिशन गेल्यावर नरोन्हा तयारीला लागायचे. स्वच्छ पेपरचा रोल टेबलावर उलगडायचा. सॅलड, चणेशेंगदाणे व्यवस्थित

मांडायचे. नंतर शिफ्टमधल्या ज्येष्ठताक्रमानुसार ग्लास भरले जायचे. आणि मग सुरुवआत. या आठवड्यातील एखादी घटना, गोविंदरावांचा अग्रलेख. त्याच्या मागच्या-पुढच्या अनेक संदर्भासह नरोन्हांच्या शिफ्टमध्ये गप्पा व्हायच्या. कधी कोणाला काही जास्तच झाली तर मग अमुकतमुक गोविंदरावांच्या केबिनमध्येच कसा झोपून राहिला, याच्या आठवणी निघायच्या. साधारण पहिल्या लोकलच्या आसपास ही कार्यालयीन मैफल आटपायची आणि मंडळी मग ताजीतवानी होऊन अशा तोंडानं आपापल्या घरी परतायची. तिथं पिण्याचा आनंद काही वेगळाच होता. इतक्या सुरक्षित ठिकाणी लहान वयातच प्यायला मिळाल्याचा फार मोठा फायदा पुढे झाला.

नंतर लंडनला शिष्यवृत्तीसाठी जायची संधी मिळाली. चांगलं सहा महिने राहायला मिळणार होतं. एव्हाना गोविंदराव मटातून निवृत्त झाले होते. त्यांना जैनांनी कळवलं, मी लंडनला जातोय ते. गोविंदरावांचं तीन फुलस्केपवर पत्र आलं. लंडनमध्ये मी काय पाहावं... कुठे आणि काय खावं आणि कशाबरोबर काय प्यावं... हे सांगणारं. लंडनला उद्देशून लिहिलेलं प्रेमपत्रच ते. अत्यंत उत्कट. त्यात वाइन्स किती प्रकारच्या असतात, त्या कशा प्यायच्या, कुठे चांगल्या आणि स्वस्त मिळतात, असा अगदी बारीकसारीक तपशील त्यांनी लिहिला होता. खरंखुरं प्रेमपत्रच ते. त्याचा शेवट करताना गोविंदरावांनी लिहिलं, गिव्ह माय लव्ह टू लंडन.

ही आज्ञा आम्ही शिरसावंद्य मानली आणि आमच्या अख्ख्या ग्रुपनं, गोविंदरावांनी जे काही सल्ले दिले होते त्यानुसारच खानपान केलं. एकदा तर सगळे मिळून आम्ही जॉन वॉकर डिस्टिलरीच पाहायला गेलो. ज्या 'स्पे रॉयल' या स्कॉचनं अतिशय आनंद दिला त्या 'स्पे' नदीच्या पात्रात त्या व्हिस्कीच्या नावाने अर्घ्य दिलं तेव्हा आमच्या मनात आपण काही पुण्यकर्म करतोय अशीच भावना होती. ज्या बार्लीचं सात्त्विक सत्त्व व्हिस्कीत उतरतं, ती बार्लीची शेतं पाहिली. त्या शेतातली माती भक्तिभावानं कपाळाला लावली. तिथे व्हिस्की म्हणजे काय, कशी बनते... वगैरे, ही माहिती ------ तरीही रसाळपणे दिली जाते. बोनस असा की, त्यानंतर घोट घोट व्हिस्कीही देतात. तिथे समजलं व्हिस्कीची किंमत कशी कशी ठरते ते. 'स्कॉटलंडच्या डोंगरावर सुखद वातावरणात झुलणाऱ्या बार्लीला, सकाळचं ऊन मिळतंय की संध्याकाळचं, हेसुद्धा किंमत ठरवताना लक्षात घेतात. जे काही काम करायचं ते तब्येतीत आणि उत्तम; ही साहेबाची शिकवण तिथे अशी द्रवरूपात पाहायला मिळते. तिथे हेही कळलं की, व्हिस्की तयार होते तेव्हा पाण्याच्याच रंगाची असते. ती तयार झाली की तिला लाकडी पिंपात जमिनीखाली अत्यंत नियंत्रित तापमानात ठेवतात. या पिंपांचंपण एक घराणं असतं. कोणीतरी बनवलंय पिंप आणि ठेवलीये त्यात व्हिस्की, असं घरंदाज व्हिस्कीच्या बाबतीत कधीही होत नाही. ही पिंपं फ्रान्सच्या बोर्दांक्स जिल्ह्यातनं आणली जातात. आता तिथूनच का,

तर तिथे जगातली उत्तम वाइन बनवली जाते. ती वाइन देखील लाकडी पिंपात मुरवली जाते. वर्षांनुवर्षं. काही काही पिंपं तर शंभरशंभर वर्षांची जुनी असतात. तर बोदांक्सला अशा जुन्या जुन्या पिंपांचा लिलाव असतो दरवर्षी. हे व्हिस्कीवाले मोठ्या अभिमानानं ती पिंपं विकत घेतात. स्कॉटलंडला आणतात आणि मग त्या पिंपात उत्तम व्हिस्की साठवली जाते. पुढे त्या वाइनचा आणि मग पिंपांचाही रंग... आणि थोडासा स्वादही... या व्हिस्कीत उतरतो. म्हणजे एखादीच्या रंगरूपात आईबरोबर मावशी, काका, मामाही जसे असतात, तसंच व्हिस्कीच्या रंगरूपात या वाइन्सचा वाटा असतो. ते कळल्यावर चांगली व्हिस्की पिणं म्हणजे आपणही त्या समृद्ध परंपरेचं पाईक होणं याची जाणीव झाली आणि काही न घेताही छाती अभिमानानं फुलून आली. तेव्हा पिणं हे काम किती पवित्र आहे हे जाणून घ्यायचं असेल, तर तिथे भेट देणं अत्यावश्यक आहे.

इंग्लंडच्या वास्तवात अनेक जण ड्रिंक्सला बोलवायचे. त्यातल्या दोन बैठका दोन संस्कृतीचं प्रतीकच म्हणायला हव्यात. एकदा उद्योगपती हिंदुजा यांनी घरी बोलावलं होतं संध्याकाळी. त्यामुळे आम्ही मोठ्या आशेवर होतो... पण चांगलीच निराशा झाली. घरी गेलो त्यांच्या. गप्पाटप्पा झाल्या. पुण्याच्या फिनोलेक्सचे छाब्रियाही आले तिथं. आता पुढे काय याची उत्सुकता होती. पण पुढे काहीच नव्हतं. हिंदुजा म्हणाले, "चला." घरात कृष्णाचं देऊळ आहे. सत्संग होता त्या दिवशी त्यांच्याकडे. तेव्हा आम्हालाही हरी हरी करायला जावं लागलं. अत्यंत कोरडेपणानं आणि त्याहूनही कोरड्या घशानं आम्ही त्यात सामील झालो. नंतर एकदा रविवारी उद्योगपती स्वराज पॉल यांनी घरी जेवायला बोलावलं. रविवारी सकाळी. आता सकाळी बोलावलंय म्हणजे तसं सगळं कोरडंच असणार म्हणून आम्ही तसे उदास होऊनच त्यांच्या घरी पोहोचलो. पण सुखद धक्का बसला. पॉल यांनी त्यांच्या उद्यानात बैठक मांडली होती. ओळखपाळख झाल्यावर वाइन्स मागवली त्यांनी. व्हाइट आणि रेड दोन्ही. सोबत एरवी सणासुदीलाच आपण विचार करू शकतो घेण्याचा, ते 'ब्लू' चीझ आणि मध्ये खायला काय, तर कॅव्हिएर्स. माशांच्या अंड्यांपासून बनवला जाणारा अतिश्रीमंती पदार्थ. वाइन सुद्धा इतकी उंची की, महिन्याच्या पगारात जेमतेम एक बाटली आली असती त्यावेळी. पॉल यांचं पुरेसं नुकसान झाल्याची खात्री पटल्यावरच आमच्या ग्रुपनं हात आणि ग्लास आखडते घेतले. नंतर आम्ही सगळे इतके भरलेले आणि भारलेले होतो की, रूमवर परतलोच नाही. हाइड पार्कच्या हिरवळीवर लोळत ती दुपार आम्ही घालवली.

पुढे मुंबईत परतल्यावर व्हाइट अँड मॅके या व्हिस्की कंपनीच्या टेस्टरनं घेतलेल्या कार्यशाळेतही सहभागी व्हायला मिळालं. व्हिस्कीला रंगरूप मिळवून देणाऱ्या प्रत्येक घटकाचा आनंद कसा घ्यायचा हे अगदी शास्त्रशुद्धरीत्या शिकून

घेतलं. इंग्लंडमध्ये असताना लोकांना येताजाता बिअरचे हे भलेमोठे टम्बलर घेऊन पिताना पाहिलेलं होतं. पण तरीही यांच्या ढेऱ्या शर्टातून डोकावत कशा नाहीत, हा प्रश्न पडायचा. त्याचं उत्तर व्हाइट अँड मॅकेच्या कार्यशाळेत मिळालं. त्या दिवशी कळलं आपल्या बिअरमध्ये किती प्रचंड प्रमाणात ग्लिसरीन घातलं जातं ते. आपल्या बिअर कंपन्यांना घाई. त्यामुळे ही मंडळी बिअर पुरेशी मुरूच देत नाहीत. ती मुरल्याचा आभास निर्माण करण्यासाठी तीत ग्लिसरीन घालतात. त्यामुळे ती खूप जड होते आणि प्यायल्यावर टेबलावर समोरच्यालाही वास येईल इतके वाईट वासाचे ढेकर येतात. मग आपली बिअर प्यायची कशी त्याचीही क्लृप्ती कळली. पाण्यानं भरलेल्या ग्लासात आपली बिअरची बाटली उलटी करायची. ग्लिसरीन जड असल्यामुळे ते भसाभस बाटलीतून पाण्याच्या ग्लासात उतरताना दिसतं. इतकं की, पाणी पिवळं होतं आणि जणू काही पातळ डिंकच इतकं चिकट दिसतं. ते ग्लिसरीन उतरणं थांबलं की, बाटली बाहेर काढायची. फ्रिजमध्ये गार करायची आणि मग प्यायची. बिअर उत्तम सिल्कच्या साडीसारखी एकदम हलकी होते. हे डोळ्यांनी पाहिलं आणि पोटात आपण किती लिटर ग्लिसरीनला आतापर्यंत आश्रय दिला असेल याची आकडेवारी मनातल्या मनात जमा होऊन, चिकटचिकट वाटू लागलं. पण हा भूतकाळातला चिकटपणा काही धुवून काढता येणार नव्हता. मात्र भविष्य हातात होतं. तेव्हापासून मी जीवनव्रत घेतल्यासारखं बिअरप्रेमींना ग्लिसरीन काढायचे धडे देत आलोय. त्यामुळे तरी कित्येक मित्रांच्या सौं.चे आशीर्वाद पुण्याच्या खात्यात जमा झाले असतील. असो.

आता आपली मराठी माणसं बरीच भटकू लागलीयेत. पण त्यांची इयत्ता काही वाढलेली नाही. म्हणजे कुठेही गेलं तरी तेच खातात. आणि प्यायले तरी तेच पितात. जग हे किती विविध पेयांनी भरलंय, याची कसलीही जाणीवच नाही. एकदा ह्यूस्टनला तावेर्नमध्ये जायला मिळालं. तावेर्न म्हणजे बार नाही. पब नाही. पण एक मोकळीढाकळी जागा. माणसं निवांत जमतात. प्यायला. तर ह्यूस्टनचा माझा यजमान मला घेऊन गेला टाकेला पाजायला. मुळात हे पेय भलतंय गरम. त्यात तिकडे हे अधिकच गरम असतं. कारण ते पाजणारी टकिला लेडी असते. अत्यंत तगडी आणि भरगच्च. गळ्यात आपल्या सिनेमातल्या डाकूंच्या गळ्यात असतात तसे पट्टे. त्यात काडतुसांच्या जागी हे टकिला ग्लास. छोटे आपल्याकडच्या पेगच्या आकाराचे. तेव्हा टकिला प्यायचं असेल तर आपण हात वर करायचा. तिचं लक्ष गेलं की, ती येते. पट्ट्यातला ग्लास काढते. दुसऱ्या हातातल्या बाटलीतनं टकिला त्यात ओतते. टेबलावर ठेवते. आपण तरीही तो प्यायचा नाही. कारण खरा विधी पुढेच असतो. तो ग्लास ती चक्क पेटवते. म्हणजे त्या ग्लासच्या गोल कडांना आग लावते. निळीशी ज्योत त्या ग्लासच्या भोवती तयार होते. मग ती ग्लास हातात

घेणार. आपण होळी पेटल्यावर जशी बोंब ठोकतो. तशी काहीशी बोंब ती ठोकते. डाव्या हाताचं पहिलं बोट दुमडून उघडलेल्या तोंडात वरखाली करीत ओळोळोळो... असा काहीसा आवाज ती करते. लगेच आसपासचे आपल्याकडे पाहायला लागतात. पुरेसं लक्ष वेधल्यावर ती ओरडणं थांबवून तो डावा हात आपल्या डोक्यामागे धरून आपली मान वर करते आणि एका झटक्यात तो जळता ग्लास आपल्या घशात रिकामा होतो. नंतर जाणवतं ते इतकंच. ती जळती लहर पोटात खालीखाली सरकतीये आणि आग वरवर यायला लागलीये. भानावर येतो तेव्हा आसपासचे टाळ्या वाजवताना दिसतात आणि ती टकिली मीठ पुढे करते. ते चाटायचं. पण हे भान दोन पेग्सपुरतंच. नंतर अख्खाच्या अख्खा देहच जाणिवेच्या पातळीवरून अलगद हवेत उचलला गेल्याचा भास व्हायला लागतो. कितीही कार्यक्षम, शिणलेला मेंदू असू दे; दोन टकिलानंतर त्याची विचारक्षमता किमान बारा तासांपुरती तरी झोपवून टाकण्याची क्षमता या टकिलात असते. हे श्रेय अर्थातच टकिलाचं आणि ते पाजणारीच्या हातगुणाचंही. तावेर्नमध्ये अशी बैठक उत्तरोत्तर रंगत जात असते.

हे पेय मेक्सिकोला खेटून असणाऱ्या अमेरिकेच्या टेक्सास वगैरे भागात भलतंच लोकप्रिय आहे. तो सगळा काउबॉइजचा प्रदेश. त्यामुळे सगळंच रांगडं. आता ही टीकेला आपल्याकडेही मिळते. पण त्यात मजा नाही. आपले लोक ती कशीही पितात. त्या मानाने युरोपियन पेयं तशी मवाळ आणि शालीन. एकतर तिकडे वेगवेगळ्या वाइन्स असतात. मध्यंतरी जर्मनीत असताना बीएएसएफ या बलाढ्य रसायन कंपनीच्या संचालकांनी कार्यालयात बोलावलं होतं. कंपनी दाखवून झाल्यावर जेवण. ते कार्यालय वेगळं. एक जुना कॅसलसारखा वाडाच त्यांनी घेतलाय. जेवण झाल्यावर म्हणाले, 'चला, गंमत दाखवतो.' ते म्हणाले आणि जिना उतरू लागले. हे उतरणं बराच वेळ चाललं होतं. अगदी तळघरातच गेलो. तिथे एका महादरवाजासारखा दरवाजा होता. तो उघडून बघतो तर काय? आतमध्ये उत्तमोत्तम वाइन बाटल्या आडव्या करून हारीनं मांडलेल्या. म्हणाले, 'जगातल्या सर्व उत्तम वाइन्सचा साठा आहे माझ्याकडे. पाच हजार बाटल्यांचा संग्रह आहे हा.' मग त्यातल्या अत्युत्तम ते दाखवू लागले. 'ही पन्नास वर्षांची, हिची किंमत आठ हजार डॉलर्स... ही इकडून आणली. ती तिकडून घेतली. ही तर माझ्यासाठी खास बनवलेली आहे हातांनी. कोणत्याच यंत्राचा स्पर्श तिला झालेला नाही. माझ्या नातीच्या बाळंतपणात आम्ही उघडणार ती!' काय प्रेम होतं त्यांचं त्या संग्रहावर. जीव लावावा तर असा आणि बुडवावा तर अशा पेयात.

युरोपात वाइन्सच्या शिवाय आपलं स्वत:चं पेय असलेला देश म्हणजे टर्की. इस्तूंबलमध्ये सहा वर्षांपूर्वी त्यांच्या राष्ट्रीय पेयाचा परिचय झाला. माझा तिथला यजमान खास त्यासाठी टर्कीश बारमध्ये घेऊन गेला. वातावरण अगदी खानदानी

टर्की. डोक्यावर उभट गोंडेदार टोपे घातलेले सेवक आणि पार्श्वसंगीत सुफी वाटावं असं. तिथं ते पेय पहिल्यांदा प्यायलो. नाव राकी. दिसायला पाण्यासारखंच किंवा व्होडकाच. पण व्होडका सरबत घालून पितात. राकीत पाणी घालायचं. तिच्यात पाणी मिसळलं की, ते एकदम पांढरं होतं दुधासारखं. चव बडिशेपेसारखी. माझा यजमान ते कौतुकानं रिचवत होता. मला मात्र एक ग्लाससुद्धा गेला नाही. तरी कौतुक वाटलं ते त्याचं, त्याला त्या पेयाचा कोण अभिमान! आणि अभिमान बाळगावं असं पेय असणं हेसुद्धा किती छान. ते पाहिल्यावर आपल्या सोमरसाचं पुढे काय झालं वगैरे प्रश्न पडतो. पण त्याच्या उत्तरासाठी दम धरवत नाही. ते सापडेपर्यंत कोण थांबणार? कारण आता या टप्प्यावर सिंगल माल्ट भेटलीये. ही भेटल्यानंतर स्कॉच व्हिस्की कधीच मागे पडलीये. म्हणजे स्कॉच तशी उत्तमच. पण सिंगल माल्ट अतिउत्तम. ख्याल गायकी थोरच असते. पण धृपद धमारची गोडी लागल्यावर जरा एक इयत्ता वरती गेल्यासारखं वाटतं, तसंच हे वाइन्स, व्होडका, जिन आदींशीही उत्तम ऋणानुबंध आहेत. पण हे सगळं उपशास्त्रीय संगीतासारखंच. गझल, ठुमरी वगैरे तसं जिनं वगैरे. त्यांच्यात वाईट काहीच नसतं. पण खरं गाणं हे बैठकीचं. त्यासाठी घराणेदार व्हिस्कीच हवी.

तिचा अंदाज आता यायला लागलाय. तो येत असताना जाणवतं हेच की, आपण सांस्कृतिकदृष्ट्या मद्याचा किती अपमान करतो!

आता हा अपमान सहन होत नाही.

तो होऊ नये म्हणून माझ्यापुरती तरी मी काळजी घेतो. म्हणून कोणीही बरोबर कधीही व्हिस्की पीत नाही. कुठेही तर पीत नाही म्हणजे नाहीच. अगदी जवळच्या मित्राला, नातेवाइकाला आपण काही बाहेरच्या बाहेर हॉटेलात खायला घालून कटवत नाही. त्याला घरी ये म्हणतो, राहायचा, जेवायचा आग्रह करतो. व्हिस्कीचं तसं आहे. कुठेही चार पैसे टाकल्यावर काहीही पाजणाऱ्या हॉटेलात ती प्यायची नसतेच. तिचा सन्मान घरातच करायचा असतो. निवडक, अगदी मोजक्याच मंडळीत तिला पेश करायचं असतं. त्यासाठी आता घरी कुलीनशालीन अशा सिंगल मॉल्ट व्हिस्कींचा साठा आहे. माझ्याकडे. अगदीच कोणी सुहृद असला, तरच. अन्यथा सप्ताहात संध्याकाळी आपण बरं आणि आपली सिंगल मॉल्ट बरी. उत्तम संगीत, एखादं पुस्तक आणि संसाराच्या दैनंदिन धबडग्यात पत्नी, मुलगी यांच्याबरोबर मारायच्या राहून गेलेल्या घरगुती गप्पा. सिंगल मॉल्टचं पावित्र्य राखायला एवढंही पुरतं.

समर्थ रामदास म्हणून गेलेच आहेत, 'वणवण हिंडोनी काय होते...' सिंगल मॉल्ट आणि तिचा आनंद घेऊ देणारं वातावरण असेल तर कशाला कुठे जा!

मुक्तीचा मार्ग हा असा घरातच येऊन थांबतो.

■

# चित्तचित्रे

**संपादन**

**अरुण शेवते**

झोपेत पडणाऱ्या स्वप्नांविषयी आपल्याला कुतूहल असते.

स्वप्नात येणाऱ्या प्रतिमा मनात अनेक प्रश्न तयार करत असतात. सगळ्याच प्रश्नांची उत्तरे मिळतात असे नाही. एक रात्र स्वप्न घेऊन येते. दिवसा आपण विचार करत राहतो. रात्र पुन्हा दुसरे स्वप्न घेऊन येते. हा प्रकार सतत चालूच राहणार आहे. याला अंत नाही.

जयंत साळगावकर, मंगेश पाडगावकर, कांचन घाणेकर, प्रकाश संत, शि. द. फडणीस, शकुंतला फडणीस, के. ज. पुरोहित, प्रभा पुरोहित, वसुधा वाघ, सुरेश लोटलीकर, दत्तात्रय अत्रे, मंजुषा गोसावी, टी. एन. परदेशी, डॉ. आनंद कापसे या स्वप्नांचा शोध घेणाऱ्या प्रवाशांनी आपला स्वप्नांचा प्रवास स्वच्छपणे सांगितला आहे.

स्वप्नांचे दरवाजे उघडणाऱ्या बेधुंद रात्रींचे कलावंतांच्या नजरेतून घडलेले सारंगी दर्शन.

# रात्ररंग

**संपादन : अरुण शेवते**

---

★

रात्र! अनेक भाव अस्तित्व आणि अनुभवांची झिरमिर ओढणी घेऊन रुजलेली सुंदरी जणू. तिचं रूप, तिचं दर्शन वेगवेगळ्या नरजेनं वेगवेगळं घडत असतं. रात्र असते मंतरलेली, आसुसलेली, भयानं थरथरलेली आणि शीतल चांदण्यानं धुंदावलेलीही- दिवसाकडून रात्रीकडे प्रवास करणारे आपण अलगदपणे रात्रीचे होत असतो. आयुष्यात अनेक रात्री येतात. मित्रांबरोबर घालवलेल्या रात्री, प्रवासात, जंगलात, घरात अनुभवलेल्या रात्री, अनेक बऱ्या वाईट प्रसंगातील रात्री... संध्याकाळी सातच्या नंतर एक दरवाजा मिटतो, एक दरवाजा उघडतो.

आपण जगत असलेल्या भूमिकांसह रात्र रंगत जाते. कलावंताच्या रात्री या अधिकच वेगळ्या असतात. त्यांच्या भूमिका आणि वास्तवजीवन याच्या सीमारेषा या रात्रीमध्ये धूसर होतात.

वेगवेगळ्या क्षेत्रातल्या खास व्यक्तीचे अनुभवलेल्या खास रात्रीचे हे अनोखे अनुभव रात्रीचे गहिरे रंग व्यक्त करणारे.

★